அக்னி புத்ரி

அக்னி புத்ரி

வித்யா சுப்ரமணியம்

Pustaka
EBooks | Audiobooks | Paperback

முதற்பதிப்பு: 2023
First Edition: 2023

Agni Puthri

அக்னி புத்ரி

Vidya Subramaniam

வித்யா சுப்ரமணியம்

ISBN: 978-93-95248-89-1

Pustaka
EBooks | Audiobooks | Paperback

Pustaka Digital Media Pvt. Ltd.
#7-002, Mantri Residency,
Bannerghatta Main Road, Bengaluru - 560 076
Karnataka, India
+91 7418555884

பொருளடக்கம்

முன்னுரை

இனிய நட்புக்கு,

வாசிப்புகள் ஒவ்வொருவருக்கும் ஒவ்வொரு விதம். ஒவ்வொருவருக்கும் வெவ்வேறு விதமான சுவாரசியங்கள். வளர வளர வாசிப்பும் மாறும் என்பார்கள். ஐந்து வயதில் அம்புலி மாமா, பதினைந்து வயதில் சிறுவர் இலக்கியம், பதினெட்டில் காதல் கதை, இருபதுக்கு மேல் மெல்ல மெல்ல ரசனைகள் மாறும். ஆழ்ந்த இலக்கியம், குடும்ப இலக்கியம், சரித்திரம், புராணம் என்று பல்சுவையும் நம்மை எதிர்கொள்ளும். தேடலை விரும்புகிறவர்கள் அனைத்திலும் வாழ்க்கையைத் தேடுகிறார்கள். பலர் ஏதாவது ஒன்றில் மட்டும் நிலைத்து நின்றுவிடுகிறார்கள். சிலருக்குக் காதல் கதைகள் என்றால் கொள்ளை ஆசை. எத்தனை வயதானாலும் விரும்பி வாசிப்பார்கள். சிலருக்குக் குடும்பக் கதைகள். அதேபோல் சிலர் கிரைம் நாவல்களில் தங்களைத் தொலைத்துத் தேடிக் கொண்டிருப்பார்கள்.

முன்பெல்லாம் ஆன்மிகம் என்பது ஆடிக்களைத்து ஓயும் வயதினருக்கு மட்டுமே என்ற எண்ணமிருந்தது. இப்போது பதினெட்டிலேயே பல இளைஞர்கள் ஆன்மிகத் தேடலில் ஈடுபட்டிருப்பதைக் காணும்போது ஆச்சர்யமாகவும் சந்தோஷமாகவும் இருக்கிறது. தியானம், யோகாசனம், சத்சங்கங்கள், உபன்யாசங்கள் என்று எல்லாவற்றுக்கும் இளைஞர்கள் உற்சாகமாகச் செல்கிறார்கள். புத்தகக் கடைகளில் ஒரு காலத்தில் ஞானபூமி மட்டுமே இருந்த நிலை மாறி, இன்று புற்றீசல் போல் ஆன்மிக இதழ்கள் தொங்குகின்றன. ஒன்று புரிகிறது. ஆன்மிகம் இன்று வயது வித்யாசமின்றி அனைவரையும் ஈர்த்திருக்கிறது.

பள்ளி வயதிலேயே என் வீட்டுப் பெரியவர்களோடு உபன்யாசங்களுக்குச் சென்றிருக்கிறேன் நான். ராஜாஜியின்

இராமாயணமும், மகாபாரதமும் அப்போதே வாசித்து எனக்குள் நிறையக் கேள்விகளுக்கு விடை தேடியிருக்கிறேன். ஆராய்ச்சி மனம் அப்போதே ஆரம்பித்துவிட்டது. அதனால்தானோ என்னவோ திருமதி மஞ்சுளா ரமேஷ் அவர்கள் ஞான ஆலயத்திற்கு ஒரு தொடர் எழுதக் கூறியபோது சரி என்று சொல்ல முடிந்தது. தொடருக்கான விஷயமும் அவரே கூறினார். பக்தியில் சிறந்த பெண்மணிகளைப் பற்றி எழுதுங்கள் என்றார். பக்தியில் ஆண் பக்தி, பெண் பக்தி என்று இல்லையென்றாலும் நான் இதை ஒரு தெய்வக்கட்டளையாகவே ஏற்று எழுத ஆரம்பித்தேன். எல்லாருக்கும் தெரிந்த பெண்கள், தெரியாத கோணங்கள், வித்யாசமான நடை என்று ஒரு புது உத்தியோடு, ஞான ஆலயத்தில் நான் எழுதிய "பிரமிக்க வைக்கும் பெண்மணிகள்" என்ற தொடர்தான் "அக்னி புத்ரி" என்ற பெயர் தாங்கிப் புத்தக வடிவில் உங்கள் கைகளில் தவழ்கிறது.

இத்தொடர் புத்தகமாக எப்போது வெளிவரும் என்று பல வாசகர்கள் ஆர்வமாக விசாரிப்பார்கள். நானும் எத்தனையோ தொடர் எழுதியிருக்கிறேன். இருப்பினும் நான் சென்ற இடமெல்லாம் எனக்குச் சிறப்புத் தேடித்தந்த தொடர் இதுவே. இதன் மூலம் நான் கற்றுத்தந்ததைவிடக் கற்றுக்கொண்டதுதான் அதிகம்.

இந்துமதம் பெண்களை என்றும் அடிமைகளாகவோ, போகப்பொருளாகவோ பாவிக்கவில்லை. வேத காலத்தில் கார்க்கி, மைத்ரேயி போன்ற பெண்களும் ரிஷிகள் வரிசையில் சேர்க்கப்பட்டிருந்தனர். கார்க்கி, யாக்ஞவல்கியர் என்ற ரிஷியோடு, ஆன்மாவைப்பற்றி வாதிட்டிருக்கிறாள். மகாபாரதத்தின் குந்திதேவி அதர்வண வேதம் கற்றிருக்கிறாள்.

கல்வி, கேள்வி ஞானங்களில் சிறந்த எத்தனையோ பெண்களை நாம் அறிவோம். அதேபோல் பக்தியால் இறைவனை ஆட்கொண்ட பெண்களுக்கும் புராணங்களில் பஞ்சமில்லை. அப்படிப்பட்ட சில பெண்களின் பக்தியை, அவர்களது மேன்மையைக் கொஞ்சம் அலசிப் பார்த்தால் நமக்குப் பல வியக்கத்தக்க உண்மைகள் புலப்படும்.

பெண்கள் எப்படியெல்லாம் இறைவனைப் பக்தி செய்திருக்கின்றனர், சரணாகதி அடைந்திருக்கின்றனர் என்பதற்குப் பல சம்பவங்கள் உண்டு. ஆண்டாளைப் பற்றி, மீராவைப் பற்றி, சீதையைப் பற்றி எல்லோரும் அறிந்ததுதான்.

நமக்கு முன் எத்தனை விதமான பெண்மணிகள் இந்தப் பூமியில் தோன்றி அறிவிலும் பக்தியிலும் சிறந்து விளங்கி வாழ்ந்து மறைந்திருக்கிறார்கள்! தேடித்தேடி நான் வாசித்த புத்தகங்களில் நான் பிரமித்த பெண்களுக்கு முன் நான் ஒரு அற்பப் புழுவாகவே எனக்குத் தோன்றினேன். அவர்களுக்கு முன் நான் ஒன்றுமே இல்லையே என்ற ஆதங்கம் என்னை அழுத்தும். அந்த சமயத்தில் திருக்கோளூர் பெண்மணியைப் போல்தான் என் மனமும் புலம்பும், வாழ்க்கை என்றால் என்ன? எப்படியெல்லாம் வாழ வேண்டும் என்று எனக்குக் கற்றுத் தந்தவர்கள் இவர்கள்.

கற்க கசடற கற்றவை கற்றபின்
நிற்க அதற்குத் தக.

இதன் பொருள் யாவரும் அறிந்ததுதான். வெறும் வாசிப்பு எதற்கும் உதவாது. அந்த வாசிப்பு நம் வாழ்க்கையைச் செம்மைப்படுத்தும்போதுதான் அந்தப் புத்தகத்திற்கும் மதிப்பு, நாமும் மேம்படுவோம். அந்த வகையில் இந்தப் புத்தகம் மதிப்படைவது உங்களிடம்தான் உள்ளது.

வாசித்து இன்புறுங்கள். பிறகு சற்றே சிந்தியுங்கள். நாம் மேன்மையடைவதும் சிற்றின்பச் சேற்றில் உழல்வதும் நம் கையில்தான் இருக்கிறதென்பது விளங்கும்.

அன்புடன்
வித்யா சுப்ரமணியம்

அக்னி புத்ரி

உருட்டுவதற்காக அவன் பகடைகளைக் கையில் எடுத்தான். உள்ளங்கையில் வைத்துப் பகடைகளைக் குலுக்கினான். அவன் குலுக்கக் குலுக்க, அஸ்தினாபுரமே குலுங்கியது. அந்த அரண்மனையின் மண்டபத்தில் அமர்ந்திருந்த மகா பெரியவர்கள் எனப்பட்ட அனைவரும் தம் கண்களை இறுக மூடிக்கொண்டார்கள். அவர்களது நெஞ்சம் திக் திக்கென அடித்துக் கொண்டது. இதுவரை அவன் பகடைகளை உருட்டியபோது ஏற்படாத ஒரு நடுக்கம் இப்போது ஏற்பட்டது. இதுமட்டும் அவனுக்குச் சாதகமாய் உருண்டுவிட்டால், இந்த பூமியில் இதுவரை எவராலும் படியாத கறை படிந்துவிடும். பாஞ்சாலியின் தலைவிதியை இந்தப் பகடைகள்தான் இப்போது தீர்மானிக்கப் போகின்றன.

அவள் அஸ்தினாபுரத்தின் ராணியா, அல்லது கௌரவர்களின் அடிமையா என்பது அந்தப் பகடைகளின் உருளலில்தான் உள்ளது. யுதிஷ்ட்ரன் இப்படிச் செய்வான் என்பதை எவரும் எதிர்பார்க்கவில்லை. தர்மத்தைப் பற்றி தர்மபுத்திரனுக்கு எடுத்துச் சொல்ல வேண்டிய நிலை வருமென்று யார்தான் நினைத்தார்கள்? ஐந்து பேருக்குச் சொந்தமான அவளைப் பணயம் வைத்தாடும் எண்ணம் அவனுக்கு ஏற்பட்டதை விதியென்றுதான் சொல்ல வேண்டும். அவர்கள் அனைவரும் இந்தப் பகடைகள் இம்முறை சகுனியைத் தோற்கடிக்க வேண்டுமென வேண்டினார்கள். பகடைகள் உருண்டன. அதோடு தர்மத்தின் தலைகளும் சேர்ந்து உருண்டன. அதர்மம் தர்மத்தை அடிமை கொண்டது.

“பாஞ்சாலியை வென்றேன்...” கொக்கரித்தான் துரியோதனன். “இனி அவள் ஐவர் மனைவியல்ல. எங்கள் நூறு பேரின் ஆசை நாயகி, அடிமை!” அவன் சத்தம் போட்டுச் சிரித்தான். தர்மம் தலைகுனிந்து அங்கு நிற்பதும், தான் சூதில் வெல்லப்பட்டதும்

தெரியாமல் தன் அந்தப்புரத்தில் வீட்டு விலக்கான சிரமத்துடன் ஒற்றை ஆடையில் ஓய்வெடுத்துக் கொண்டிருந்தது அந்தப் பேசும் ஓவியம். சயனித்திருந்தவளின் ஈரக்கூந்தல் காற்றாடுவதற்காக அவிழ்த்துவிடப்பட்டு, பஞ்சணையிலிருந்து கார் மேகமாய் விரிந்து தொங்கிக் கொண்டிருந்தது.

அவளது அறை வாசலில் காவலன் ஒருவன் வந்து நின்றான்.

“உங்களை அழைத்து வரும்படி உத்தரவு, அம்மா.”

“யார்...? எதற்காக...?”

“யுதிஷ்ட்ரர் தங்களைப் பணயமாய் வைத்துப் பகடை உருட்டினார். சூதில் தாங்கள் துரியோதனரால் வெல்லப்பட்டீர்கள். இன்று முதல் நீங்கள் அரசியல்ல, அடிமை என்று கூறி உங்களை அழைத்து வரும்படி உத்தரவு.”

அவள் விழிகள் சிவந்தன. “தன்னைத் தோற்றபின் என்னைத் தோற்றாரா அல்லது என்னைத் தோற்றபின் தன்னைத் தோற்றாரா என்பதைக் கேட்டு வா!” கம்பீரமாகக் கேட்டனுப்பினாள் அவள்.

அவன் திரும்பிவந்து அவள் கேள்விக்கு விடையளித்தான்.

“தன்னை முதலில் தோற்றவருக்கு என்னை எவ்விதம் பணயம் வைக்க இயலும்? எனக் கேட்டு வா.” அவள் இன்னொரு கேள்வியோடு அவனைத் திருப்பியனுப்ப, பெண்மையின் சத்தியமான வினாக்களுக்குப் பதிலளிக்க இயலாமல் துரியோதனன் வெகுண்டெழுந்து தன் தம்பியை ஏதோ கூறி அனுப்பினான்.

துச்சாதனன் புயலென வந்தான். மயிலின் அழகிய தோகையைக் குரங்கொன்று துவம்சம் செய்வதுபோல் அவளது அடர்ந்த கூந்தல் பற்றி அவள் கதறக்கதற இழுத்துச் சென்றது அந்த மனித மிருகம்.

அந்த மண்டபத்தில் அடுத்து நடந்த கேவலங்கள் அனைத்தும் நான் சொல்லித் தெரிய வேண்டிய அவசியமில்லை. திரௌபதியின் வாழ்க்கை அனைவரும் அறிந்த ஒன்றுதான். இருப்பினும் அவளைப் பற்றி இங்கே பிரமிக்காவிடில் இத்தொடர் குறைபட்டுப் போகும்.

நான்கு யுகங்களிலும் திரௌபதியைப்போல் ஒரு பெண்ணைக் காண முடியாது எனலாம். ஐந்து கணவர்களோடு ஒரு பெண் பதிவிரதையாய் வாழ்ந்தாள் என்றால் அவள் பூமி தோன்றிய நாளிலிருந்து இன்றுவரை ஒரே ஒருத்திதான். பாஞ்சாலி! சுயம்வரத்தில் அவளை அடைந்தவன் அர்ச்சுனன் மட்டும்தான். அவனை மட்டும்தான் மணாளனாக எண்ணி அவள் சென்றாள். விதி குந்தியின் நா வழியே வெளிப்பட்டு அவளை ஐவருக்குப் பத்தினியாக்கியபோது ஒரு சராசரிப் பெண்ணைப் போலத்தான் அவளும் திடுக்கிட்டாள். அவள் நினைத்திருந்தால் குந்திதேவிக்கு நிலைமையை விளக்கி ஐவருக்குப் பத்தினியாய்த் தன்னால் இருக்க இயலாது என்று கூறி அந்த விதியிலிருந்து தப்பித்து எல்லோரையும் போல ஒருவனுக்கு ஒருத்தியாய் வாழ்ந்துவிட்டுப் போயிருக்கலாம். அப்படி அவள் செய்திருந்தால் தர்மபுத்திரன் அவளைப் பணயம் வைத்துச் சூதாடியும் இருக்கமாட்டான். பாரதப் போருக்கு அவசியமும் இருந்திருக்காது. அவ்வாறு அவள் ஏன் செய்யவில்லை என்று யோசிக்கும்போதுதான் திரௌபதியின் மேன்மை புலப்படுகிறது.

அர்ச்சுனன், சுயம்வரத்தில் வென்ற வினாடியில் அவள் அவனைக் கணவனாக வரித்துவிட்டாள். அர்ச்சுனனின் விருப்பங்களை நிறைவேற்றுவேன் என அவள் தனக்குள் உறுதி பூண்டாள். தாயின் விருப்பப்படி தாங்கள் ஐவருமே அவளை மணக்க விரும்புவதாக அர்ச்சுனன் தெரிவித்ததும் அவள் தனக்குள் செய்துகொண்ட உறுதியின்படி அர்ச்சுனனின் விருப்பத்தை மதித்து ஐவரையும் மணந்தாள்.

ஒரு பெண் ஒன்றுக்கு மேற்பட்ட ஆண்களை மணப்பது, என்பது எந்த யுகத்திலுமே உலக வழக்கமாயிருக்கவில்லை என்ற நிலையில் ஐவரை மணந்து பதிவிரதா தர்மம் குலையாது வாழ்ந்தவள் என்ற வகையில் திரௌபதி மிக மிக அபூர்வமான பெண் என்றுதான் கூற வேண்டும். அதுவும் ஐந்து கணவர்கள் இருந்தும் அவள் பட்ட அவமானங்கள் கொஞ்சமா நஞ்சமா?

எந்தப் பெண்ணும் அவள்போல் வாழ்வில் துன்பப்பட்டிருப்பாளா என்றால் கண்டிப்பாக இல்லை எனலாம். சீதையின் துன்பம்கூட

இவளுடையதோடு ஒப்பிட்டால் சற்றுக் குறைவுதான். சீதை இராவணனால் கடத்தப்பட்டாளே தவிர, இராவணன் அவளைப் பலாத்காரம் செய்யவில்லை. கணவனை விட்டுப் பிரிந்திருந்த பிரிவுத் துயர் மட்டுமே சீதை அனுபவித்தாள்.

ஆனால் திரௌபதியோ ஒப்பிட முடியாத ஐந்து வீரர்களைக் கணவராக அடைந்தும் அவர்கள் முன்னிலையிலேயே, நடுச்சபையில் வைத்துத் தனது மைத்துனர்களாலேயே மானபங்கம் செய்யப்பட்டாள் எனும்போது ஒரு வினாடி மனமும் உடலும் நடுங்குகிறது. அதுவும் அது சாதாரணச் சபையல்ல, மாமன்னன் திருதராஷ்ட்ரனும், மகாஞானி பீஷ்மரும், துரோணரும், நீதிமான் விதுரரும் இன்னும் பல பெரியோர்களும் நிறைந்திருந்த சபை.

அவ்வளவு பெரியவர்களும், மாபெரும் வீரர்களான பாண்டவர்களும் இருந்தும் திரௌபதியை அந்த அவமானத்திலிருந்து காக்க அவர்களால் இயலவில்லை. அத்தனை மகானுபாவர்களும் சத்தியத்திற்குக் கட்டுப்பட்டுத் தலை குனிந்து அமர்ந்திருக்க, துச்சாதனன் அவள் மேலாடை பற்றியிழுத்தான். இத்தனைக்கும் அவள் சாதாரணப் பெண்ணல்ல. பாண்டவர்களின் பட்டமகிஷி. தாயாய் மதிக்கப்பட வேண்டியவள். அத்தனை ஆண்களுக்கு மத்தியில் தன் மானத்திற்காகப் போராடிய நிலை அன்று வேறு எந்தப் பெண்ணுக்கும் ஏற்பட்டிராது. உறக்கத்தில்கூட ஆடை விலகுவதை விரும்பாத பெண் அவள். அப்படிப்பட்டவளது மானம் அன்று நடுச்சபையில் சோதனைக்குள்ளாயிற்று.

அவள் தெய்வமாய் வணங்கிய கணவர்களும் சரி, பெரியோர்களும் சரி, அன்று அவளது மானத்தைக் காக்க இயலாத நிலையில், வேறு வழியின்றி அவள் சரணடைந்தது இறைமையிடம்தான். அந்த இறைமையால் மட்டுமே தன்னைக் காக்க இயலும் என்று புரிந்ததுமே அவள் மிக நம்பிக்கையோடு அதுவரை மேலாடையைப் பற்றியிருந்த கரங்களைத் தலைக்கு மேலே தூக்கிக் கூப்பினாள். அந்நிலையில் துச்சாதனனுக்கு அவளது ஆடையை அவிழ்ப்பது சுலபமாகவே இருந்திருக்கும்.

தெய்வம் காக்குமா காக்காதா, அதை நம்பி ஆடையிலிருந்து கைகளை எடுப்பது சரிதானா என்று அவள் ஒருகணம் சந்தேகப்பட்டிருந்தாலும் அன்று அவள் நடுச்சபையில் ஆடையின்றி அவமானப்பட்டிருப்பாள். சந்தேகத்துடன் பக்தி செய்பவருக்குக் கண்டிப்பாய்த் தெய்வம் உதவாது. தன்மீது முழு நம்பிக்கைகொண்டு எவன் தன்னிடம் சரணாகதி அடைகிறானோ அவன் யாராயினும் தெய்வம் அவனை ஏமாற்றாது தன் அருளை வாரி வழங்கும் என்பதற்குத் திரௌபதிதான் மிகச் சிறந்த உதாரணம்.

மிக இக்கட்டான ஒரு சூழலில் அவள் தலைக்கு மேலே கரம் உயர்த்தி, ‘கிருஷ்ணா! காப்பாற்று!’ என்று அவனிடம் சரணடைய, ஒரு க்ஷணமும் தாமதியாது அந்த தெய்வம் அவள் மானம் காத்தது.

பாஞ்சாலியின் பக்தியும் நம்பிக்கையும் அந்தச் சூழலில் முழுமையாய் வெளிப்பட்ட விதமும் அவளை அந்த தெய்வம் காத்த விதமும் பரவசத்தின் உச்ச நிலை எனலாம். சர்க்கஸ் விளையாட்டில் அந்தரத்தில் பார் விளையாட்டு என்பது அனைவரும் அறிந்ததுதான். ஒரு பாரில் ஒருவர் தலைகீழாகத் தொங்கிக் கைகளை விரித்துக் கொண்டு ஆட, மற்றொரு பாரில் ஆடுபவர் கண்ணிமைக்கும் நேரத்தில் தன் கைகளைத் தான் பிடித்துக் கொண்டிருக்கும் ஆதாரத்திலிருந்து விடுத்து, அந்த தலைகீழ் மனிதனின் கரங்களைப் பற்றிக்கொண்டு ஆட வேண்டும். அது வெறும் பயிற்சியினால் ஆடும் ஆட்டம் மட்டுமல்ல. அந்த சக மனிதனிடம் முழு நம்பிக்கையும் வைத்தால் மட்டுமே அந்தரத்தில் தான் பற்றிக் கொண்டிருக்கும் வஸ்துவிலிருந்து விடுவித்து மற்றொன்றைக் கணநேரத்தில் பற்றிக்கொள்ள இயலும். இவன் நம்மைத் தாங்கிப் பிடிப்பானா என்ற சந்தேகம் அவருக்கு ஏற்பட்டால் நிச்சயம் அந்த அதிசயம் அந்தரத்தில் நிகழாது. அதுபோல்தான் திரௌபதியின் பக்தியும்.

மிக இக்கட்டான நிலையில் முழு நம்பிக்கையுடன் வெளிப்பட, அந்த நம்பிக்கையும் இறையருளும் ஒன்று கலந்த அற்புதம்தான்

அஸ்தினாபுரத்து அரண்மனை சபா மண்டபத்தில் அன்று குவிந்த சேலை மலை. அந்த சேலைக் குவியல்கள் அவள் பக்தியின் சின்னம் மட்டுமல்ல. வக்கிரம் பிடித்த அந்த கௌரவ ஆண் குலத்தின் அகம்பாவ நடத்தைக்கு அது அவமானச் சின்னமும்கூட. அன்று அவிழ்ந்தது அவள் சேலை மட்டுமல்ல. கூந்தலும்தான். தான் எடுத்த சபதம் நிறைவேற்றும்வரை ஒரு பெண் கூந்தல் விரித்து நடந்தாள் என்றால் அதுவும் திரௌபதி மட்டும்தான்.

அவள் மானத்திற்குச் சோதனை ஒரு முறையல்ல, இருமுறை வந்தது. முதல்முறை அவள் கணவர்கள் கண் எதிரே அரசவையில் அவள் மானம் பறிபோக இருந்ததென்றால், அஞ்ஞாத வாசத்திலும் கீசகனால் அவள் கற்புக்கு ஆபத்து வந்தது. இம்முறையும் கணவர்கள் உடன் இருக்கையிலேயே கீசகன் அவளைச் சீண்டினான். இம்முறையும் அதைத் தடுக்க இயலாமல் பாண்டவர்கள் தங்கள் அஞ்ஞாதவாசம் கருதித் தங்களைக் கட்டுப்படுத்திக் கொண்டனர்.

இருப்பினும் சோதனை அதிகரித்தபோது அக்கீசகனைப் பீமனைக் கொண்டு வதம் செய்தாள் பாஞ்சாலி. கொன்றது தன் கந்தர்வக் கணவனென்று பொய் சொல்லி பீமன் கொன்றதை மறைத்தாள். மானம் காக்க வேண்டிய புருஷன் பயனற்ற நிலையில் இருக்கும்போது எந்தப் பெண்ணும் அவனை வெறுத்து ஒதுக்கிப் பிரியத் துணிவாள்.

ஆனால் திரௌபதி எந்நிலையிலும் அவர்களைப் பிரியவில்லை. தன் சபதத்தை அவர்கள் நிறைவேற்றும்வரை அவள் அனுபவித்த துன்பங்கள் கொஞ்ச நஞ்சமல்ல. இத்தனைக்கும் அவள் கிருஷ்ணனுக்கு மிகவும் பிரியமானவள். பரமாத்மாவின் சகோதரியைப் போல். கிருஷ்ணனால் மிகவும் மதிக்கப்பட்டவளும் கூட. இருந்தாலும் அவள் துயரங்களிலிருந்து தப்பிவிடவில்லை.

மிக மிக இக்கட்டான இரு சமயங்களில்தான் கிருஷ்ணன் அவளுக்கு உதவியுள்ளான் எனலாம். ஒன்று அவள் மானம் காத்தது, இரண்டாவது ஆரண்ய வாசத்தின் போது துர்வாசர்

விருந்துக்கு வந்தபோது அட்சய பாத்திரத்திலிருந்த ஒரே ஒரு பருக்கை அன்னத்தை உண்டு, அவர் பசியடைத்துப் போகச் செய்தது. அவள் அனுபவித்த துயரங்களிலிருந்தெல்லாம் கிருஷ்ணன் அவளைக் காத்திருக்கலாம்..

கிருஷ்ணனின் பிரியத்திற்குரிய சகோதரியாக இருந்தாலும்கூட, அவள் தன் பக்தியால் தன்னை அவனிடம் சரண் செய்து கொண்ட தருணங்களில் மட்டுமே அவன் அவளுக்கு உதவினான்.

எடுத்ததற்கெல்லாம் இறைவனைத் துணைக்கழைக்கவில்லை அவளும். தன் முயற்சிகள் அனைத்தும் தோற்கும் போதே அவள் இறைமையை வேண்டினாள். திரௌபதி நெருப்பில் உதித்தவள். அறிவும் அழகும், மரியாதையும் கொண்டவள். திருமணமான பெண் எப்படி எப்படி எல்லாம் இருக்க வேண்டும் என்று சத்யபாமைக்கே எடுத்துச் சொன்னவள். எத்தனை கஷ்டம் வந்தபோதும் பக்தியைக் கைவிடவில்லை அவள்.

தன் நம்பிக்கையையும் அவள் இழக்கவில்லை. மானபங்கம் செய்யப்பட்ட நிலையிலும் அவள் அறிவிழந்து நின்றுவிடவில்லை. அதனால்தான் வரம் என்ற பெயரில் தன் கணவர்களை அடிமைத்தளையிலிருந்து விடுவித்து அழைத்துச் சென்றாள். பக்தியால் தன்னையும் காத்துக்கொண்டு, தன் சமயோசித மதியால் தன் கணவர்களையும் அவள் காத்த விதம் எவரையும் பிரமிக்க வைக்கும். இன்னும் ஆழமாய் யோசித்தால் அந்தப் பகடைகள் சகுனியின் கைகளிலிருந்து உருண்டது பாண்டவர்களை வீழ்த்த அல்ல; கௌரவர்களை அழித்து அவர்களது மனைவிகளைக் கைம்பெண்களாக்கவே என்பது விளங்கும். இதைக் கௌரவர்களுக்குப் புரியவைக்க அந்த அக்னி புத்ரிதான் எத்தனை கொடிய இன்னல்களை எல்லாம் அனுபவித்துவிட்டாள்! எப்படிப் பார்த்தாலும் இந்த பூமியில் திரௌபதியோடு ஒப்பிட வேறு எந்தப் பெண்ணும் இல்லை என்பதே பிரமிக்க வைக்கும் நிஜம்.

உன்னை நானறிவேன்...

பம்பா நதியின் மேற்குக் கரை..! பசுமை சூழ்ந்த அந்த மலைக் காட்டின் இடையிலிருந்த எளிமையான ஆசிரமத்திற்கருகில் அவள் மெல்ல நடந்து வந்து கொண்டிருந்தாள் முதுமை அவளது உடலை ஆக்கிரமித்திருந்தது. ஆயினும் முகம் அவளை மகா தபஸ்வினி என்று அடையாளம் காட்டியது. மரவுரி தரித்திருந்தவளின் கையில் ஒரு மூங்கில் வட்டில். அது நிறையக் கனிகள், கிழங்குகள். காட்டு மரங்களிலிருந்து அவள் சேகரித்தவை.

அவள் ஆசிரமத்திற்கு வெளியிலிருந்த பாறை ஒன்றின்மீது அமர்ந்து கொண்டாள். பம்பா நதியில் புலி ஒன்றும் புள்ளிமான் ஒன்றும் அருகருகில் நின்று நீர் அருந்திக் கொண்டிருந்தன. அதைக் கண்டவள் இதழ்களில் புன்னகை படர்ந்தது. அந்த ஆஸ்ரமத்தின் மகிமை அது. அங்கே எவ்வுயிரும் எவ்வுயிரையும் கொல்லுவதில்லை.

“சபரிப் பாட்டி...” சற்றுத் தூரத்தில் ஒரு மழலை மாறாத இளம் குரல் கேட்க, அவள் முகம் மலரத் திரும்பினாள். சற்றுத் தூரத்தில் வேடுவச் சிறுவன் ஒருவன் தாவித் தாவி ஓடி வந்து கொண்டிருந்தான். கிட்டே வந்ததும் அவளைப் பின்புறமாய்க் கட்டி அணைத்துக் கொண்டான். அவன் பிஞ்சுக் கைகளில் கைக்கு ஒன்றாக இரு மாங்கனிகள்.

“இந்தா...!” என்று அவற்றை அவளிடம் கொடுத்துவிட்டு எதிரில் அமர்ந்தான்.

“இன்றைக்காவது வருவாரா உன் ஸ்ரீராமன்...?”

சபரி புன்னகைத்தாள்.

"வரலாம். அல்லது வராமலும் போகலாம்."

"வராவிட்டால் இன்றைக்கும் நீ பறித்த கனிகளும் கிழங்குகளும் வீணாகி விடுமே!"

"நாளைக்குப் புதிய கனிகள் பறித்துக் கொண்டால் போயிற்று!"

"நிச்சயம் அவர் இங்கு வருவார் என்று நீ நம்புகிறாயா...?" சிறுவன் தனது விழிகள் விரித்துக் கேட்டான். அவனுக்கு எல்லாமே ஆச்சர்யமாக இருந்தது. வேட்டைக்காக ஒரு மானைத் துரத்திக் கொண்டு ஒருநாள் அவன் இவ்வழியே வந்தபோது அவன் துரத்தி வந்த மான் இந்தச் சபரியின் பின்னால் பயந்து ஒடுங்கி நின்று கொண்டது.

"மானைக் கொல்ல வேண்டாம். விட்டு விடு."

சிறுவன் என்றாலும் அவள் மிக்க மரியாதையோடு கைகூப்பி வேண்டிக் கேட்டுக் கொண்டாள்.

சிறுவன் அவளை ஏற இறங்கப் பார்த்தான். அவளும் அவனைப்போல வேடுவர் குலத்தைச் சேர்ந்தவள் என்பது புரிந்தது.

"கொல்லுவது நமது குலத்தொழிலாயிற்றே, பாட்டி!" சற்றுப் பொறுத்துக் கேட்டான் அவன்.

அவனுடைய புத்திசாலித்தனம் அவளைக் கவர்ந்தது. சொல்லாமலேயே அவன் தன் குலத்தைத் தெரிந்துகொண்டு பேசிய விதம் கண்டு அவள் புன்னகைத்தாள்.

"இந்த ஆசிரமம் குலம், வருணம் அனைத்திற்கும் அப்பாற்பட்டது!" அமைதியாகப் பதில் சொன்னாள் அவள்.

"அப்படி எந்த வகையில் இந்த இடம் உயர்வானது?"

"அதோ பார்!" கிழவி ஓரிடத்தைச் சுட்டிக்காட்டினாள். புலி ஒன்று மான்குட்டி ஒன்றைப் பாசத்தோடு தன் நாவினால் நக்கிக் கொடுத்துக் கொண்டிருந்தது. சிறுவன் விழிகள் வியந்தன.

"இதென்ன ஆச்சர்யம்! எப்படி... எப்படி இது நடக்கிறது?" என்று கூவினான் அவன்.

"எல்லாம் ராமநாமத்தின் மகிமை!" என்றாள் அவள்.

"அப்படியென்றால்...?"

"அயோத்தி மன்னன் தசரத மகாராஜனின் அருந்தவப் புதல்வன் ஸ்ரீராமனைத் தெரியாதா... உனக்கு?"

"அவருக்கும் இதற்கும் என்ன சம்பந்தம்?"

"அவன் கருணையே வடிவானவன். திருமாலின் அம்சமாய் அவதரித்திருப்பவன். அவன் நாமம் சொல்லுமிடத்தில் எவ்வுயிரும் துன்புறாது. கொடிய குணம் கொண்ட விலங்குகள்கூட இடைவிடாது ராமநாமத்தைக் கேட்கக் கேட்கக் கொடுமை மறைந்து தன் இயல்பை மாற்றிக் கொள்ளும். இந்த மலை முழுக்க ராமநாமத்தால் நிறைந்திருக்கிறது. இங்கே எவ்வுயிரும் எவ்வுயிருக்கும் தீங்கிழைப்பதில்லை."

வேடுவச் சிறுவனுக்கு வியப்புத் தாளவில்லை.

"நீ ராமனைப் பார்த்திருக்கிறாயா, பாட்டி...?"

"இல்லை. அதற்காகத்தான் வெகு காலமாய் இங்கு காத்திருக்கிறேன்."

"வெகு காலமாக என்றால். எவ்வளவு காலமாக?"

"யார் அதையெல்லாம் நினைவில் வைத்திருக்கிறார்கள்? ஸ்ரீராமனைப் பற்றி நினைப்பதற்கே எனக்குச் சமயம் போதவில்லையே. ஆனால் ஒரு விஷயம் எனக்கு நினைவுள்ளது. நான் இங்கு வந்தபோது மிகவும் இளம் பிராயத்தினளாக இருந்தேன்."

"இங்கே வருவதற்கு முன் எங்கிருந்தாய்? உனக்குத் தாய் தகப்பன் யாருமில்லையா என்ன?"

"இல்லாமல் எப்படிப் பிறக்க முடியும்..? தாய் தகப்பன், சகோதரர்கள் அனைவரும் இருந்தனர்."

"பிறகு ஏன் இளம் பிராயத்திலேயே இங்கு வந்து விட்டாய்...?"

சபரி பெருமூச்சு விட்டாள். சிறுவன் பழங்கதையைக் கிளறிவிட்டான்.

“இந்த மலைக்கு அப்பால்தான் அப்போது இருந்தேன். எனக்குத் திருமணம் நிச்சயித்திருந்தார்கள். அத்திருமணத்தை ஒட்டி என் உறவினர் உற்சாகமாய்த் தேனும் தினைமாவும், காய்களும் கனிகளும், கிழங்குகளும் சேகரித்து விருந்துக்கு ஏற்பாடு செய்தனர். அதோடு நின்றிருந்தால் என் திருமணம் நடந்திருக்கும். அவர்கள் நம் குலவழக்கப்படி மிருகங்களையும் வேட்டையாடி மாமிசம் சமைத்து உண்ண ஏற்பாடுகள் செய்தபோது என் மனம் மிகவும் துன்புற்றது. என் காரணமாக, வாயில்லா ஜீவன்கள் உயிர் துறப்பதை என்னால் சகிக்க முடியவில்லை. வேண்டாம் என்று நான் அவர்களைத் தடுத்துப் பார்த்தேன். வேண்டும் என்று அவர்கள் பிடிவாதம் செய்தார்கள். அதற்கு மேல் அங்கிருக்க என் மனம் விரும்பவில்லை. திருமணத்தின் மீதே எனக்குக் கசப்பு ஏற்பட்டுவிட்டது. எனவே இரவோடு இரவாக நான் அங்கிருந்து கிளம்பிவிட்டேன்.

அனைவரையும் பிரிந்து இந்த ஆசிரமத்திற்கு வந்து சேர்ந்தேன். இங்கிருந்த மதங்க முனிவரிடம் சரணடைந்தேன். மதங்க முனிவர் எனக்குக் குருவானார். அனைத்தும் கற்றுத் தந்தார். அவர்தான் ஸ்ரீராமனைப் பற்றி எனக்குச் சொன்னது. ராமனைப் பற்றி அவர் கூறக் கூற எனக்குள் அந்த ராமனும் அவன் நாமமும் வியாபித்துப் பெருகியது. வாழ்வில் ஒரு முறையாவது ஸ்ரீராமனைத் தரிசிக்கும் பாக்கியம் எனக்குக் கிடைக்க வேண்டும் என்று என் குருவிடம் கெஞ்சிக் கேட்டுக் கொண்டேன்.

‘ஒருநாள் அவன் இவ்வழியே வருவான். உனக்குத் தரிசனம் தருவான். அவனை உபசரித்து உன் அன்பைக் காட்டு. அன்றே உனக்கு முக்தியும் கிடைக்கும்!’ என்று அவர் கூறினார். என் மனம் மகிழ்ச்சியில் நிறைந்தது. என் தெய்வத்தை நான் ஒருநாள் காண்பேன் என்ற நம்பிக்கை ஏற்பட்டது. மதங்க முனிவர் மறுநாள் இறைவனடி சேர்ந்து விட்டார். அன்றிலிருந்து நான் ஸ்ரீராமனுக்காக ஒவ்வொரு நாளும் புதுப்புதுக் கனிகளும் கிழங்குகளும் சேகரித்து வைத்துக் கொண்டு, அவன் நாமம் சொல்லியபடி இங்கே காத்திருக்கிறேன்.”

சபரி நிறுத்த, வேடுவச் சிறுவன் இன்னும் அதிகமாய்ப் பிரமித்தான். அவள் அருகிலிருந்த கனிக் கூடையைப் பார்த்தவன் ஒரு க்ஷணம் திகைத்தான்.

“இதென்ன பாட்டி, எல்லாக் கனிகளும் கடிக்கப்பட்டுள்ளன! கவனிக்கவில்லையா நீ?”

“நான்தான் கடித்தேன்!” அவள் நிதானமாகக் கூற சிறுவன் திடுக்கிட்டான்.

“எதற்கு இப்படிக் கடித்துப் பார்த்து வைத்திருக்கிறாய்? இதையா உன் ராமனுக்குக் கொடுப்பாய்...?”

“ஒரு கனியைப் போல் ஒரு கனி இருக்காதல்லவா? ஒரே கனி வகையானாலும் ஒன்றுக்கொன்று சுவை மாறுபடுமே. என் ராமன் இவற்றை உண்ணும்பொழுதும் அவன் முகம் மலர்ந்த வண்ணமிருக்க வேண்டும். இவற்றில் ஏதாவதொன்று புளிப்பாகவோ கசப்பாகவோ, அழுகிப்போயோ இருந்தால் அதன் சுவையில் என் ராமனின் முகம் மாறிப் போகாதா...? எனவேதான் எல்லாவற்றையும் கடித்துச் சுவைத்து எனக்குத் திருப்தி ஏற்பட்ட பின் தனியே அவற்றைச் சேகரித்து வைப்பது என் பழக்கம்.”

“உன் எச்சிலை எவ்விதம் உண்ணுவான் ராமன்? அவன் தசரத மகாராஜனின் மூத்த புத்திரன் என்பதை மறந்து விட்டாயா...? அரண்மனையில் சகல சௌபாக்யங்களோடும் வசதிகளோடும் உயர்தர உணவு புசித்து வளர்ந்திருப்பான் அல்லவா...?”

“அதென்னமோ தெரியாது. ஆனால் என் எச்சில் பட்டாலும் பரவாயில்லை, புளிப்பில்லாமல் இனிப்புச் சுவையோடு அவனுக்கு நறுங்கனிகள் அளிக்க விரும்புகிறது என் மனம். என் உள்ளத்தை ராமன் உணர்ந்து கொள்ளுவான் என்றே எண்ணுகிறேன்.”

“என்னமோ செய், பாட்டி...! நீயாயிற்று, உன் ராமனாயிற்று. நான் வந்த காரியத்தை மறந்துவிட்டு உன்னோடு கதை பேசிக் கொண்டிருக்கிறேன். இந்த மான் இல்லாது போனால் என் தந்தை என்னை அடிப்பார். ‘என்ன வேட்டை பழகுகிறாய் நீ’

என்று கோபிப்பார். இந்த மானை மட்டும் கொடுத்துவிடேன். போய்விடுகிறேன்."

"உணவுக்காக எனில், உன் எண்ணத்தை மாற்றிக் கொள். அன்போடு வளர்ப்பதாக இருந்தால் கொண்டு செல்."

"அது முடியாது. மானைப் பார்க்கும் போதே என் வில்லை நாணேற்றி அம்பு தொடுக்க என் கை துடிதுடிக்குமே! எப்படி மனதை மாற்றிக் கொள்வது?"

"ராம நாமம் சொல். உன் மனம் மாறிவிடும்!"

சிறுவன் சிரித்தான். சபரியைக் கேலியாகப் பார்த்தான். ராம் ராம ராம என்று நாலைந்து முறை சொன்னான்.

"எங்கே, மனம் மாறவில்லையே! இப்போதும் அம்பு தொடுக்கத்தான் தோன்றுகிறது."

"பக்தியோடு சொல். உதட்டால் உச்சரிக்காதே. உள்ளத்திலிருந்து சொல். சகல சௌக்யங்களும் உன்னை வந்தடையும்."

"வயிற்றில் பசி இருக்க, எங்ஙனம் ராமநாமம் சொல்வேன் நான்...?"

"இந்தா, இதை உண்ணு." அவள் ராமனுக்காக வைத்திருந்த கனிகளை எடுத்து நீட்டினாள்.

"ஒருவேளை இப்போது ராமன் வந்துவிட்டால் என்ன செய்வாய்?"

"வரமாட்டான்."

"எப்படிச் சொல்கிறாய்"

"நீதான் இப்போதைக்கு என் ஸ்ரீராமன். நீ உண்டாலும் அவன் உண்டது போல் மகிழ்வேன். ஒரு உயிரைப் பசியில் வாட விட்டுவிட்டு, இக்கனியை நான் அவனுக்காக எடுத்து வைப்பதை அவன் நிச்சயம் விரும்பமாட்டான். அவனுக்கு விருப்பமில்லாத எதையும் நான் செய்ய மாட்டேன்."

சபரி கனிகளைக் கொடுத்தாள்.

“இன்று நான் உண்கிறேன். உண்பதற்கு எவரும் வரவில்லையெனில் என்ன செய்வாய்?” சிறுவன் ஒரு கனியை உண்டபடி கேட்டான்.

“உண்ணுவதற்கு இங்கே உயிர்களுக்கா பஞ்சம்? இக்கனிகள் எவருடைய பசி தீர்க்க வேண்டும் என்று விதித்திருக்கிறதோ அவருடைய பசி தீர்க்கும்.”

“தினமும் நானே வந்து கனிகளைக் கேட்டு உன்னைத் தொந்தரவு செய்தால்...?” சிறுவன் குறும்பாகக் கேட்டான்.

“உனக்கே கொடுப்பேன். என் ராமன் என்று வருவானோ அன்று நிச்சயம் இக்கனிகளுக்காக எவரும் வரமாட்டார்கள்!”

சபரி அப்படிச் சொன்னதிலிருந்து சிறுவன் தினமும் அங்கு வருவது வாடிக்கையானது. எப்போதும் வெறும் கையோடு வருபவன் அன்று இரு கைகளிலும் இரு மாங்கனிகள் கொண்டு வந்திருந்தது சபரிக்கு வியப்பை ஏற்படுத்தியது. உன் ராமன் வந்தானா என்று தினமும் சலிக்காமல் அவளிடம் கேட்டுச் செல்வான் அவன். அவள் நம்பிக்கை ஆரம்பத்தில் அவனுக்கு நகைப்புக்குரியதாக இருந்தாலும் போகப் போக, அவள் ஸ்ரீராமனைத் தரிசிக்க வேண்டும் என்று அவனும் விரும்ப ஆரம்பித்தான். முன்பு குறும்போடு சொன்ன ராமநாமத்தை இப்போதெல்லாம் பக்தியோடு சொல்ல ஆரம்பித்திருந்தான். அப்படிச் சொல்ல ஆரம்பித்த பிறகு எந்த மிருகத்தையும் கொல்லத் தோன்றவில்லை. எல்லாவற்றையும் நேசிக்க மட்டுமே தோன்றியது. தன் மாற்றம் அவனுக்கே வியப்பாயிருந்தது. அதன் நன்றியாக ஸ்ரீராமனுக்குத் தானும் ஏதேனும் கனிகளைக் கொடுக்க விரும்பித்தான் மாங்கனிகளோடு வந்திருந்தான்.

கனிகளைச் சபரியிடம் கொடுத்தான்.

“இனி நான் இங்கே வரமாட்டேன், பாட்டி.”

“ஏன் அப்படிச் சொல்கிறாய்?”

“உன் ராமனை நீ சீக்கிரமே தரிசிக்க நான் இருக்குமிடத்திலிருந்து கொண்டே வேண்டிக்கொள்ளப் போகிறேன். இன்னும் சில ஆண்டுகள் கழித்து வருகிறேன். அதற்குள் ஸ்ரீராமன் இங்கு வந்து செல்வான் என்று நம்புகிறேன்.”

சிறுவன் எழுந்தான். ராமநாமம் சொல்லியபடி சபரியை நமஸ்கரித்து எழுந்தான். ராம நாமம் சொல்லியபடியே தான் வந்த வழி நடந்தான். சபரி அவனையே பார்த்தாள். பொழுது சாய்ந்து கொண்டிருந்தது. அன்றைய பொழுதும் வழக்கம் போலவே கழிந்தது. சபரி கனிகளை மானுக்கும், புலிக்கும் உண்ணக் கொடுத்தாள். நாளை நிச்சயம் ராமன் வந்து விடுவான் என்று சொல்லியபடி உறங்கினாள்.

மறுநாள் பொழுது புலர்ந்தது. இன்று ராமன் வரப் போகிறான் என்ற உணர்வு அவளது ஒவ்வொரு நாளையும் புத்தம் புதியதாய் ஆக்கியது. சோர்வு என்பதே இதுவரை அவளுக்கு ஏற்பட்டதில்லை. இளமையிலிருந்து இந்த முதுமைவரை கணக்கற்ற ஆண்டுகள் காத்திருந்ததில் கழிந்திருந்தாலும் அவள் மனதில் மட்டும் ஏமாற்றம் என்பதே ஏற்பட்டதில்லை. அவள் மூச்செல்லாம் ராம நாமம், அங்கு வீசிய காற்றெல்லாம் ராம நாமம், இலைகளின் அசைவும், சருகுகளின் நொறுங்கல் சப்தமும், விலங்குகளின் உறுமல் ஓசைகளும், பட்சிகளின் கூவலும்கூட அவளுக்கு ராமநாமமாய் ஒலித்த போது எங்கிருந்து சோர்வு வரும்...?

அவள் தன் வட்டிலைச் சுமந்து கொண்டு கிளம்பினாள். பம்பா நதியில் தன் தேக அழுக்கு நீங்க நீராடினாள். அந்த வனாந்திரம் முழுக்கச் சுற்றியலைந்து கனிகளும் கிழங்குகளும் தான்யங்களும் சேகரித்தாள். அதற்குள் சூரியன் சுட ஆரம்பித்து விட்டான். அவள் வேக வேகமாக வந்தாள்.

ஒவ்வொரு கனியாய்ச் சுவைத்துத் தரம் பிரித்துத் தனியே எடுத்து வைத்தாள். தினம் தினம் கனி பறித்தாள். அவனுக்குச் சுவைக்க வேண்டுமே என்று இவள் ருசி பார்த்தாள். எச்சில் பற்றிக் கவலைப்படவில்லை அவள். சுத்தம் பற்றி அவளுக்கு

எதுவும் தெரியாது. ஆசாரம் அனுஷ்டானம் எல்லாம் அவள் அறியாத விஷயங்கள். அவள் வேடுவ குலப்பெண், அவளுக்குத் தெரிந்ததெல்லாம் அன்பு மட்டும்தான். அன்புதான் அவள் ஆசாரம். அன்புதான் அவள் பக்தி. மற்ற எவையும் அவள் சிந்தையில் இல்லை.

ராமனை இதுவரை அவள் கண்டதில்லை. ஆயினும் அவன் மீது தீராத அன்பு. அவனை ஒருமுறை தரிசித்துவிட வேண்டும் என்று ஆண்டுக்கணக்கில் அந்த ஆச்ரமத்தில் அவள் அன்புத் தவம் இருக்கிறாள். அவள் ராமனிடம் எதுவும் கேட்கப் போவதில்லை. அவன் தரிசனம் மட்டுமே அவள் நோக்கம்.

தன் ஆயுளின் சிறிது நேரமாவது ஸ்ரீராமனை வணங்கி உபசரிப்பதில் கழிய வேண்டும் என்பது அவள் தவம். கண் இமைக்கும் நேர அளவுகூடப் போதும். அவனைக் கண்டுவிட்டால் தன் கையால் அந்தக் கனிகளை அவனுக்கு அர்ப்பணித்து விட்டால், அடுத்து அவள் உயிர் நீக்கத் தயார். அந்த ஒரு க்ஷணத்திற்காக இவ்வளவு ஆண்டுகள் அந்த வேடுவத் தபஸ்வினி தவமிருந்து விட்டாள். இன்னும் எத்தனை காலம் இத்தவம் தொடருமோ?

அவள் காத்திருந்தாள். ராமன் எத்திசையில் வருவான் என்பது தெரியாததால் நான்கு திசைகளிலும் அவனைத் தேடி அவள் விழிகள் சென்றன.

திடீரென்று காற்று குளிர்ந்தது. ஆதவனின் வெம்மை தணிந்தது. பட்சிகளின் இனிய கானம் நேரம் கெட்ட நேரத்தில் கேட்டது. மான்கள் சந்தோஷம் தாங்காமல் துள்ளித் துள்ளி ஓடின. மனதுக்கினிய மனிதர்கள் வந்தால்தான் பட்சிகளும் விலங்குகளும் இப்படித் துள்ளும், குழையும், கூக்குரலிடும். அப்படி யார் வருகிறார்கள்?

சபரி எழுந்து கைகளை நெற்றியின் குறுக்காகப் பிடித்துக் கொண்டு விழி சுருக்கிப் பார்த்தாள். வெகு தூரத்தில் புள்ளிகளாய் இரண்டு உருவம்...!

'வழி தவறிய மனிதர்களோ...? பாவம்! பசியோடு வருவார்கள். வருந்தாதீர்கள். மனிதர்களே! வாருங்கள். ஸ்ரீராமன் உங்களுக்கான உணவை இங்கு தயாராக வைத்திருக்கிறான். வந்து புசித்துப் பசி தீர்த்துக் களைப்பாறுங்கள், இங்கே உள்ள மிருகங்கள் உங்களைத் துன்புறுத்தாது. தைரியமாக வாருங்கள். அவை அன்பானவை. இங்கே எல்லாம் ராமமயம்தான். வாருங்கள், குழந்தைகளே!'

சபரி அன்போடு காத்திருந்தாள். அவர்கள் இன்னும் நெருங்கினார்கள். மரவுரி, ஜடாமுடி, தோளில் வில்லும் அம்பறாத் தூணியும் தெரிந்த அளவுக்கு முகம் தெளிவாகத் தெரியவில்லை.

யாராக இருந்தாலும் வாருங்கள். சபரி உங்களுக்காகக் காத்திருக்கிறேன். இன்று நீங்கள்தான் ஸ்ரீராமன். வந்து பசியாறுங்கள்...!

சபரி அன்போடு காத்திருந்தாள். அவர்கள் இன்னும் நெருங்கினார்கள். இப்போது முகம் தெளிவாகத் தெரிந்தது. சியாமளத் திருமேனி, கமலமலர்க் கண்கள். அன்பும் அமைதியும் பொங்கிய முகம். காருண்யமும் தெய்வீகமும் கலந்து ஒளி வீசிய பார்வை. திரண்ட வலுவான தோள்கள். நீண்ட கரங்கள்.

சபரியின் மேனி ஒரு வினாடி நடுங்கியது. கரங்கள் தன்னிச்சையாகக் கூப்பின.

"வா ராமா...!" அழைத்தவள் குரல் பரவசத்தில் நடுங்கியது.

உள்ளம் துள்ளியது. உடல் துள்ளியது. ஓடிச்சென்று பம்பையிலிருந்து நீர் கொண்டு வந்து அவன் பாதத்தை நீராட்டினாள். கைகள் நடுங்க அந்தப் பாதத்தைப் பற்றித் தன் சிரசை அதில் பதிய வைத்தாள். அவள் விழிநீரும் அவன் பாதத்தை நீராட்டியது. இதழ்கள் அந்தப் பாதத்தை முத்தமிட்டு எச்சில் படுத்தின.

ஸ்ரீராமன் குனிந்தான். அன்போடு அவள் தோள்களில் கை வைத்து அவளைத் தூக்கி நிறுத்தினான். அவளை அன்பும் கனிவும் பொங்கப் பார்த்தான்.

“உன்னை நானறிவேன். உன் இன்னல்கள் தீர்ந்தனவா...? உன் தவம் இடையூறின்றி நடந்ததா...?”

“எல்லாம் பூர்த்தியடைந்தன, ராமா...!”

“இவர்தான் ஸ்ரீராமன் என்பதை எங்ஙனம் அறிந்தாய் அம்மா?” - ஸ்ரீராமனின் அருகிலிருந்த இளையவன் வியப்போடு கேட்டான்.

“என் ஆச்சார்யர் மதங்க மாமுனிவர் அணு அணுவாய் வர்ணித்த முகம், என்னுள் பதிந்திருக்கும் முகம், இங்குள்ள அனைத்திலும் நான் தினம் தினம் காணும் முகம்...! இதை அறிவதில் எனக்கென்ன சிரமம்...? ஒருநாள் ஸ்ரீராமன் இங்கு வருவான். அவனைத் தரிசிப்பாய் நீ என்று என் குரு எனக்குச் சொல்லிய நாளிலிருந்து இந்த முகத்தைத் தரிசிக்க அல்லவா நீண்ட நெடுங்காலமாய் இங்கு தவமிருக்கிறேன்!”

சபரி ஸ்ரீராமனை விழுங்கி விடுவதுபோல் பார்த்தாள். இன்னமும் அவளால் நம்ப முடியவில்லை. இந்த திருமுகத்தை இன்று காண வேண்டும் என்றிருக்கிறது. எவ்வளவு பேர் எவ்வளவு விதமாகப் பேசியிருப்பார்கள்! ‘ஸ்ரீராமன் திருமாலின் அவதாரம்! தசரத மகாராஜாவின் அன்புக்குரிய ராஜகுமாரன்! அவனாவது கீழ்சாதியில் பிறந்த வேடுவப் பெண்ணான உன்னைத் தேடி வருவதாவது! பித்துப் பிடித்து விட்டதா உனக்கு...?

அதுவுமல்லாமல் பக்தன்தான் தெய்வத்தைத் தேடிச் செல்ல வேண்டுமே தவிர, தெய்வம் தன்னைத் தேடி வர வேண்டும் என்று நினைப்பது மதிகெட்டதனம். அதிலும் ஒரு இழிகுலப் பெண் நினைப்பது மகா குற்றம்..! உன் பக்தி உனக்குப் புகழ் சேர்ப்பதற்குப் பதிலாகப் பாவத்தைச் சேர்க்கப் போகிறது. இந்த நாடகத்தை இன்றோடு நிறுத்திக் கொள்...!’ அவளைக் காணும் சிலர் அவளுக்குச் சொல்லும் அறிவுரை இது..!

யார் என்ன சொன்னாலும் அவள் சோர்ந்து போகவில்லை. இன்னும் அதிகரித்தது அவள் பக்தியும் அன்பும். இதோ ஸ்ரீராமன் வந்திருக்கிறான், அவளைக் காண. இதைவிட வேறென்ன வேண்டும் இனி...?

"வா ராமா... உள்ளே வா. உனக்காகக் கனிகளும், உணவும் தயாராக வைத்திருக்கிறேன். நீ உண்டால் என் பசியாறும். என் ஆத்மா குளிரும். பிறவிக் கடன் தீரும்."

அவள் அவர்களை உள்ளே அழைத்தாள்.

ஸ்ரீராமன் புன்னகையோடு அவள் பின்னால் சென்றான். அவள் மந்தார இலைகளை ஒன்று சேர்த்து அவர்கள் உணவு உண்ணும் வகையில் தயாரித்து அவர்கள் முன்னால் வைத்தாள். தான் சேகரித்து வைத்த கனிகள், கிழங்குகள், கஞ்சி, அடை எல்லாவற்றையும் அவர்களுக்கு முன்னால் கொண்டு வந்து வைத்தாள்.

"சாப்பிடு ராமா. எல்லாமே சுவையானவை! நல்ல இனிப்புள்ள கனிகள்தான். சந்தேகமே வேண்டாம். சாப்பிடு." கனிகளை எடுத்து இலையில் வைத்தாள்.

"இனிப்பானவைதான் என்பது உனக்கெப்படி தெரியும், அம்மா?" லக்ஷ்மணன் வியப்போடு கேட்டான்.

"எல்லாம் நான் ருசி பார்த்த பிறகல்லவா ராமனுக்கு என்று பத்திரப்படுத்தி வைத்திருக்கிறேன்."

"அப்படியானால் இவையெல்லாம் எச்..."

ஸ்ரீராமன் லக்ஷ்மணனின் தோளை அழுத்த, அவன் கேள்வி பாதியில் நின்றது.

ராமன் மிக மிக ஆசையாக ஒவ்வொரு கனியையும் உண்டான். அவன் உண்ண உண்ண அவள் இலையில் வைத்துக் கொண்டே இருந்தாள்.

எல்லாக் கனிகளும் தீர்ந்தன. கிழங்குகள் தீர்ந்தன. கஞ்சி மிஞ்சவில்லை. அடைகள் அவனை அடைந்திருந்தன.

"ஆஹா..! என் வாழ்நாளில் இப்படி ஒரு ருசியான உணவுகளையும் கனிகளையும் நான் சுவைத்ததில்லை அம்மா...! இவை சாதாரணக் கனிகள் அல்ல. உன் பக்தி எனும் எச்சிலால் சுவை கூட்டிய அபூர்வக் கனிகள்! உன் பக்தி என்னைச்

சிலிர்க்க வைத்துவிட்டதம்மா...! நீ என்னை அறிவது போலவே நானும் உன்னைப் பற்றி அறிந்திருக்கிறேன். எனக்காக நீ காத்திருப்பது எனக்கும் தெரியும். எல்லா ஆசாரங்களையும் உடைத்தெறிந்துவிட்டு அன்புதான் ஆசாரம், என்று என்மீது பக்தி கொண்ட உன் அன்புக்கு நான் தலைவணங்கிக் கை கூப்புகிறேன்."

ராமன் அவளை நோக்கிக் கைகூப்பி நின்றான்.

அவன் அன்பில் அவள் அன்பு கரைந்து கலந்தது. ஸ்ரீராமனுக்கு முன்னிலையிலேயே அவள் அக்னி வளர்த்து அவனைத் தரிசித்தபடி அதனுள் இறங்கினாள். தீ சுடவில்லை. அவள் முக்தியடைந்தாள்.

ராமன் கை கூப்பி நின்றான். "நீ உயர்ந்தவள், சபரி. எனக்குக் குலமும் வருணமும் முக்கியமில்லை. மாசற்ற அன்புதான் முக்கியம். அந்த அன்புடன் கூடிய பக்திக்கு நான் தலை வணங்குவேன். நீ இருக்கும் இம்மலை உன் பெயராலேயே அழைக்கப்படும். மறுபடி நான் மற்றொரு ரூபத்தில் உன்னிடம் வருவேன். கலியுகம் முடியும்வரை உன் புகழுக்கும் பக்திக்கும் சாட்சியாய் உன்மீது நான் தவமிருப்பேன்...!"

ஸ்ரீராமன் மனதில் நினைத்தபடி அங்கிருந்து ரிஷ்யமுகம் நோக்கி நடக்க ஆரம்பித்தான்.

நல்ல பக்திக்குத் தெய்வம் தலைவணங்கும், நல்ல பக்தனைத் தெய்வம் தேடி வரும் என்பதற்குச் சபரி ஒரு மிகச் சிறந்த உதாரணம். பக்தி என்பது அன்பைத் தவிர வேறில்லை என்பதை இந்த அகிலத்திற்கு உணர்த்தியவள் அவள்.

ஸ்ரீராமன் சொன்ன வாக்குப் பொய்க்கவில்லை. அவனுடைய அம்சமும், அரனின் அம்சமும் சேர்ந்த ஹரிஹர புத்ரன், அனைத்தையும் துறந்து தவமிருக்கத் தேர்ந்தெடுத்த இடம் சபரி முக்தியடைந்த அந்த சபரிமலை.

அன்று அவள் ராமனுக்காகத் தவமிருந்தாள். இன்று அவன் அவள் பக்திக்குச் சாட்சியாய் லோக க்ஷேமத்திற்காய்த் தவமிருக்கிறான்.

சபரியின் பக்தி அப்படி ஒன்றும் கடினமானதல்ல. நம்மாலும் முடியும். அனைத்து உயிர்களிடத்தும் அன்பாயிருப்பதும் அனைத்திலும் இறைமையைக் காண்பதும் அவ்வளவு கஷ்டமான விஷயமா என்ன...?

பிரும்ம ஞானம்

மைத்ரேயி! இவள் வேத காலத்தில் வாழ்ந்த ரிஷி பத்தினி. யாக்ஞவல்கியரின் மனைவி. இவளைப் பற்றி வாசித்து அறிந்தபோது நான் பிரமிப்பின் உச்சிக்குச் சென்றேன். காரணம் இவளது அழகோ, பக்தியோ அல்ல. இவள் அறிவு!

வேத காலத்தில் பெண்கள் எவ்வளவு உயர்ந்த நிலையில் அறிவிற் சிறந்தவர்களாயிருந்திருக்கிறார்கள் என்பதற்கு மைத்ரேயி மிகச்சிறந்த உதாரணம். அரசவையில் இவள் அரசனுக்கு முன்னால் தன் கணவரோடு ஆன்ம ஞானம் பற்றி விவாதித்திருக்கிறாள். தன் கணவன் யாக்ஞவல்கியரைக் கேள்விகளால் துளைத்திருக்கிறாள். மிகவும் சூட்சமமான இவளது கேள்விகளுக்கு விடையளிக்க இயலாமல் மகா மேதையான யாக்ஞவல்கியரே திணறியிருக்கிறார் என்றறியும்போது வியப்பு எல்லை மீறுகிறது.

மனைவியின் கேள்விக்குப் பதில் சொல்ல இயலாத நிலையில் ஒருநாள் அவர் இல்லறம் துறந்து துறவறம் மேற்கொண்டு அவள் கேள்விக்கு விடைகாணும் முயற்சியில் ஈடுபட விரும்பினார். தன் விருப்பத்தை அவளிடமும் கூறினார். மைத்ரி அவரை உற்றுப் பார்த்தாள்.

“என்ன பார்க்கிறாய்...?”

“சிறிது நாட்களுக்கு முன்னர் கொம்பில் தங்கம் கட்டிய ஆயிரம் பசுமாடுகளை ஜனக மகாராஜா தனது யாகசாலையில் நிறுத்தி யார் சிறந்த ஆத்ம ஞானியோ அவர் தம் வீட்டுக்கு இந்தப் பசுக்களை ஓட்டிச் செல்லலாம் என்று அறிவித்தபோது தாங்கள் அவற்றை ஓட்டி வந்தது நினைவிருக்கிறதா?”

“இல்லாமல் என்ன...?”

“அப்படியானால் நீங்கள் ஆத்மஞானிதானே?”

“அங்கே அனைவரும் தயங்கி நின்றார்கள். பசுக்களை அடையத் தனக்கு அருகதையில்லை என்று அவர்களே முடிவு செய்துவிட்டார்கள். தன் மீதே சந்தேகம் கொண்டவர்கள் எதையும் அடைய மாட்டார்கள் என்பதை உணர்த்தவே பசுக்களை நம் வீட்டுக்கு ஓட்டிச்செல்ல எனது சீடனுக்கு உத்தரவிட்டேன். நான் அப்படிச் செய்த பிறகுதான் எல்லோருக்கும் உள்ளம் துடிக்க ஆரம்பித்தது. யாக ஹோதா ஸகல்யர் என்னைப் பார்த்து, ‘நீர் பிரம்மஞானி என்பதை நிரூபிக்க வேண்டும்!’ என்றார். உடனே நான் எழுந்து, ‘சிறந்த பிரும்மஞானிக்கு நான் கைகூப்புகிறேன். தற்சமயம் நான் இப்பசுக்களின் மீது ஆசை கொண்டவனாக மட்டுமே இருக்கிறேன்!’ என்றேன். அதை எதற்கு இப்போது கேட்கிறாய்...?”

“காரணமாகத்தான். மற்றவர்கள் சிரிக்கவும் சிந்திக்கவும் உங்களை நீங்களே தாழ்த்திக்கொண்டு அவ்வாறு சொன்னாலும், அதன் பிறகு அவையோர் உங்களைக் கேட்ட கேள்விகளுக்கு நீங்கள் அழகாகவே விளக்கமளித்தீர்கள். முக்கியமாக வாசக்னுவின் புத்ரி கார்க்கியின் கேள்வியும் அதற்கு நீங்கள் அளித்த விளக்கமும் அருமை.”

“ஆம். எதனிடம் ஆகாயம் குறுக்கும் நெடுக்குமாகக் கோக்கப்பட்டிருக்கிறது என்று கேட்டாள், கார்க்கி. பிரம்மஞானிகள் அதை அழிவற்றது என்பார்கள் என்று பதில் கூறினேன். ஸ்தூலமற்றது. சூட்சமமற்றது. குட்டையுமல்ல, நெட்டையுமல்ல. வெம்மையுமற்றது. குளுமையுமற்றது. அதற்கு உள்ளுமில்லை புறமுமில்லை. அது ஒன்றையும் உண்பதுமில்லை, ஒன்றால் உண்ணப்படுவதுமில்லை. அந்த அழிவற்றதன் கட்டளையினாலேயே சூரிய சந்திரர்கள் தத்தம் இடங்களில் இருக்கிறார்கள். அனைத்தும் அதனதன் நிலையிலிருப்பதற்கு அதுவே காரணம். இந்த அழிவற்றதை அறியாதவன் கிருபணன் ஆவான். அதையறிந்து உயிர் விடுபவன் அந்தணன் ஆவான். இந்த அழிவற்ற வஸ்துவில்தான் ஆகாயம் கோக்கப்பட்டிருக்கிறது என்றேன். என் பதிலில் திருப்தியடைந்த கார்க்கி என்னை நமஸ்கரித்தாள். இவற்றையெல்லாம் எதற்காகக் கேட்கிறாய்?”

“கார்க்கி அறிவிற்சிறந்தவள். அவளே உங்களை பிரம்மிஷ்டர் என்று கூறியபின் துறவறம் தேவைதானா?”

“கார்க்கியின் கேள்விக்குப் பதில் கூறிவிட்டதாலேயே நான் பிரம்மிஷ்டனாகிவிட மாட்டேன். ஆத்மா பற்றி நீ கேட்ட ஒரு கேள்விக்கு என்னால் பதிலளிக்க இயலவில்லையே. அதற்கென்ன சொல்லுகிறாய்?”

“ஆம். பிரம்மம் என்பதற்குத் தாங்கள் பலவித விளக்கங்கள் அளித்தீர்கள். அவை எனக்குப் போதவில்லை. மாணவனுக்கு முழுமையாக உபதேசிக்க இயலாதவன் தன்னை நல்ல ஆசார்யன் என்று கூறிக்கொள்ளக் கூடுமா என்றேன். அப்படிக் கேட்டது உங்களை அவமானப்படுத்த அல்ல. அறிவிற் குறைந்தவர் என்பதால் அல்ல. தங்கள் விளக்கம் போதவில்லை என்பதற்காகக் கூறிய வார்த்தைகள் அவை.”

“நீ சரியாகத்தான் கூறினாய். நான்தான் அவசரப்பட்டு உன்னை அரசவையில் கோபித்துக் கொண்டேன். அப்போது ஜனகர் எனக்கு அறிவுரை வழங்கினார். எனக்கு ஞானம் இருக்கும் அளவுக்கு அனுபவ ஞானம் போதாது என்றார். அவர் கூறியது மிகச்சரியே. சன்யாசம் எனக்கு அனுபவ ஞானத்தைத் தருமென்று நம்புகிறேன்.”

“ஆயிரம் பசுக்களின் மீது ஆசை ஏற்பட்டதால்தான் அவற்றை ஓட்டிச் செல்லக் கூறியதாகக் கூறினீர்கள். பொருளாசை கொண்டவருக்குத் துறவறம் சாத்தியமாகுமா?”

“உங்களில் எவர் பிரம்மிஷ்டரோ அவர் இப்பசுக்களை ஓட்டிச் செல்லலாம் என்று ஜனகர் கூறியது மட்டும் சரியோ? பொருளுக்கு ஆசைப்படுபவன் எங்ஙனம் பிரம்மிஷ்டனாக முடியும்? அதேநேரம் மற்றவர்களைப் போல நானும் தலைகுனிந்து நின்றால் நான் பிரம்மிஷ்டன் என்று ஒப்புக்கொண்டாற் போலாவேன் அல்லது நான் யார் என்ற குழப்பம் எனக்கும் ஏற்பட்டுவிட்டதாக ஆகிவிடும். பிரமத்தை இன்னும் எவரும் முழுமையாக அறியவில்லை, அறியும் முயற்சியில்தான்

ஈடுபட்டுள்ளோம். இல்லறத்தைவிடத் துறவறம் அதற்கு அதிகம் உதவும். பசுக்களை ஓட்டி வந்தது பொருளாசையால் அல்ல. அவற்றை உனக்கும் காத்யாயினிக்கும்தான் விட்டுச் செல்லப் போகிறேன். இன்னும் என் உடைமைகள் அனைத்தும் உங்கள் இருவருக்கும்தான். பிரம்மஞானியின் மனம் மோரில் மிதக்கும் வெண்ணெயைப் போல்தான். சுற்றிலுமுள்ளவற்றில் கலக்காமல் பிரம்மத்திடம் திரண்டு நிலை பெறுவதையே விரும்பும்!" அவர் சொல்லி நிறுத்தினார்.

மைத்ரேயி புன்னகைக்க, யாக்ஞவல்கியர் அதன் அர்த்தம் புரியாமல் அவளைப் பார்த்தார்..

"இவ்வளவு செல்வமும் எங்களுக்கேவா?" விழிமலர்த்திக் கேட்டாள்.

"ஆம்..."

"இவற்றைக் கொண்டு மரணத்தை வென்று வாழ முடியுமா?"

"முடியாது என்று உனக்குத் தெரியாதா என்ன? தெரிந்த ஒன்றை எதற்குக் கேட்கிறாய்?"

"ஆக இச்செல்வத்தைவிட உயர்ந்த விஷயம் உண்டென்கிறீர்கள்."

"அதிலென்ன சந்தேகம்? அதைத் தேடித்தான் நான் செல்ல விரும்புகிறேன்"

"அதைத் தேடி நானும் வர விரும்புகிறேன் என்றால் மறுப்பீர்களா?"

யாக்ஞவல்கியர் வியப்போடு அவளைப் பார்த்தார்.

"என் மனம் ஒருபோதும் இப்பொருட்களில் திருப்தியடையாது. இவற்றைவிட உயர்ந்ததான அந்த விஷயத்தைப் பற்றி எனக்குக் கூறுங்கள்."

"இப்படி வந்து உட்கார் தேவி." அவர் அவளைக் கனிவோடு பார்த்தார். அவளை மென்மையாக அணைத்து ஆத்மஞானம் பற்றிக் கூறினார்.

“ஆத்மாவின் பொருட்டே அனைத்தும் பிரியத்திற்குரியதாகிறது, மைத்ரேயி. எனவே காண வேண்டியது ஆத்மாவைத்தான். பரமாத்மாவைக் காதலிக்கப் பயில்வதற்காகவே கணவன் மனைவி காதல் ஏற்பட்டுள்ளது. குழந்தைகளிடம் உள்ளங்கரைவதும்கூட இதற்காகவே. பரம்பொருள் அனைத்திலும் உறைந்துள்ளது. அனைத்தையும் நேசிப்பவனால் மட்டுமே பரம்பொருளை நேசிக்க முடியும். இச்சரீரம் வேறு, நீ வேறு என உணர்ந்தால் ஆத்ம விசாரத்தில் ஈடுபடுவாய். வேதங்களும் ஸ்ருதிகளும் பரமாத்மாவின் மூச்சுக் காற்றேயாகும். அதே நேரம் புகையை அறிவதால், அக்னியை அறிந்து கொண்டதாக அர்த்தமாகாது. ஈரவிறகுதான் புகையும். அது காய்ந்தால்தான் அக்னியோடு ஐக்கியமாக முடியும். வைராக்யமற்றவன் ஈரவிறகு போல்தான். வைராக்கியம் முதிர்ந்து ஞானம் எவனுக்கு உதிக்கிறதோ அவனால்தான் பரமாத்மாவை உணர முடியும். நம் உள்ளே உறைந்திருப்பதுதான் வெளியேயும் விரிந்திருக்கிறது.”

“இந்த வேற்றுமை எப்போது மறையும்?”

“உன்னை உப்புக்கட்டியாக நினை. கடவுள் என்ற கடலில் உன்னைக் கரைத்துக் கொண்டால் உனக்கென்று... தனிச் சுவை ஏது? இந்த உடல் பஞ்ச பூதங்களின் சேர்க்கையால் ஆனது. பஞ்ச பூதங்கள் மீண்டும் அதிலேயே மறைவதற்குப் பெயர்தான் மரணம்.”

“அப்படியானால் மரணத்திற்குப் பின் அறிவு இல்லை, உணர்வு நிலை இல்லை என்கிறீர்களா?”

“ஆம்... எங்கெல்லாம் இரண்டு என்ற பாவனை தோன்றுகிறதோ அந்நிலையில் மனிதன் மற்றொன்றை உணர்கிறான். மற்றொருவனைக் காண்கிறான், நுகர்கிறான். அறிகிறான். எந்நிலையில் அனைத்தும் ஆத்மாவாய் விளங்குமோ அந்நிலையில் அவன் எதை எதனால் அறிவான்? நெருப்பு தன்னைத்தானே சுட்டுக் கொள்வதுண்டோ? அறிபவனும் அறியப்படும் பொருளும் ஒன்றான பிறகு அறிதல் என்பது எப்படி நிகழும்? ஜீவாத்மா பரமாத்மாவிடம் இணைவதும் இப்படித்தான்.

இணைவதுதான் பேரானந்தம். அந்த ஆனந்தத்தை இந்தப் பொருட்களும் செல்வங்களும் தந்து விடுமா என்ன?"

"புரிகிறது, நாதா. மரணத்தைத் தடுக்க முடியாத இந்த தனம் எனக்குத் தேவையில்லை. எனக்குத் தேவை பிரும்மஞானம்தான். இரண்டறக் கலப்பதுதான்!" மைத்ரேயி உறுதியாகக் கூறினாள்.

யாக்ஞவல்கியர் அவளைப் பெருமையோடு பார்த்தார்.

"உன்னை மனைவியாய் அடைந்ததற்காகப் பெருமைப்படுகிறேன், தேவி. நாம் இருவரும் சேர்ந்து ஆத்ம விசாரத்தில் ஈடுபடுவோம். புறப்படு."

அவர் அவள் கைப்பற்றியபடி எழுந்தார்.

'அசத்திலிருந்து எம்மைச் சத்திற்கு அழைத்துச் செல்.
இருளிலிருந்து எம்மை ஒளிக்கு அழைத்துச் செல்.
மரணத்திலிருந்து எம்மை மரணமில்லா
நிலைக்கு அழைத்துச் செல்.'

மைத்ரேயி முணுமுணுக்க, அவரும் அம்மந்திரத்தை உச்சரித்தார்.

யாக்ஞவல்கியருக்கும் மைத்ரேயிக்கும் இடையில் நடந்த இச்சம்பாஷணை பிருஹதாரண்ய உபநிஷதத்தில் மிகச்சிறப்பு வாய்ந்த பகுதியாகும். நான் இதை எழுதியதற்குக் காரணம் இதன் சிறப்பு மட்டுமல்ல. வேதகாலத்தில் பெண்களின் அறிவுபூர்வமான வாழ்க்கையையும் சுட்டிக்காட்டத்தான்.

சற்றே யோசித்தால் விளங்கும். வேத காலத்தில் பெண்கள் அநாவசியமாய் வெட்கப்படவில்லை. நான் பெண் என்ற அஸ்திரத்தை உபயோகப்படுத்தி எச்சலுகையும் பெறவில்லை. ஆண்களின் முன்னால் வருவதும் அவர்களோடு சரிக்குச் சரியமர்ந்து விவாதிப்பதும் குற்றம் என்று அவர்கள் ஒடுக்கப்படவில்லை. மைத்ரேயியும், கார்க்கியும் பொன், பொருள், சமையல், அலங்காரம், ஆடம்பரம் என்று தம்மைச் சுற்றிப் பெண்மைக்குரிய எந்தச் சின்ன வட்டமும் போட்டுக்கொள்ளவில்லை.

பதி என்ற மரியாதையோடு பதியிடமே அவர்கள் விவாதம் நடத்தியிருக்கிறார்கள். அதுவும் மிக சூட்சமமான ஆன்ம விசாரம் பற்றி. அவளது கணவனும் அவளை மதித்துப் பதில் கூறியிருக்கிறார் என்றால், வேத காலப் பெண்களை நினைத்துப் பிரமிப்பு ஏற்படுகிறதா இல்லையா?

பீரோ நிறையப் பட்டுப்புடவைகள், லாக்கர் நிறையப் பொன் நகைகள், வீடு நிறைய வசதிகள், இவைதான் வாழ்விற்கு ஆதாரம் என்று எப்போது பெண்கள் நினைக்க ஆரம்பித்தார்கள் என்ற விடை தெரியாத கேள்வி இந்த உபநிஷதத்தைப் படித்த பிறகு எனக்குள் பெருமூச்சுடன் ஏற்பட்டதுபோல் இதை வாசிக்கிற உங்களுக்கும் ஏற்படக்கூடும்.

இவற்றைவிட உயர்ந்தது ஒன்றுள்ளது என்று நாம் உணர்வோம். ஒரு பட்டுப் புடவையும் பொன் நகையும் வாங்கித் தந்தால் போதும்! என் வீட்டுப் பெண்களைப் புன்னகைக்க வைத்துவிடலாம் என்று இனியாவது ஆண்கள் சொல்லாமல் இருக்க வேண்டுமானால் நாம் அறிவுபூர்வமாகச் சிந்திக்க வேண்டும். வேத காலத்துப் பெண்களைப் போல் மாற முயற்சிக்க வேண்டும்.

காதல் அரங்கன்

பதினான்காம் நூற்றாண்டின் ஆரம்பம் அது. வைஷ்ணவம் தழைத்தோங்கியிருந்த காலம். மக்கள் கோவில்தான் வாழ்க்கை என்றிருந்த நேரம். கோவில்களைப் பராமரிப்பதிலும் பூஜை புனஸ்காரங்களிலுமே அவர்களது பெரும்பாலான நேரம் கழிந்தது. அதிலும் ஸ்ரீரங்கத்து மக்கள் அரங்கனைத் தவிர வேறு நினைப்பேயில்லாது இருந்தனர். அரங்கத்தில் அன்னியர் நுழைய இந்தப் பக்தியும் ஒரு காரணமாயிற்று.

சோழர்கள் காலத்தில் சைவம் தழைத்தோங்கியிருந்தது. அதே நேரம் வீரமும் மேலோங்கியிருந்தது. சோழர்கள் காலத்திற்குப் பின் பாண்டியர்கள் ஆண்ட காலத்தில் வைஷ்ணவர்கள் பக்தி மட்டுமே போதுமென்றிருந்தனர். மக்கள் குணத்தில் மென்மையாயிருந்தார்கள். முக்கியமாய் ஆண்கள். சிருங்காரத்தில் அதிக ஈடுபாடு கொண்டிருந்தார்கள். பக்தியும் சிருங்காரமுமாய் மென்மையாக அவர்கள் வாழ்ந்திருந்த வேளையில்தான் சந்தடியின்றி மொகலாயர் படை உள்ளே நுழைந்தது. உள்ளே நுழைந்த படை அரங்கனையே அள்ளிக்கொண்டு செல்ல, ஸ்ரீரங்கத்து மக்கள் பித்துப்பிடித்தாற்போல் ஆனார்கள். மொகலாயரை எதிர்த்து ஒன்றும் செய்ய இயலாமல் வேடிக்கை பார்த்தார்கள். மொகலாயப் படையோடு அரங்கன் டில்லிக்குப் பயணமானான்...

அவ்வளவு பேரும் அழுதபடி பார்த்துக் கொண்டிருக்க, அவள் மட்டும் துணிந்து அரங்கனோடு பயணமானாள். பதினோரு வயதுச் சிறுமி அவள். திருட்டுத்தனமாய் மொகலாயப் படையோடு ஒளிந்து மறைந்து யாருக்கும் தெரியாமல் பயணித்தாள். அவள் பார்வை முழுக்க அரங்கன் சிலைமீதுதான். அவள் உண்மைப் பெயர் தெரியவில்லை. பிற்காலத்தில் அவளுக்கு ஒரு காரணப்பெயர்

தோன்றியது. "உடன்போனவல்லி." அரங்கனுடன் போனதால் இக்காரணப் பெயர்.

அன்ன ஆகாரம் எதுவும் சரியின்றி, கிடைத்ததை உண்டு, படாத பாடுபட்டு டில்லியை அடைந்தாள்.

கொள்ளையடித்துக் கொண்டு வந்த பொருட்களை எல்லாம் சேனாதிபதியும் மற்றவர்களும் பங்கு வைத்துக்கொள்ள, அரங்கனின் சிலை பாதுஷாவின் அரண்மனைக்குச் சென்றது. பாதுஷாவின் பெண் பேகத்திற்கு அது விளையாட்டுப் பொருளாயிற்று.

சிலை இருக்குமிடத்தை அறிந்துகொண்ட சந்தோஷத்தோடு உடன்போனவல்லி ஊர் திரும்பினாள். அரசனிடம் விஷயத்தைச் சொன்னாள். சிலையை எப்படி மீட்பது என்று அவசர ஆலோசனை செய்தான் மன்னன்.

"சின்னஞ்சிறு பெண்! அவள் ஏதோ கனாக்கண்டுவிட்டு அரங்கனைக் கண்டுவிட்டதாய் உளறுகிறாள். டில்லிவரை இந்தப் பெண்ணால் ஒளிந்து மறைந்து சென்றிருக்க முடியும் என்று நம்புகிறீர்களா?" ஒரு சிலர் அரசனிடம் சந்தேகம் எழுப்பினார்கள்.

அரசன் பிடிவாதமாக இருந்தான். அவன் மனம் அந்தச் சிறுமி சொல்வது உண்மை என நம்பியது. சிலையை மீட்க வேண்டும் என்பதில் உறுதியாக இருந்தான் அவன். அதற்கான திட்டங்கள் தீட்ட ஆரம்பித்தான்.

அதே நேரம் டில்லி பாதுஷாவின் அரண்மனையில் அரங்கனோடு விளையாடிக் கொண்டிருந்தாள், பாதுஷாவின் மகள் சுல்தானா பேகம். அரங்கனின் சிலை அவளது பிரியத்திற்குரிய விளையாட்டுப் பொம்மையாகிவிட்டது. ஆனால் அவள் அதை வெறும் பொம்மையாக நினைக்கவில்லை. அது அரண்மனைக்கு வந்ததுமே அவள் அதை வியந்து பார்த்தாள். பாம்புப் படுக்கையில் ஆனந்தமாய்ச் சயனித்திருக்கும் அந்தக் கரிய உருவம் அவள் மனசைக் கொள்ளை கொண்டது.

"இது யார் அப்பா?" தந்தையிடம் சிலையைக் காட்டிக் கேட்டாள்.

“ஸ்ரீரங்கத்து மக்களின் இதய தெய்வம் அரங்கநாதன்.”

“இதை எதற்கு இங்கு கொண்டு வந்தீர்கள்?”

“எப்படி இது என்னிடம் வந்ததெனத் தெரியவில்லை. வீரர்கள் எவ்வளவோ பொருட்களைக் கொள்ளையடித்தார்கள். அவற்றில் இதுவும் ஒன்றாயிருக்க வேண்டும். பங்கு வைக்கும்போது இது என் பங்கில் சேர்க்கப்பட்டிருக்கிறது போலும்.”

“இதை என்ன செய்வது...?”

“விளையாடு! உன் விளையாட்டுப் பொருட்களோடு இதையும் சேர்த்துக் கொள்.”

அவள் சந்தோஷப்பட்டாள். அரங்கன் யார், அவன் மகிமைகள் என்னவென்று தெரியாமல் அவள் அதற்கு அலங்காரம் செய்து மகிழ்ந்தாள். இந்துக்கள் தங்கள் தெய்வத்திற்கு மாலையிட்டுப் பட்டாடைகள் அணிவித்து அலங்கரித்து மகிழ்வார்கள் எனத் தெரியும் அவளுக்கு. எவ்விதப் பூஜையும் அலங்காரமுமற்று இருந்த அரங்கன் சிலையைக் கண்டதும் அவள் மனம் விசனமுற்றது.

“கவலைப்படாதே. அங்கே உனக்கு என்னவெல்லாம் செய்வார்களோ அவற்றை நான் உனக்குச் செய்கிறேன்.” அவள் கொஞ்சியபடி அரங்கனை வாசனைத் திரவியங்கள் கலந்த நீரால் குளிப்பாட்டினாள். பட்டாடைகளும், நறுமண மலர் மாலைகளும் சாத்தினாள். தனக்கு அளிக்கப்பட்ட ஆகாரங்களையும், பானங்களையும் அவனுக்கு நிவேதனம் செய்தாள். அடேயப்பா! என்ன அழகு, என்ன அழகு என்று வியந்து அவனை ஆரத்தழுவிக் கொண்டு உச்சி முகர்ந்தாள்.

அரங்கனோடு விளையாட ஆரம்பித்த பிறகு தன் சிநேகிதங்கள், உறவுகள் அனைத்தையும் மறக்கவே ஆரம்பித்துவிட்டாள் எனலாம். நாள் முழுக்க அரங்கனோடே கழிப்பதில் அளவிலா ஆனந்தமடைந்தாள். விளையாட்டு நாளடைவில் பக்தியாய்ப் பெருகி வளர்ந்தது. பெண்ணின் நடவடிக்கைகள் அவள் தாயைக் கவலையுறச் செய்தன.

"பேகம்! என்னவாகிவிட்டது உனக்கு? இந்தக் கறுப்புச் சிலையிடம் அப்படி என்ன கண்டுவிட்டாய்? உன் சிநேகிதிகளோடு விளையாடச் செல்வதைக்கூட மறந்துவிட்டாய்! இப்படியே இருந்தாயானால் உனக்குப் பைத்தியம் பிடித்துவிட்டது என்று எல்லோரும் நினைக்க ஆரம்பித்து விடுவார்கள். இந்தப் பொம்மையைத் தூக்கி எறிந்துவிட்டு விளையாடப் போ...! முன்போல் நீ விளையாட வருவதில்லை என்று உன் சிநேகிதிகள் வருத்தப்படுகிறார்கள்!" அம்மா நைச்சியமாய்க் கூற, பேகம் துளியும் அசையாமல் அரங்கனின் அருகில் அமர்ந்திருந்தாள். அம்மா அவளைக் கோபமாய்ப் பார்த்துவிட்டுப் புருஷனிடம் இதுபற்றிப் புகார் சொல்லி விடுவது என்று எண்ணியபடி சென்றாள்.

தாய் சென்ற சற்று நேரத்தில் தந்தை வந்தார்.

"குழந்தாய், பேகம்! என்ன பிடிவாதம் இது...? அல்லாவே நம் கடவுள் என்பது மறந்துவிட்டதா உனக்கு? இந்த அரங்கனோடு கொஞ்சிக் குலவிக் கொண்டிருக்கிறாய்! நீ இப்படிப் பித்தாகிப் போவாய் எனத் தெரிந்திருந்தால் அன்றே இந்தச் சிலையை நான் தூர எறிந்திருப்பேன். இந்த அரண்மனைக்குள் ஏற்றியிருக்கவே மாட்டேன்."

பேகம் அவர் பேசியது காதிலேயே விழாததுபோல் அரங்கனை அலங்கரித்துக் கொண்டிருந்தாள்.

"நம் உறவுகள் கண்டால் நம்மை எள்ளி நகையாடும், பேகம். நாம் மொகலாயர்கள் என்பதை மறந்துவிடாதே. நம் மதம் வேறு. நாம் வணங்கும் தெய்வம் வேறு. புரிந்ததா?"

"சுவர்கள் எல்லாம் நாம் கட்டுவதுதான், அப்பா. என்னைப் பொறுத்தவரை அல்லாவும் அரங்கனும் ஒன்றுதான். எங்களுக்கிடையில் சுவர்கள் இல்லை. நீங்களும் இடித்துவிட்டுப் பாருங்கள். வேற்றுமை தெரியாது."

"முளைத்து மூன்று இலை விடவில்லை. தத்துவம் பேசுகிறாயா? எனக்கே அறிவுரை சொல்கிறாயா?" தந்தை தீவிழி விழித்தார்.

“கீதை என்று ஒரு உபதேசம் குறித்துக் கேள்விப்பட்டேன் அப்பா. ‘நீ எவ்வுருவில் எனைக் காண்கிறாயோ அவ்விதமே நான் உனக்குக் காட்சியளிப்பேன்!’ என்று. அப்படியானால் என்ன அர்த்தம்? இறைமை ஒன்றேதான். நாம்தான் அதனைப் பிரித்துப் பார்க்கிறோம் என்றுதானே?”

“உன் கூற்றுப்படியே பார்த்தாலும், அந்த இறைமையை அல்லாவாகக் கருதுவதில் உனக்கென்ன கஷ்டம்? இறைமை ஒன்றுதான். அவன் அல்லா மட்டுமே என ஏன் ஏற்க மறுக்கிறாய்?”

“இப்படியும் எடுத்துக்கொள்ளலாமே. அல்லாதான் என் கண்ணுக்கு அரங்கனாகத் தெரிகிறான் என்று.”

“இன்னொரு முறை இவ்வாறு கூறினால் மகளென்றும் பார்க்க மாட்டேன்.”

“கொன்று விடுவீர்களா, அப்பா...? எனக்குச் சம்மதம். அரங்கனுக்காக உயிர்விட யாராவது வருத்தப்படுவார்களா?”

டில்லி பாதுஷா அயர்ந்து போனான். இவளிடம் கோபம் காட்டியோ, மிரட்டியோ பயனிராது என்பது புரிய, யோசித்தபடி அகன்றான் அவன். ‘முகலாயப் பெண் இந்துக் கடவுளை ஆராதனை செய்வதாவது? கூடாது. இதை நிறுத்த வேண்டும். சிலையைக் கொள்ளையடித்து வந்தது அனர்த்தமாகிவிட்டது. இந்தச் சிலை இங்கிருக்கும்வரை நிம்மதி இல்லை. இதை இங்கிருந்து அப்புறப்படுத்தியே ஆக வேண்டும். பாதுஷாவின் மகள் அல்லா ஒருவரையே வணங்க வேண்டும். அரங்கனை அல்ல.’

பாதுஷா யோசிக்க ஆரம்பித்தான். அரண்மனை வாயிலில் ஏதோ இரைச்சல் கேட்க, தன் அறையின் சாளரம் வழியே கீழே நோக்கினான். யாத்ரீகர்கள் போல் தோன்றிய ஒரு கூட்டம் அரண்மனை வாயிலில் மூங்கில் கழிகளோடு கூடியிருந்தது. ஆண்களும் பெண்களுமாக ஒரு நூறு பேர் இருப்பார்கள்.

“என்ன விஷயம்?” ஒரு சேவகனை அழைத்துக் கேட்டான் பாதுஷா.

“உங்கள் முன் ஆட வேண்டுமாம்.”

“எங்கிருந்து வருகிறார்களாம்?”

“தென்னிந்தியாவாம். பாடி ஆடும் தொழிலாம். நாடு முழுக்கச் சுற்றி மன்னர்கள் முன் ஆடிப் பரிசில்கள் பெறுவது வழக்கமாம்.”

மனசில் குழப்பம் மிகுந்திருந்த நிலையில் நாட்டியம் பார்ப்பது சற்று இறுக்கத்தைக் குறைக்கும் எனத் தோன்ற, வரச்சொல் என்று கூறிவிட்டு மனைவியுடன் அரண்மனை முற்றத்திற்கு வந்து ஆசனத்தில் அமர்ந்தான். நடனம் ஆரம்பிக்கட்டும் என்று கையசைத்தான்.

அவர்கள் ஆடத் துவங்கினார்கள். மூங்கில் கழிகளைக் குறுக்கும் நெடுக்குமாக இரண்டிரண்டு பேர் பிடித்துக் கொண்டு சேர்த்தும் விரித்தும் அசைக்க, அவற்றிற்கு நடுவில் வரிசையாய் ஆணும் பெண்ணும் நின்று கழிகளில் கால் மாட்டிக் கொள்ளாதவாறு லாவகமாக விரியும் கழிகளுக்கிடையில் கால் வைத்தும் எடுத்தும் சீராக ஆடினார்கள். கழிகள் சேர்ந்து பிரியும் போது ஏற்பட்ட சீரான ஓசையும் அவர்கள் கால்களில் அணிந்திருந்த தண்டைகள் சீராகத் தரையில் பட்டு எழுந்த ஓசையும் அதோடு சேர்ந்து அவர்கள் கைகளும் உடலும் காட்டிய நளினமான அசைவுகளும் கண்டு பாதுஷா வியப்பின் உச்சிக்குச் சென்றான். இவ்வகை நடனம் இதுவரை அவன் காணாதது. கழிகளுக்கிடையில் இப்படிக் கால் மாற்றிக் குதித்துச் சீராக நடனமாடுவது மிகவும் நுணுக்கமான நடனம்தான். அவர்கள் கால்களில் கண்கள் உளவோ என்று வியக்குமளவுக்கு அவர்கள் லயம் மாறாமல் தடுமாறாமல் தேர்ந்த நடனக் கலைஞர்களாக ஆடினார்கள். தன்னை மறந்து நடனத்தை ரசித்தான் பாதுஷா.

நடனம் முடிந்ததும் கைதட்டித் தன் மகிழ்ச்சியைத் தெரிவித்தான்.

“பாராட்ட வார்த்தைகள் வரவில்லை. அந்த அளவுக்கு அற்புதமாக ஆடினீர்கள். என்ன பரிசு வேண்டுமோ தயங்காமல் கேளுங்கள். தரத்தயாராக உள்ளேன்.”

அவர்களது தலைவன் முன்னால் வந்து பாதுஷாவை வணங்கினான்.

“நாங்கள் எது கேட்டாலும் தருவீர்களா?”

“இதில் என்ன சந்தேகம் உங்களுக்கு? கேளுங்கள்.”

“அப்படியானால் தங்களது அரண்மனையில் இருக்கும் எங்களது அரங்கன் சிலையை எங்களுக்குத் திரும்பத் தந்துவிடுங்கள்.”

பாதுஷா விழி விரித்தான்.

“நீங்கள் எங்கிருந்து வருகிறீர்கள்?”

“அரங்கத்திலிருந்துதான் வருகிறோம். எங்களை அரையர்கள் என்பார்கள். அரங்கன் இல்லாத எங்கள் ஊர் மகிழ்ச்சியற்று இருக்கிறது. மக்கள் சோகமயமாய் உணவு உறக்கமின்றி இருக்கிறார்கள். அரங்கனை நீங்கள் தந்துவிட்டால் அரங்கம் பொலிவுறும்.”

பாதுஷாவின் கண்கள் பளிச்சிட்டன. தன் ஆட்களை அழைத்தான்.

“அந்தச் சிலையைக் கொண்டு வாருங்கள்!” கட்டளையிட்டான்.

அவர்கள் விரைந்து சென்றார்கள். சென்ற வேகத்தில் திரும்பி வந்தார்கள்.

“சிலை சற்றும் அசைந்து கொடுக்க மறுக்கிறது.”

“இத்தனை பேர் சென்றும் ஒரு சிறிய சிலையைத் தூக்க இயலவில்லை என்றால் வெட்கமாக இல்லை?”

“நாங்கள் சொல்வது உண்மை.”

“நான் நம்பமாட்டேன்.”

“அவர்கள் கூறுவது உண்மையாகவே இருக்கக் கூடும், பாதுஷா. அரங்கன் சம்மதித்தாலொழிய அவனை அசைப்பது கடினம்.”

"அதுசரி. ஸ்ரீரங்கத்திலிருந்து உங்கள் அரங்கனின் சம்மதத்தைக் கேட்டா அவனை எங்கள் படை வீரர்கள் தூக்கி வந்தார்கள்? அப்போது தூக்க முடிந்தது. இப்போது முடியவில்லை என்றால்...?"

"சம்மதம் நீங்கள் கேட்டிருக்க மாட்டீர்கள். ஆனால் சம்மதித்துத்தான் அவன் இங்கு பயணப்பட்டிருப்பான். அதற்கு ஏதோ காரணம் கண்டிப்பாக இருக்கும்."

"காரணமொன்றுமில்லை. என்னைக் கஷ்டப்படுத்தவே வந்திருக்கிறது இச்சிலை. நாளெல்லாம் இதனோடு இருக்கிறாள் என் மகள்." பாதுஷா சலிப்போடு சொல்ல, அதைக் கேட்ட திருவரங்கப் பெருமாளரையருக்கு அரங்கன் அசைய மறுத்த காரணம் புரிந்தது.

'சுல்தானியா பேகத்தின் அன்புதான் அவனை இங்கிருந்து அசையவிடாமல் செய்கிறது.'

பெருமாளரையர் யோசித்தார். அரங்கனை மீண்டும் அரங்கத்திற்கு எழுந்தருளச் செய்ய ஒரே ஒரு வழி இருக்கிறது. அவர் பிரபந்தப் பாசுரங்களை அபிநயங்களோடு உருக்கமாகப் பாடி ஆடத் துவங்கினார். உடன் வந்த அரையர்களும் ஆட ஆரம்பித்தனர். பேகத்தின் அன்புக்குக் கட்டுப்பட்டிருந்த அரங்கன் சிலை, பாசுரங்களின் பக்தியில் அசைந்து கொடுத்தது. அரங்கன் திருவரங்கத்திற்கு எழுந்தருளத் தயாரானான்.

சுல்தானியா பேகம் கண்ணீர்விட்டுக் கதறினாள். அரங்கனைத் தூக்கிச் சென்ற அவர்கள் பின்னால் பித்துப்பிடித்தாற்போல் நடந்தாள். தாயும் தந்தையும் அவளைத் தடுத்து நிறுத்தப் படாதபாடுபட்டார்கள். அரங்கன் சிலையோடு அரையர்கள் அவள் கண்களிலிருந்து மறைய அவள் மயங்கி விழுந்தாள்.

நீர் தெளித்து அவள் மயக்கம் தெளிவித்தார்கள்.

"என்னால் முடியவில்லையப்பா. அரங்கனின்றி எனக்கொரு வாழ்க்கையில்லை. அவன் இருப்பிடத்திற்கே நானும் சென்றுவிட விரும்புகிறேன். என்னைப் போக விடுங்கள்."

பேகம் அவர்கள் அனுமதிக்குக் காத்திராமல் அரங்கம் நோக்கி நடக்க ஆரம்பித்தாள். அவளுக்குக் காவலாக ஒரு படையே பின்தொடர்ந்தது.

அரங்கனை ஒரு திசையில் அரையர்கள் சுமந்து செல்ல, பாதுஷாவின் மகள் மற்றொரு வழியில் திருவரங்கம் வந்து சேர்ந்தாள். அரங்கன் வந்து சேர்வதற்கு ஒரு சில நாட்கள் முன்னதாகவே அவள் வந்துவிட்டாள்.

"அரங்கனைக் காண வேண்டும். என் அரங்கனை நான் காண வேண்டும்!" பயணக் களைப்பில் ஈனஸ்வரத்தில் அரங்கத்து மக்களிடம் கேட்டாள்.

அவர்கள் வியந்தார்கள். ஒரு முகலாயப் பெண் அரங்கனைக் காண வேண்டும் என்று சொன்னது அவர்களுக்கு வியப்பாயிருந்தது.

"அரங்கன் மீது எப்படி இவ்வளவு அன்பு ஏற்பட்டது உனக்கு? அதுவும் முகலாயப் பெண்ணாக இருந்து கொண்டு?"

"தூய்மையான அன்புக்கு ஏது மதம்? நதிகளின் பெயர்கள் வேண்டுமானால் ஊருக்கு ஒரு பெயராக இருக்கலாம். ஆனால் அதன் அடிப்படை தண்ணீர்தானே? அதுபோல்தான் இதுவும். என் அரங்கன் எங்கே...?"

"நல்ல கேள்வி. அரங்கனைக் கொள்ளையடித்துக் கொண்டு சென்றதே நீங்கள்தானே. ஒன்றும் தெரியாததுபோல் கேட்கிறாய்."

"உண்மைதான். ஆனால் திருவரங்கத்து அரையர்கள் பாசுரம் பாடி அவரை மீட்டுக்கொண்டு எனக்கு முன்பாகவே புறப்பட்டு விட்டார்களே."

"அப்படியா...? அரங்கன் மீட்கப்பட்டு விட்டாரா...?" அவர்கள் மகிழ்ந்தார்கள். ஆடிப்பாடிப் பரவசப்பட்டார்கள். 'ரங்கா! ரங்கா!' என்று அழைத்துச் சிலிர்த்தார்கள். தங்கள் அரங்கனிடம் அன்பு கொண்டு ஊர்விட்டு ஊர் வந்திருக்கும் முகலாயப் பெண்ணை மரியாதையோடு நடத்தினார்கள். அவள் பக்தியை மதித்தார்கள்.

இரண்டு நாள் கழித்து அரையர்கள் அரங்கனோடு வந்து சேர்ந்தார்கள். அரங்கனைக் கண்டதும் பேகம் முகம் மலர்ந்தாள். இழந்த சக்தியெல்லாம் திரும்பக் கிடைத்துவிட்டாற்போல் உணர்ந்தாள். அவள் முகத்திலும் தேகத்திலும் பொலிவு கூடியது. அரங்கன் மீண்டும் கோயிலில் பிரதிஷ்டை செய்யப்பட்டான். அவள் தன்னுடன் வந்த படைகளை எல்லாம் டில்லிக்கே அனுப்பிவிட்டுத் திருவரங்கத்திலேயே தங்கிவிட்டாள். அரங்கனே மூச்சு, அவனே பேச்சாக இருந்தாள்.

அவனைப் பற்றிக் கதை கதையாகக் கேட்டறிந்தாள். விஷ்ணு புராணம் முழுக்க அறிந்தாள். அறிய அறியப் பக்தி பித்தாயிற்று. அரங்கனோடு இரண்டறக் கலந்துவிடுவது ஒன்றே தன் லட்சியமாகக் கொண்டாள். தினம் தினம் அவள் அரங்கனைச் சேவிக்க வசதியாகக் கோயிலுக்குள்ளேயே அவள் தங்க இடமளித்து அவளை மரியாதையோடு நடத்தினார்கள் மக்கள். அவள் அரங்கனோடு இரண்டறக் கலக்கக் காத்திருந்தாள். தன்னை ஏற்கும்படி இடைவிடாமல் அவனிடம் உருகி வேண்டினாள். அவளது பிரேமபக்தி கண்டு அனைவரும் வியந்தார்கள். உனக்காகவே உயிர் உருகக் காத்திருக்கும் இந்தப் பெண்ணை இதற்கு மேலும் சோதிக்காமல் ஏற்றுக்கொள் பகவானே என்று அவர்களும் அவளுக்காக வேண்டிக் கொண்டார்கள்...

அந்தப் புனித நாள் வந்தது. அரங்கன் அவளை ஏற்றான். அவள் அவனோடு ஐக்கியமானாள். மதம் என்பது மனிதருக்குத்தான், தெய்வத்திற்கல்ல என்பதற்கு உதாரணம், பேகத்தை அவன் ஏற்றுக்கொண்ட நிகழ்ச்சி. அனைவராலும் அன்போடு அவள் துலுக்க நாச்சியார் என்று விளிக்கப்பட்டாள். அரங்கனுக்கருகில் அவளுக்கும் ஒரு சந்நிதி கட்டி, அதனுள் அவளை ஓவியமாய்த் தீட்டி வணங்கி வழிபட ஆரம்பித்தார்கள். இன்றளவும் அவளுக்கு ரொட்டியும், பருப்பும், கிழங்கும் படைக்கப்பட்டு அவள் பூஜிக்கப்படுகிறாள் என்றால் பிரமிப்பாக இல்லை?

காதலாகிக் கசிந்து...

பொன்னாச்சி ஊடலுக்குத் தயாரானாள். இதோ வந்து விடுகிறேன் என்று சொல்லி அந்திசாயும் நேரம் வெளியில் சென்ற அவள் காதல் கணவன் உறங்காவில்லியை இன்னும் காணவில்லை. வழக்கமாய் அவள் இல்லாமல் அவன் இந்த வேளைகளில் தனித்து வெளியில் சென்றதாய் அவளுக்கு நினைவில்லை. பகல் பொழுதில் தன் மாணாக்கர்களுக்கு மற்போர் கற்றுத்தர உறையூருக்குச் செல்வான். அந்திசாயும் வேளையில் ஸ்ரீரங்கம் வருவான். வந்ததும் அவளை அழைத்துக்கொண்டு அரங்கநாதர் கோயிலுக்கோ அல்லது மலைக்கோட்டைக்கோ செல்வான்.

தெய்வத்தைச் சேவித்துவிட்டு இருவரும் இனிக்க இனிக்கப் பேசிக் கொண்டிருந்துவிட்டு உறக்கம் இமையில் கனக்கும்போதுதான் வீடு திரும்புவார்கள். திருமணமானதிலிருந்து இன்றுவரை இந்த வழக்கம் எக்காரணம் கொண்டும் மாறியதில்லை. இன்று அவன் உறையூர் செல்லவில்லை.

அரங்கனுக்குக் காவிரியாற்றில் இன்று ஏதோ உற்சவம். காலையில் அவளை அழைத்துக்கொண்டு ஆற்றங்கரைக்குச் சென்றவன் இன்று அடித்த கூத்து கொஞ்ச நஞ்சமில்லை. ஆற்றங்கரை முழுக்க ஜனக்கூட்டம். அரங்கா அரங்கா என்ற நாமகோஷம். திவ்யப்பிரபந்தம் ஓதுபவர்கள். நூற்றுக்கணக்கில் வரிசை வரிசையாக அணிவகுத்துப் பிரபந்தம் ஓதிக்கொண்டிருந்த இனிய ஒலி காற்றில் சீராக நிறைந்திருந்தது. பெரிய திருநாமம் அணிந்த கோயில் யானை ஒய்யாரமாகத் துதிக்கையை ஆட்டிக்கொண்டு ஒரு பக்கம் நின்றிருந்தது.

முதுகின் இரண்டு பக்கமும் டமாரங்கள் தொங்கவிடப்பட்ட நீண்ட கொம்புகளும், பெரிய திமில்களும் கொண்ட எருதுகள்

மற்றொரு பக்கம், இதையடுத்துச் சேணம் பூட்டிய கம்பீரமான குதிரைகள், வாத்தியக் கருவிகளை ஒலித்துக்கொண்டு ஹரிநாம சங்கீர்த்தனம் செய்து கொண்டிருந்த அடியார்கள் கூட்டம், தேவதாசிகளின் இனிய கானம் என்று ஆற்றங்கரை தெய்வீகச் சூழலால் நிறைந்திருந்தது.

மக்கள் பக்திமயமாகி அர்ச்சனை செய்வதும் அரங்கனுக்குக் கற்பூரம் கொளுத்தி வழிபடுவதுமாக இருந்தனர். அர்ச்சகர்கள் பக்தர்களுக்கு ஸ்ரீசடகோபன் சாதித்துக் கொண்டிருக்க, தலை வணங்கி அதை மக்கள் பக்திப் பரவசத்தோடு ஏற்றுக்கொண்டிருந்தனர். இப்படிப்பட்ட சூழலில் அரங்கனுக்குப் பூஜைகள் நடைபெற்றுக் கொண்டிருக்கும்போதே வெய்யில் உச்சிக்கு ஏற, காவிரியின் மண் சுட ஆரம்பித்தது. வியர்வை கொப்புளித்து வழியத் துவங்கியது.

பக்திப் பெருக்கில் தங்கள் சிரமங்களைக்கூடப் பொருட்படுத்தாது மக்கள் அரங்கனைச் சேவித்துக் கொண்டிருக்க, பொன்னாச்சியின் அருகில் நின்று கொண்டிருந்த உறங்காவில்லிதாசன் மட்டும் அரங்கனைத் தரிசிப்பதற்குப் பதிலாகப் பொன்னாச்சியையே கவலையோடு பார்த்துக் கொண்டிருந்தான்.

"என்னை என்ன பார்வை...? அங்கே பாருங்கள். அரங்கனின் அழகை ரசியுங்கள்!" பொன்னாச்சி வெட்கத்தோடு மெல்லிய குரலில் சொல்லியும் அவன் பார்வையைத் திருப்பாமல் அவளையே பார்த்துக் கொண்டிருந்தான்.

"உன் முகம் வெய்யிலில் கன்றிச் சிவந்துவிட்டதே, பொன்னாச்சி! வியர்வை ஆறாய் வழிகிறதே!" உறங்காவில்லி தன் அங்கவஸ்திரத்தை எடுத்துச் சட்டென்று அவள் முகத்தைத் துடைத்துவிட்டான். அருகிலிருந்தவர்கள் நமுட்டுச் சிரிப்போடு இந்த உபசரணையைப் பார்க்க, பொன்னாச்சிக்கு வெட்கம் பிடுங்கித் தின்றது.

"போதுமே...! நாலு பேர் பார்க்க என்ன செயல் இது?"

“பார்க்கட்டுமே...! என் பெண்டாட்டியின் வியர்வையை நான் துடைத்து விடாமல் வேறு யார் துடைப்பார்களாம்!” அவன் மறுபடியும் அவள் வியர்வையைத் துடைக்க முயல, அவள் நாணத்தோடு சற்று விலகி நின்றாள். அவனும் கிட்டே வந்து நின்றான்.

நேரமாக ஆக மணலின் சூடு அதிகரித்தது. அவள் பொறுக்க முடியாமல் காலை மாற்றி மாற்றி வைத்து நிற்க, அவன் அவள் அவஸ்தை அறிந்து என்ன செய்யலாம் என்று யோசித்தான். சுற்றுமுற்றும் பார்த்தான். எங்கும் நிழலில்லை. பொன்னாச்சியின் மிருதுவான பாதங்கள் சூடு தாங்காமல் தவித்தது கண்டு அவன் இதயத்தில் ரத்தம் வடிந்தது. அவ்வளவு காதல் அவனுக்கு அவள் மீது.

ஸ்ரீரங்கத்தின் மண்ணை முதன் முதலாக மிதித்த அன்று, மதம் பிடித்து மிரண்டு ஓடிய யானை ஒன்றை அடக்கி, மயங்கி விழுந்த அவளை அந்த யானை மிதிக்காமல் காப்பாற்றியவன் அவன்தான். கீழே விழுந்தவளை அள்ளி எடுத்துச் சென்று ஓரமாய் ஓரிடத்தில் படுக்க வைத்து, அவள் முகத்தில் நீர் தெளித்து மயக்கம் தெளிவித்தான். மூடியிருந்த அவள் விழிகள் சற்று நேரத்தில் சிப்பி மாதிரித் திறக்க அந்த விழிகளின் அழகில் அவன் தன்னையிழந்தான். அப்படி ஒரு அழகிய விழிகளை அவன் அதுவரை கண்டதில்லை.

ஸ்ரீரங்கம் கோயிலின் தேவரடியப் பெண்ணாம் அவள். அவள் விழிகளின் அசைவே நர்த்தனமாகத்தான் இருந்தது. அதன் அழகில், கள்ளுண்டவன் போல் அவன் கிறங்கி ஆடினான். அவள் கண்கள் அவனை மயக்கின என்றால், அவனுடைய திரண்ட தோள்களும், பரந்த நெஞ்சும், நெடிய உருவமும் அவளை மயக்கின.

அந்த நிமிடத்தில் அவனுக்கு அவள்மீது ஏற்பட்ட காதலின் கனம் இந்த நிமிடம்வரை கொஞ்சம்கூடத் தேயவில்லை என்பதை உணர்ந்தவளுக்கு ஒரு பக்கம் நெஞ்சு பெருமையில் பூரித்தது

என்றாலும் மற்றவர்கள் என்ன நினைப்பார்களோ என்ற கூச்சமும் மறுபக்கம் இருந்தது. ஆனால் அவனுக்கோ எவ்விதக் கூச்சமும் இல்லை. நாலு பேர் பார்க்கிறார்களே என்ற கவலையும் இல்லை. அவன் கவலையெல்லாம் அவளை மணலின் சூட்டிலிருந்தும், வெயிலின் புழுக்கத்திலிருந்தும் எப்படிக் காப்பாற்றுவது என்பது குறித்துதான் இருந்தது.

அவன் மீண்டும் சுற்று முற்றும் பார்த்தான். சற்றுத் தூரத்தில் ஒரு வியாபாரி அந்தக் கூட்டத்தில் குடை வியாபாரம் செய்து கொண்டிருந்தான். பட்டுக் குஞ்சலங்கள் கட்டியிருந்த மிக அழகிய விலை உயர்ந்த குடைகள். விலை உயர்ந்தவை என்பதனாலேயே வாங்குவதற்கு ஆளின்றி அவன் விற்பனையாகாமல் சோர்ந்து நின்றிருந்தான். உறங்காவில்லிதாசன் வேகமாய்க் குடைக்காரனிடம் சென்றான்.

"குடை ஒன்று கொடு."

"ஒரு குடையின் விலை..."

"விலையைப் பற்றி என்ன... வாங்கப் போகிறவன் நான்!" உறங்காவில்லி தன் இடுப்புப் பையிலிருந்து ஒரு பொற்காசு எடுத்து அலட்சியமாகக் குடைக்காரனிடம் கொடுத்தான். "இதைவிட அதிக விலையோ உன் குடை?"

வியாபாரி பிரமித்துப் போனான். "இல்லை ஐயா... இது..."

"பரவாயில்லை. மிச்சத்தை நீயே வைத்துக் கொள்." உறங்காவில்லி நீல வண்ணத்தில் சிகப்புக் குஞ்சலங்கள் ஆடிய ஒரு குடையை வாங்கிக் கொண்டு பொன்னாச்சியிடம் வந்தான். குடையை விரித்து அவள் தலைக்கு மேலே ஒரு கையால் பிடித்துக் கொண்டு மறு கையால் அவள் வியர்வையை ஒற்றி எடுத்தான்.

"போதுமே... எல்லோரும் இங்கேயே பார்க்கிறார்கள்."

"பொழுது போகாதவர்கள் பார்த்துவிட்டுப் போகட்டுமே!" அவன் தன் அங்கவஸ்திரத்தை எடுத்து மணலில் நாலாய் மடித்துப் போட்டு அதன் மீது அவளை நிற்கச் சொன்னான்.

பெண்டாட்டியை அவன் தரையில் கால்படாமல் தாங்கிய தாங்கலைப் போகிற வருகிறவர்கள் எல்லாம் வேடிக்கையாகப் பார்த்துக்கொண்டு சென்றனர். அப்போதுதான் ஒரு ஆள் கிட்டே வந்து தயங்கி நின்றார்.

“அய்யா...” உறங்காவில்லியைப் பணிவோடு அழைத்தார்.

“என்ன...? என்னையா..?”

“உங்களைத்தான். எங்கள் ஆசாரியர் உங்களை அழைத்து வருமாறு கூறினார்.”

“யார் உங்கள் ஆசாரியர்...? யாராயிருந்தாலும் இப்போது வர முடியாது என்று கூறுங்கள்.”

“யதிராஜர் என்று கேள்விப்பட்டிருப்பீர்களே. இந்த ஊரில் அவரைத் தெரியாதவர்கள் இருக்க முடியாது. அவர்தான் உங்களைச் சந்திக்க விரும்புகிறார்.”

உறங்காவில்லிதாசனின் புருவங்கள் ஒருமுறை உயர்ந்தன. “பெரியவர் அவர்! எதற்கு என்னை அழைக்கிறார்...? என்ன முக்கியமான விஷயமாக இருந்தாலும் என்னால் இவளைச் சுடுமணலில் தவிக்க விட்டுவிட்டு வரமுடியாது என்று கூறுங்கள். மாலையில் அவரை வந்து சந்திக்கிறேன் என்று சொல்லுங்கள்.” இவன் உறுதியாகக் கூற, அந்த மனிதர் போய்விட்டார்.

அதன் பிறகு திருவிழா முடிந்து அவளை வீட்டிற்கு அழைத்து வந்தவன், சாப்பிட்டு, ஒரு குட்டித் தூக்கமும் போட்டுவிட்டு வெளியில் கிளம்பியவன்தான். இருள் கவிந்து இவ்வளவு நேரமாகிறது. இன்னமும் காணவில்லை. எங்கேதான் சென்றுவிட்டான்.

இவள் நினைப்புக்கூட இல்லாமல்!

பொன்னாச்சி... பொன்னாச்சி... என்று இவள் பெயரையே நாம சங்கீர்த்தனம் செய்துகொண்டு சுற்றிச்சுற்றி வருபவன் எப்படி இவ்வளவு நேரம் காணாமல் போனான்? பொன்னாச்சி கேள்விகளோடு உள்ளுக்கும் வாசலுக்குமாக நடந்தாள்.

ஊர் அடங்கி வெகுநேரம் கழித்துத்தான் வந்தான் உறங்காவில்லி. பொன்னாச்சி ஊடலோடு முகத்தைத் திருப்பிக்கொண்டு உறங்குவதுபோல் பாவனை செய்தாள். வீடு அமைதியாயிருந்தது. வினோதமான அமைதி! என்னாயிற்று இவனுக்கு? வந்ததிலிருந்து அவளைப் பார்க்காமல், அவள் பெயரைச் சொல்லி அழைக்காமல்...! அவள் மெல்லத் திரும்பிப் பார்த்தாள். அவன் சிலை மாதிரிக் கண்மூடி அமர்ந்திருந்தான். அவள் சுருங்கிய புருவத்தோடு எழுந்து அவனருகில் வந்து மெல்ல அவனைத் தொட, அவன் திடுக்கிட்டுக் கண் விழித்தான்.

"என்னாயிற்று? உங்கள் நடவடிக்கைகள் எல்லாம் இன்று விசித்திரமாயிருக்கிறது...!"

"விசித்திரமாய்த்தான் இருக்கிறது, எனக்கும்."

"எங்கே சென்றுவிட்டீர்கள்?"

"அரங்கன் கோயிலுக்கு."

"என்னையும் அழைத்துச் சென்றிருக்கலாமே!"

"தனியாகத்தான் வர வேண்டுமென்றார் அவர்."

"யார்?"

"யதிராஜர்."

"எதற்கழைத்தார்? கோயிலில் அப்படி என்ன விசேஷம்...?"

"மிகப்பெரும் அற்புதமொன்றை எனக்குக் காட்டுவதாகக் கூறினார்."

"அப்படி என்ன அற்புதத்தை அங்கு கண்டுவிட்டீர்கள்?" அவள் விழி விரித்துக் கேட்க, அவன் அவளது அழகிய விழிகளை ஒரு வினாடி உற்றுப் பார்த்தான்.

"இதோ இந்தக் கண்களைவிட மிக அழகிய, ஒளி படர்ந்த நீல நயனங்களை எனக்குக் காட்டினார்."

“புரிகிறது. என்னைவிட அழகான தேவரடியப் பெண் ஒருத்தியோடு கொஞ்சிக் குலாவிவிட்டு வருகிறீர்கள்.”

“பெண்ணல்ல.”

“பின் யார்...?”

“அரங்கன்.”

“என்ன சொல்கிறீர்கள்?”

“ஆம், பொன்னாச்சி. அரங்கனின் கண்கள்தான். அப்படி ஒரு அழகை நான் இதுவரை கண்டதில்லை. உலகிலேயே அழகான கண்கள் உன்னுடையதுதான் என்று இதுவரை எண்ணி மயங்கியிருந்தேன். அவர் உன் கண்களை விடவும் அழகான கண்களுண்டென்று சொல்லி அரங்கனிடம் அழைத்துச் சென்றார். நீள நெடுகச் சயனித்திருந்த அரங்கனைத் தனிமையில் அவ்வளவு கிட்டத்தில் தரிசிப்பேன் என்று கனவிலும் நினைத்ததில்லை நான். ஆசார்யரின் அருளால் எனக்கு அந்தப் பெரும்பேறு கிட்டியது.

அடேயப்பா... என்ன கண்கள்...! அந்தக் கண்களுக்கு ஈடு இணை இந்தப் பிரபஞ்சத்தில் எங்கும் இருக்காது! அதை நான் உணர்ந்து கொண்டேன். பிறகுதான் ஆசார்யர் என்னிடம் கூறினார்: ‘அக்கம் பக்கம் பார்க்காது, யார் என்ன நினைக்கிறார்களோ என்று கூச்சப்படாமல் உன் மனைவிக்கு அவ்வளவு பிரியத்தோடு உபசாரம் செய்ததைக் கண்டு வியந்தேன். மனைவியிடம் இவ்வளவு காதல் வைத்திருக்கும் உன் கவனம், சற்றே ஆண்டவன் மீதும் சென்றால் அந்த தெய்வத்தை எந்த அளவுக்கு நீ காதலிப்பாய் என்று நினைத்தேன். உன்னைப் போன்ற கண் மூடித்தனமான அன்பர்கள்தான் அவனுக்கும் வேண்டும். உன் கவனத்தை அவனிடம் திருப்பும் பொறுப்பை அரங்கன் என்னிடம் ஒப்படைத்திருக்கிறான் போலும்! அந்தப் பொறுப்பைத்தான் இப்போது நிறைவேற்றிக் கொண்டிருக்கிறேன்.’ ஆசார்யர் இப்படிக் கூறியதும் நான் மெய்சிலிர்த்துப் போனேன். பொன்னாச்சி! உன்மீது நான் கொண்டிருந்த காதல் வெறும்

சிற்றின்ப நோக்கம் கொண்ட சாதாரண மோகம் என எனக்குப் புரிந்தது. இப்போது என் உள்ளம் முழுக்க அந்தக் கண்களே நிறைந்துள்ளன. என் நாடி நரம்பெல்லாம் அரங்கா அரங்கா என்று அரற்றுகிறது. எது பேரின்பம் என்று எனக்குப் புரிய வைத்த என் குருநாதர் யதிராஜருக்கு அடியவனாய் இருந்து சேவை செய்ய என் உள்ளம் துடிக்கிறது. இப்படி நான் சொல்வதால் உன்னை நான் மறந்துவிட்டேன் என்பது அர்த்தமல்ல. முன்னிலும் அதிகமாய் உன்னை நேசிக்கிறேன். மோகம் உதிர்ந்து அன்பு படர்ந்துள்ளது. இந்தக் கண்கள் காரணமாகத்தானே, அந்தக் கண்களைக் காணும் பெரும்பேறு எனக்குக் கிட்டியது!"

உறங்காவில்லி உணர்ச்சிப்பெருக்கோடு சொல்ல, பொன்னாச்சி கண்மூடிக் கைகுவித்தாள். 'அரங்கா...' என்று முனகினாள். 'என் கணவன்மீது உன் கருணைப் பார்வை பட்டுவிட்டது.! இதைவிடச் சந்தோஷம் வேறென்ன எனக்கு வேண்டும்! இந்திரிய சுகங்களிலிருந்து எங்களை விடுவித்தமைக்கு நன்றி! இவன் மட்டுமல்ல, இனி நானும் உனதடிமை...! யதிராஜர் இனி எங்கள் இருவருக்குமே குருநாதர்!'

பொன்னாச்சி கணவனின் பாதம் தொட்டு நமஸ்கரித்தாள். அரங்கனின் அழகிய கண்களைத் தரிசித்துவிட்டு வந்த அவனுடைய கண்களைப் பக்தியோடு தரிசித்தாள் குரு பக்தியில் அவனையும் மிஞ்சினாள். இருவரும் வெகு சீக்கிரம் ராமானுஜரின் ஆழ்ந்த அன்புக்குப் பாத்திரமானார்கள்.

இது அங்கே சிலருக்குப் பிடிக்கவில்லை. தங்கள் ஆசார்யர் ஒரு தாழ்ந்த குலத்தினனோடும் ஒரு தேவரடியப் பெண்ணோடும் அன்பு பாராட்டியது அவர்களது துவேஷத்தைக் கிளப்பிவிட்டது. ஒரு சிலர் அவரிடமே நேரடியாய் 'இது சரியா...?' என்று பொருமினார்கள். ராமானுஜர் புன்னகைத்தார்.

"என்ன வேண்டும் உங்களுக்கு...?"

"அந்தத் தேவரடியப் பெண்ணை இனி இங்கே வருவதற்கு அனுமதிக்கக் கூடாது. வேண்டுமானால் உறங்காவில்லி

வந்துவிட்டுப் போகட்டும். ஆனால் தாங்கள் அவன் தோளில் கைபோட்டு நடப்பதில்லையென உறுதியளிக்க வேண்டும்."

ராமானுஜர் மௌனமாயிருந்தார். மௌனம் சம்மதத்திற்கு அடையாளமென்று அவர்கள் சந்தோஷமாய் உறங்கினார்கள்.

மறுநாள் காலையில் நீராடிவிட்டுக் காயப்போட்டிருந்த தங்கள் வேட்டிகளை உடுப்பதற்கு எடுத்தவர்கள் திகைத்தார்கள். எல்லோருடைய வேட்டிகளும் தாறுமாறாய்க் கிழிந்திருந்தன.

"யார் என் வேட்டியை இப்படிக் கிழித்தது...?" ஆத்திரத்தோடு ஒருவரை ஒருவர் கேட்டுத் திட்டிக் கொண்டார்கள். அமைதியாயிருந்த ஸ்ரீமடம் ஆத்திர மடமாயிற்று. அரங்கன் பேர் உச்சரிக்க வேண்டிய நாவுகள் ஒன்றை ஒன்று அசிங்கமாய்த் திட்டித் தீர்த்துக்கொண்டன.

"போதும் சண்டை. கேவலம் ஒரு வேட்டித் துணிக்கு இப்படியா... அடித்துக் கொள்வார்கள்...?" ராமானுஜர் கேட்க அவர்கள் ஒரு வழியாய் அடங்கினார்கள். ஆனாலும் உள்ளே வேட்டி கிழிந்துவிட்ட வருத்தமிருந்தது. ராமானுஜர் அவர்களைக் கிட்டே அழைத்தார்.

"எனக்கொரு உபகாரம் செய்ய வேண்டும்."

"சொல்லுங்கள்."

"இன்றிரவு உறங்காவில்லி என்னோடு பேசிக்கொண்டிருக்கும் நேரம் பார்த்து நீங்கள் அவன் வீட்டிற்குச் சென்று பொன்னாச்சியின் உடலிலிருக்கும் நகைகளைக் கொள்ளையடித்து வரவேண்டும்."

"கொள்ளையா... இது தவறில்லையா?"

"தவறா இல்லையா என்று பிறகு சொல்கிறேன். சொன்னதைச் செய்யுங்கள்." ஆசார்யர் கட்டளையிட, அவர்கள் அதை நிறைவேற்றத் தயாரானார்கள்.

அன்றிரவு உறங்காவில்லி, குருநாதரோடு அமர்ந்து பாடம் கேட்டுக் கொண்டிருந்த சமயம் அவர்கள் அவன் இல்லத்திற்குச்

சென்றனர். கணவனின் வருகைக்காகக் கதவைத் திறந்தே வைத்திருந்த பொன்னாச்சி தூக்கம் வராமல், அதே நேரம் கண்களை மூடிப் படுத்திருந்தாள். அவர்கள் மெல்ல உள்ளே வர, நாலைந்து பேரின் காலடி ஓசையை உன்னிப்பாகக் கேட்ட பொன்னாச்சி அசையாமல் கிடந்தாள்.

யார் அவர்கள், எதற்கு வந்திருக்கிறார்கள் என்பதை, அவர்களின் செயல் மூலம் அறிய விரும்பினாள். திருடர்களா? பாவம், என்ன வறுமையோ? இருக்கும் நகை பணம் எல்லாம் எடுத்துச் செல்லட்டுமே! யார் அனுபவித்தால் என்ன, குடியா முழுகிவிடும்?

அவள் அவர்களுக்கு அச்சமூட்ட வேண்டாம் என்று ஆழ்ந்து உறங்குவது போல் பாவனை செய்தாள். அவர்கள் அவளை நெருங்கினார்கள். இடப்பக்கமாய்த் திரும்பி ஒருக்களித்துப் படுத்து உறங்கிக் கொண்டிருந்தவளின் வலப்பக்க உடலில் தென்பட்ட நகைகளை எல்லாம் கழற்றினார்கள்.

'ஓஹோ, என் உடம்பில் உள்ள நகைகள்தான் வேண்டுமா உங்களுக்கு...? தாராளமாக எடுத்துச் செல்லுங்கள். உங்களுக்கு வசதியாக, வலது பக்கம் புரண்டு படுக்கிறேன். இந்தப் பக்கத்து நகைகளையும் நீங்கள் கழட்டிச் சென்றால் என் உள்ளம் மிக்க மகிழ்ச்சியடையும்.'

பொன்னாச்சி மனதில் நினைத்தபடி தூக்கத்தில் புரள்வதுபோல் விழி திறக்காமல் மெல்லப் புரள, அவர்கள் வாரியடித்துக் கொண்டு ஓடி மறைந்தார்கள். பொன்னாச்சி திடுக்கிட்டு எழுந்து அமர்ந்தாள். 'கடவுளே! தவறு செய்துவிட்டேனா...? புரண்டு படுத்திருக்கக் கூடாதோ...? ஏன் அப்படிச் செய்தேன்...? நான் கொடுக்கிறேன், எடுத்துக்கொள்ளுங்கள் என்ற நினைப்போடு புரண்டு படுத்தது எவ்வளவு தவறு! என் அகங்காரத்தின் வெளிப்பாடல்லவா அது! நான் யார் கொடுக்க! கொடுப்பதும் எடுப்பதும் எல்லாம் அவன் என்பதை மறந்து எவ்வளவு பெரிய தவறு செய்துவிட்டேன்! இந்தக் கர்வத்தினால்தான் ஒரு பாதி உடம்பில் இன்னும் குப்பை சுமக்கிறேனா?'

அவள் வேதனை பொங்கத் தன் இடப்பக்க நகைகளைத் தடவியபடி கண் கலங்கினாள். 'வந்தவர்கள் அந்தணர்கள். புரண்டு படுத்து அந்த அந்தணர்களுக்கு மறுபாதி நகைகள் கிடைக்கச் செய்ய முடியாத பாவத்தை எங்கு சென்று கரைக்கப் போகிறேன்...!' பொன்னாச்சி துடித்தாள். கணவன் வந்ததும் நடந்ததை எல்லாம் அவனிடம் கூறித் தன் தவறுக்கு என்ன தண்டனை கொடுத்தாலும் ஏற்கத் தயார் என்று அழுதாள்.

அவன் அவளைச் சமாதானப்படுத்தி, மறுநாள் ஆசார்யரிடம் அழைத்துச் சென்றான்.

"பொன்னாச்சியின் முகம் ஏன் ஒரு மாதிரியிருக்கிறது, உறங்காவில்லி? அவளை எதற்காவது கடிந்து கொண்டாயா என்ன?" ராமானுஜர் புன்னகையோடு கேட்டார்.

"அவரிடம் எக்குற்றமும் இல்லை, ஸ்வாமி. என் அறியாமையால் நேற்றிரவு அந்தணர்கள் சிலரை ஏமாற்றிவிட்டேன்!" பொன்னாச்சி முதல் நாளிரவு நடந்ததை ஆசாரியரிடம் கூறினாள்.

"நான் கொடுக்கிறேன் எனும் உணர்வு என்னைப் புரண்டு படுக்கச் செய்து அவர்களைப் பயந்து ஓட வைத்துவிட்டது. இது அகங்காரத்தின் வெளிப்பாடன்றி வேறு என்னவாக இருக்க முடியும்? இன்னும் என் அகங்காரம் முழுமையாக மறையவில்லை என நினைக்கும்போது வெட்கமாக இருக்கிறது, ஸ்வாமி. அது மறையத் தாங்கள் அருள் புரிய வேண்டும். என் இடப்பக்க உடலில் மினுமினுத்துக் கொண்டிருக்கும் இக்குப்பையும் என்று என்னை விட்டுச் செல்கிறதோ அன்றுதான் எனக்கு நிம்மதி. அவர்கள் மீண்டும் வந்து இக்குப்பையை விரைவில் எடுத்துச் செல்ல அருள் புரியுங்கள், ஸ்வாமி!"

பொன்னாச்சி பணிவோடு அவர் காலில் விழுந்து வணங்க, யதிராஜரின் பார்வை, வேட்டி கிழிந்ததற்காக அடித்துக்கொண்ட தம் சீடர்களின் மீது சென்றது. அவர்கள் தலை குனிந்தார்கள். பொன்னாச்சியின் பக்தியில் பிரமித்துப் போயிருந்தார்கள்.

ஸ்ரீரங்கத்துத் தாசி என்று கேலியாய் நினைத்தது எவ்வளவு தவறு! தூய்மையான பக்தியோடு இறைவனிடம் தன்னை அர்ப்பணிப்பவருக்கு அன்பு ஒன்றைத் தவிர மற்ற ஆசைகளனைத்தும் குப்பைக்குச் சமானம் என்பதைப் பொன்னாச்சியிடமிருந்து அவர்கள் கற்றுக்கொண்டனர்.

நாம் எப்போது குப்பைகளிலிருந்து விலகி வரப் போகிறோம்?

ராதே கிருஷ்ணா

கோகுலம் என்றைக்குமில்லாத வண்ணம் புதுசாய், பசுமையாய் இருந்தது. பூக்காத மரங்கள்கூடப் பூத்துக் குலுங்கின. பசுக்களும் கன்றுகளும் உற்சாகமாய்த் துள்ளித் திரிந்தன. கோபர்களின் முகங்களும், கோபிகைகளின் முகங்களும் தாமரையாய் மலர்ந்திருந்தன.

ஊரெங்கும் ஒரே ஒரு பேச்சுதான். யசோதைக்குக் குழந்தை பிறந்துவிட்டது. இதுவரை கோகுலத்தில் இவ்வளவு அழகான குழந்தை யாருக்கும் பிறந்ததில்லை எனும் அளவுக்குக் கொள்ளை அழகு. குடும்பம் குடும்பமாய்த் தாங்கள் இஷ்டப்பட்ட பரிசுகளை எடுத்துக்கொண்டு குழந்தையைப் போய்ப் பார்த்துவிட்டு வந்தார்கள்.

ஆயர் தலைவன் கும்பனும் தன் குடும்பத்தோடு குழந்தையைக் காணத் தயாரானான்.

“ராதை எங்கே?” மனைவியிடம் கேட்டான்.

“தயிர் கடைகிறாள்.”

“வரச் சொல்.”

“அவள் எதற்கு?”

“குழந்தையை அவளும் காணட்டும். குழந்தையும் தெய்வமும் ஒன்றல்லவா? தெய்வ தரிசனம் அவளுக்கும் கிட்டட்டுமே.”

தாயார் ராதையை அழைத்தாள். அவளுக்கு உடைமாற்றி அழைத்துக் கொண்டு கிளம்பினாள்.

மூவரும் நந்தகோபரின் வீட்டுக்குச் சென்றார்கள்.

"வாருங்கள் வாருங்கள்!" வந்தவர்கள் எல்லோரையும் அவ்வீடு அழைத்தது.

ராதை தொட்டிலில் கிடந்த குழந்தையை விழிகள் விரியப் பார்த்தாள்.

"எவ்வளவு அழகு! இதுவரை காணாத அழகு! விழிகளைக் கட்டிப்போடும் அழகு! கருவிழிகளும், பால் ஒழுகும் கொவ்வை இதழ்களும், சுருள்கேசமும், மணிகள் புரளும் மார்பும், பட்டுத்துணி சுற்றிய பொன் உடலுமாய் இருந்த அழகு என்னை என்னவோ செய்கிறதே!"

"ராதை! குழந்தையைப் பார்த்தாகிவிட்டதல்லவா? போகலாம் வா."

"இவனை என் மடியில் சிறிது நேரம் வைத்துக்கொள்ளவா, அம்மா?"

"ம்ஹூம்... இந்தக் கோகுலத்தை விட்டு இவன் எங்கே போய்விடப் போகிறான்? அவன் உறங்கட்டும். வா, போகலாம்."

அவள் கைபற்றித் தாய் அழைத்துச் செல்ல, ராதை, தொட்டிலில் கிடந்த கிருஷ்ணனையே ஏக்கத்துடன் பார்த்தபடி நடந்தாள். இதுவரை தன்னிடமிருந்த ஏதோ ஒன்றை இழந்துவிட்டதாகத் தோன்றியது அவளுக்கு.

எதிரில் தென்பட்ட எல்லா முகமும் அந்தக் குழந்தையின் முகமாகத் தெரிந்தது. கோகுலத்து மரங்களின் ஒவ்வொரு இலையிலும், பூவிலும், காயிலும், கனியிலும், தயிர் கடையும்போது தெறித்துச் சிதறிய தயிர்த் துளிகளிலும் அம்முகமே தெரிந்தது.

ஒவ்வொரு பொழுதும் புலரும்போது அவள் கால்கள் யசோதையின் வீட்டு வாசலில் நின்றன.

"வா வா... ராதை! இவனைக் கொஞ்சம் தூங்க வை. பாடாய்ப் படுத்துகிறான். என் வேலைகள் எல்லாம் அப்படி அப்படியே இருக்கின்றன!" யசோதை கிருஷ்ணனை அவள் மடியில்

கிடத்திவிட்டுச் சென்றாள். ராதை மெல்லிய குரலில் பாடினாள். அந்தப் பாட்டில் அவன் மயங்கி உறங்கினான்...

அவன் மெல்ல மெல்ல வளர்ந்தான். அவன் அழகில் கோகுலம் மயங்கியது. அவன் குறும்புத்தனத்தில் பொய்க் கோபம் காட்டியது. கோகுலத்துப் பெண்கள் எல்லாம் அவன் மீது மையலாகி அவன் தனக்கு அருகிலேயே இருக்க வேண்டுமென எண்ணினார்கள். எல்லோரும் அவனைச் சொந்தம் கொண்டாட, அவனோ ராதையின் மடியில் மயங்கிக் கிடப்பதையே விரும்பினான்.

"ராதையிடம் மட்டும்தான் நீ அன்பு செலுத்துவாயா?" கோபிகை ஒருத்தி கேட்க, அவன் புன்னகைத்தான்.

"உன்னை விட அவள் வயதில் பெரியவள் என்பதை மறந்துவிட வேண்டாம்."

அவன் அதற்கும் புன்னகைத்தான். அந்தப் பெண் கூறியதைத் தனிமையில் ராதையிடம் சொல்லி நகைத்தான்.

"என்னை விட நீ பெரியவளாம்!"

"உண்மைதானே."

"எனக்கு வயது ஏது? என் வயது என்னவென்று எவரால் கூற முடியும்?"

"நீயே கூறேன். உன் வயதென்ன?"

"உன்னைக் காதலிக்க வயது தேவையெனில், கூறு. இப்போதே என் வயதைக் கூட்டிக்கொள்கிறேன்."

"நல்லது. உன் லீலா வினோதங்களில் இதுவும் ஒன்றாயிருக்கட்டும். எங்கே...?" ராதை சிரிக்க, அவள் கண்முன் அந்தப் பாலகன், தோற்றம் மாறினான். பரந்த தோள்களும், நீண்ட வலுவான கரங்களும், மோகத்தைத் தேக்கி வைத்த விழிகளும், குறும்புப் புன்னகை சிந்திய அதரங்களுமாய்... ராதை பிரமித்தாள். விரிந்த விழிகளில் அவனை விழுங்குவதுபோல் பார்த்தாள்.

“இந்த வயது போதுமா ராதை?” அவன் குறும்புடன் கேட்க அவள் குங்குமமாய்ச் சிவந்தாள். இதுநாள்வரை இல்லாத இனம் புரியாத நாணம் அவளை நடுங்கச் செய்தது. காற்றில் ஆடும் கொடிபோல் அவள் தேகம் நாணத்தில் ஆடியது.

அவன் அவளருகில் நின்று இடக்கரத்தால் அவளை மெல்ல அணைக்க, அவள் விழிமூடி அவன் மார்பில் தலைசாய்த்து, அவன் கரங்களுக்குள் சிறைப்பட்டாள். அவர்கள் தம்மை மறந்தார்கள், உலகம் மறந்தார்கள். சிருங்கார ரசனையில் ஆழ்ந்தார்கள்.

அதற்குப்பிறகு அவளைக் காண விழைந்த போதெல்லாம் அவன் - புல்லாங்குழல் வாசித்தான். அவள் அந்த நாதம் கேட்டு, போட்ட காரியம் போட்டபடி ஓடினாள்.

எல்லோருக்கும் பாலகனாய் இருந்தவன் அவளுக்கு மட்டும் வாலிபனாய் இருந்தான். எல்லோரும் அவனிடம் மயங்க, அவன் அவளிடம் மயங்கினான். அவளது தூய அன்பை ஆராதித்தான். தயிர் கடைந்து கடைந்து களைத்துப்போன அவளது கரங்களை அழுத்திவிட்டு வலி குறைத்தான். அவனைக் காணும் அவசரத்தில் ஓடி வந்த அவளது கால்களில் குத்தியிருந்த சிறு சிறு முட்களை அவள் கால் பற்றி எடுத்தெறிந்தான்.

“கோகுலத்தில் எங்கும் உன்னைக் குறித்த பேச்சுதான், கண்ணா.”

“என்ன பேசுகிறார்கள்...?”

“உன் லீலா வினோதங்களைக் குறித்த பேச்சுதான். கேட்கக், கேட்க எனக்குப் பெருமையாக இருக்கிறது. ஆனால் ஒரு விஷயம் மட்டும் அப்படி இல்லை.”

“என்ன அது?”

“கோபியர்கள் குளிக்கும்போது வஸ்திரங்களை ஒளித்து வைத்து அவர்களைப் படாதபாடு படுத்தினாயாம்! தலைக்கு மேலே கைகளைக் குவித்து உன்னை வணங்கச் செய்தாயாம். என்ன காரியமிது?”

"அவர்கள் ஆடையின்றி இருந்தார்கள். அது தவறு. பிரும்மத்தையும், மகரிஷிகளையும், பஞ்ச பூதங்களையும் பழிப்பதாகும் அது. அதைத் தவறென்று உணர்த்தவே அவ்விதம் செய்தேன். அதுபோகட்டும். என்னை விசாரிக்கவா இங்கு வந்தாய்?"

"வேறென்ன வேண்டும் உனக்கு?"

"ஒரு பாட்டுப் பாடு."

"உன் குழலிசைக்குதான் கோகுலத்து ஆயர்களும், பசுக்களும் மயங்கிக் கிடக்கிறார்களே. உன் குழலிசைக்கு முன்னால் என் கானம் எம்மாத்திரம்?"

"உலகத்திற்காக நான் குழலிசைத்தாலும் நான் மயங்குவது உன் குரலில் அல்லவா? உன் பாடலில்தானே நான் பலநாள் உறங்கியிருக்கிறேன். எனக்கொரு ஆசை, ராதை. நீ பாட, நான் குழலிசைக்க, நாம் மட்டுமே அதனைக் கேட்க வேண்டும். கேட்டு இந்த உலகம் மறந்திருக்க வேண்டும்."

"அப்படியானால் ஒன்று செய்வோம். ஒரு மாறுதலுக்கு நான் குழல் வாசிக்கிறேன். நீ பாடு."

அவன் சம்மதித்தான். அவள் வாசிக்க, அவன் பாடினான். குழலில் அவன் மயங்க, குரலில் இவள் மயங்க, அவர்கள் மெய்ம்மறந்து ஒருவர் மீது ஒருவர் சாய்ந்திருந்தார்கள்.

மறுநாள் யமுனையில் குளிக்கச் சென்ற ராதையைத் தோழி ஒருத்தி அழைத்தாள்.

"உனக்கொன்று தெரியுமா, ராதை?"

"என்ன?"

"உன் கண்ணன் பொல்லாதவன்."

"அவன் எப்படியிருந்தால் உனக்கென்ன?"

"அவன் உன்னைக் காதலிப்பதாகத்தானே நீ நினைத்துக் கொண்டிருக்கிறாய்! அது தவறு. அவன் நேற்று என்னோடு சல்லாபம் செய்தான் தெரியுமோ...?"

“நேற்று அவன் என்னோடிருந்தது எனக்குத் தெரியும்.”

“நான் பொய் சொல்லவில்லை, ராதை. சத்தியம். அவன் என்னோடு நடனமாடினான். என்னையும் தழுவிக்கொண்டு ஆடினான்.”

ராதையின் முகம் மாறியது குழப்பம் படர்ந்தது. ஒருவர் பின் ஒருவர் அவளிடம் வந்து இதேபோல் சொல்ல, அவள் கண்ணனைத் தேடிச் சென்றாள்.

“இதென்ன நாடகம், கண்ணா?”

“எது?”

அவள் தோழிகள் கூறியதை அவனிடம் கூறினாள்.

“இதெல்லாம் உண்மையா?”

“எல்லோரது விருப்பத்தையும் தீர்க்க வேண்டியது என் கடமை, ராதை. எத்தனை பேருடன் நானிருந்தாலும் என் மனம் யாருடனும் ஒட்டாது, உன்னைத் தவிர. உனக்குக் கோபம் ஏற்படும்படியாய் ஒருபோதும் நான் நடக்க மாட்டேன். போதுமா?”

“கோபமில்லை, கண்ணா! பயம்.”

“என்ன பயம்?”

“ஏதோ பயம். நீ எனக்கு மட்டுமே வேண்டும் என எண்ணுகிறேன்.”

“நீ எண்ணினாலும் எண்ணாவிட்டாலும் நான் என்றும் உன்னுடையவன்தான்.” அவன் அவளைச் சமாதானப்படுத்தி அனுப்பி வைத்தான். அன்று முழுக்க அவள் உறங்கவில்லை.

தன் எண்ணங்களும் செயல்களும் சரிதானா என்று யோசித்தாள்.

அவன் யாரென்பது அறிந்தும், அவனை என்னைச் சுற்றி மட்டும் கட்டிப்போட நினைப்பது என் சமர்த்தா, அறிவீனமா?

அவள் குழம்பினாள். யமுனையின் கரையில் அவனை எண்ணியபடி அமர்ந்தவளை நோக்கித் தோழிகள் ஒன்றுகூடி ஓடி வந்தார்கள்.

“ராதை! விஷயம் தெரியுமா?”

“என்ன...?”

“கண்ணன் கோகுலத்தைவிட்டுச் செல்லப் போகிறானாம்.”

“எங்கு?”

“மதுராவுக்கு. அழைத்துச் செல்ல அக்ரூரர் வந்துள்ளாராம்.”

ராதை மௌனமாக இருந்தாள்.

“இந்த மௌனத்திற்கு என்ன அர்த்தம், ராதை? நீ உடனே செல். உன்னால் அவன் செல்வதைத் தடுக்க முடியும். நீ சொன்னால் அவன் தட்டமாட்டான். ஏதேனும் சொல்லி அவன் முடிவை மாற்று. அவன் கோகுலத்தைவிட்டுச் செல்லக் கூடாது. அவனில்லாத கோகுலத்தை எங்களால் நினைத்துக்கூடப் பார்க்க இயலாது. அவன் போய்விட்டால் கோகுலத்துப் பசுக்கள் பால் கறப்பதை நிறுத்திவிடும். மரங்கள் பூப்பதை மறந்துவிடும். கோகுலம் பாழடைந்துவிடும், ராதை. உடனே செல். ஏதாவது செய்.”

கோபிகைகள் கெஞ்சினார்கள். ராதை அசையாது அமர்ந்திருந்தாள்.

“இவள் கல்லாகிவிட்டாள் எனத் தோன்றுகிறது. கண்ணனைப் பற்றிய கவலை சிறிதுமில்லை. இதோ பார், ராதை. கண்ணனுக்கு இங்கேயே எத்தனை ஆபத்துகள், வந்தனவென்று உனக்குத் தெரியாதா? அவன் மதுராவிற்குச் சென்றால் இனி அவனை உயிரோடு காண முடியுமா? போ, ராதை. அவனைத் தடுத்து நிறுத்து.”

ராதை அமைதியாய் அவர்களைப் பார்த்தாள்.

“நீங்கள் யாரும் இந்த அளவுக்கு ஆதங்கப்படத் தேவையில்லை. கிருஷ்ணன் இங்கே வளர்ந்த காரணத்தால் நமக்கு மட்டுமே சொந்தமாக அவனை நினைத்துவிட வேண்டாம்.”

“என்ன சொல்கிறாய் நீ? அவனை உயிருக்குயிராய்க் காதலிக்கும் நீயா, அவன் நமக்கு மட்டும் சொந்தமல்ல என்று கூறுகிறாய்.”

“ஆம், நானேதான். நேற்றுவரை எனக்குள்ளும் பொறாமைகள் இருந்தன. ஆனால் அவற்றை ஒதுக்கிவிட்டு நான் யோசிக்க ஆரம்பித்தேன். யோசனையின் முடிவில் எனக்குப் பல உண்மைகள் புரிந்தன. இந்த ஆகாசமும், சூரியனும், சந்திரனும், நதிகளும், காற்றும், இயற்கையும் எவ்வாறு எல்லோருக்கும் பொதுவான, அத்யாவசியமான ஒன்றோ அது போல்தான் அவனும்.

மரணம்தான் அவனது விதியென்றால், அது அந்தப் பூதனையின் முலைப்பாலின் மூலமே சம்பவித்திருக்க வேண்டும். அவனை அழிக்கும் நோக்கத்தோடு அவனை நெருங்குபவர்களுக்கு மட்டுமே இதுவரை மரணம் சம்பவித்துள்ளது. இனியும் அவ்வாறே நடக்கும். எங்கிருந்தாலும் அவன் நமது அன்பை உணர்ந்து ஆராதிப்பான். அன்பை வெளிப்படுத்தச் சம்பந்தப்பட்டவர் எதிரிலிருக்க வேண்டுமென்பது அவசியமல்ல. உடலைக் காட்டிலும் உணர்வுகளில்தான் காதல் அதிகம் ஜீவிக்கிறது. சூரியனை நம் இமைகளுக்குள் பத்திரப்படுத்த நினைப்பது அறிவீனம். அவனைத் தூரத்திலேயே விட்டுவிட்டால் சந்திரனைப் போல ஒவ்வொரு கிண்ணத்து நீரிலும் அவன் தெரிவான்.

அவன் செல்லட்டும். பரந்து விரிய வேண்டிய ஒன்றை இந்தக் கோகுலத்திலேயே கட்டிப்போட நினைப்பதுகூட ஒரு வகையில் பாபம்தான். அன்பின் மிகுதியால் இந்த உலக க்ஷேமத்தை நாம் மறந்துவிட வேண்டாம். நாம் செய்த புண்ணியம் அவன் இவ்வளவு காலம் இங்கிருந்தான். நம் கையால் வெண்ணெய் தின்றான். நம் மனங்களைக் கொள்ளையடித்தான். இந்தக் கோகுலத்தின் ஒவ்வொரு மண்துகளிலும் அவன் பாதம் பட்டிருக்கிறது. அவனால் நாம் சந்தோஷமாக இருந்தோம். அந்தச் சந்தோஷத்திற்கு நாம் தரப்போகும் விலைதான் இந்தப் பிரிவு. அவனை உள்ளத்தில் பதிப்பவருக்குப் பிரிவென்று ஒன்றில்லை. மனங்களுக்கிடையில் ஏது தூரம்? எனவே அமைதியாகத் திரும்பிச் செல்லுங்கள்.”

ராதை நிறுத்த, அவர்கள் அவளை விழி விரியப் பார்த்தார்கள். நேற்றுவரை கண்ணனோடு கூடிக் குலாவிய, அவனை ஒரு

கணமும் பிரிய விரும்பாத ராதையா இவள்? இத்தனை ஞானமும், அமைதியும் எங்கிருந்து பெற்றாள் இவள்?

வியப்புடன் அவர்கள் திரும்பிச் சென்றார்கள். ராதை யமுனையின் அலைகளில் கால் பதித்துக் கண் மூடி அமர்ந்திருந்தாள்.

தூரத்தில் குதிரையின் குளம்புச் சத்தம் சீராகக் கேட்டது. கூடவே குழலின் ஓசையும்.

அவன் வருகிறான்.

அவள் எழுந்தாள்.

அக்ரூரரிடம் ஏதோ கூறிவிட்டு அவன் தேரிலிருந்து இறங்கி அவளை நோக்கி வந்தான். அவளை உற்றுப் பார்த்தான். அவள் சலனமின்றி நின்றிருந்தாள்.

"'நீ யார்?' எனக் கேட்டார் அக்ரூரர்."

"என்ன சொன்னாய்?"

"என் உள்ளம் கவர்ந்தவள் என்றேன்."

அவள் புன்னகைத்தாள்.

"நாம் பிரிய வேண்டிய வேளை வந்துவிட்டது, ராதை. ஏற்கெனவே பெற்றவர்களைப் பிரிந்தேன். இப்போது, வளர்த்தவர்களை, உன்னை, இந்தக் கோகுலத்தைப் பிரியப் போகிறேன்."

"அனைத்தும் அறிந்தேன். உணர்ந்தேன். தெளிந்தேன். சென்று வா. இந்த ராதையின் சந்தோஷத்தைவிட இந்த உலகத்தின் சுபிட்சம் மிக முக்கியம்."

"மறுபடியும் உன்னைச் சந்திப்பேனா என்று தெரியவில்லை."

"பிரிந்தால்தானே சந்திக்க."

"இருப்பினும் இந்த அழகிய முகத்தையும், மெல்லிய இடையையும் இனி ஸ்பரிசிக்க இயலாதல்லவா?"

அவள் சிரித்தாள்.

“என்ன சிரிக்கிறாய்?”

“உன்னாலா முடியாது. நீ நினைத்தால் என் எதிரில் நிற்பாய்.”

“உண்மை. ஆனால்...”

“என்ன ஆனால்...”

“நாம் திருமணம் செய்துகொள்வோமா என்பது தெரியவில்லை.”

“நம் திருமணத்தை இனி நாம் நடத்திக் கொண்டால்தானா? அது ஏற்கெனவே நடந்து முடிந்த ஒன்று.”

“நீ மிக உயர்ந்தவள், ராதை. உன்னைப் பிரிவதில் நான் வருந்துகிறேன்.”

“இப்பிரிவும் நம் காதலின் அடையாளமே. அக்ரூரர் காத்திருக்கிறார். புறப்படு, கண்ணா.”

“நீ இருக்கும் இடமெல்லாம் நான் இருப்பேன், ராதை. நம் திருமணம் நடக்கும். நடத்தி வைப்பார்கள். நான் உனக்கு வரம் தருகிறேன்.”

அவன் கூற, அவள் வியப்போடு பார்த்தாள்.

“என் பெயரைப் பக்தியோடு உச்சரிப்பவர்கள் எல்லோரும் உன் பெயரையும் சேர்த்தே உச்சரிப்பார்கள். நம் திருமணத்தை அந்தப் பக்தர்கள் மீண்டும் மீண்டும் நடத்துவார்கள். நமக்கு ஒருமுறையல்ல, இந்தப் பூமி அழியும் வரை, எண்ணிலடங்காத முறை திருமணம் நடக்கும். நமக்குத் திருமணம் செய்து வைப்பவர்களை நான் நேசிப்பேன். அவர்களை நெருங்கிச் செல்வேன்.”

கிருஷ்ணன் புறப்பட, ராதை கைகூப்பி நின்றபடி கண்களால் அவனுக்கு விடை கொடுத்தாள். மயில் பீலியும், குழலும், மணிமாலைகளும் அவள் மனதில் விஸ்வரூபமெடுத்தன.

இன்றைக்கும் ராதே கிருஷ்ணா என்ற நாம சங்கீர்த்தனமும், ராதா கல்யாணமும் நடந்து கொண்டிருக்கிறது என்றால் அது பக்தியால் மட்டுமல்ல. அந்த தெய்வீகக் காதலுக்கு மனிதர்கள் கொடுக்கும் அங்கீகாரமும் கூட.

காட்டுக்குள் ஒரு காதல்

கொஞ்சம் தினைமாவும், தேனும், கனிந்த வாழைக் கனிகளும் எடுத்துக் கொண்டு வந்த ஆகுகன் ஒரு க்ஷணம் திகைத்தான். நட்டநடுக் கானகத்தில் அவன் மட்டுமே தினமும் வணங்கி, பேசி, உறவாடும் சிவலிங்கத்தின் எதிரில் யாரோ ஒரு மாங்கனியும், கொஞ்சம் அவித்த கிழங்கும் வைத்துவிட்டுப் போயிருந்தனர். இந்த நட்டநடுக் கானகத்தில் இப்படி ஒரு சிவலிங்கம் இருப்பது அவனைத் தவிர வேறு யாருக்கும் தெரியாது என்றல்லவா அவன் நினைத்திருந்தான்...?

இந்த நடுக்காட்டில் அவனுக்கு அச்சிவலிங்கம் துணை, அதற்கு அவன் துணை என்று வாழ்ந்தபடி தினமும் அதற்கு உணவு படைத்துவிட்டுத் தானும் அதன் முன் அமர்ந்து பேசிக்கொண்டே உணவருந்துவான்.

தன்னைத் தவிர மற்றொருவரும் அச்சிவனுக்கு உணவு படைத்துவிட்டுப் போயிருக்கிறார் என்ற விஷயம் ஆகுகனுக்கு மிகுந்த துக்கத்தையும், தனக்கும் ஈஸ்வரனுக்குமிடையில் எவருமே வந்துவிடக்கூடாது என்ற பயத்தையும் ஏற்படுத்தியது. மிகுந்த அன்பு காரணமாகச் சர்வேஸ்வரனைத் தனக்கு மட்டுமே சொந்தமானவன் என்று குழந்தைத்தனமாக எண்ணினான் அவன். அந்த துக்கத்துடன் சிவலிங்கத்தை முறைத்துப் பார்த்தான்.

"யார் கொடுத்தது இவைகளை?" தன் குழந்தை எவரிடமோ ஏதோ வாங்கிக் கொண்டுவிட்டதற்காக மிரட்டுவதுபோல் கேட்டான்.

"சொல்லமாட்டயா? என்னைவிட நெருக்கமாய் வேறொருவரும் உண்டோ உனக்கு? யாரது? சொல்..."

இறைமை மௌனமாய் வீற்றிருந்தது.

"சரி, வேண்டாம். நீ சொல்ல வேண்டாம். நானே கண்டுபிடிக்கிறேன். இப்போது இந்தத் தேனும், தினையும் உனக்கு வேண்டுமா... அல்லது யாரோ கொடுத்த கிழங்கிலேயே உன் பசி அடங்கிவிட்டதா...?"

அவன் வருத்தத்துடன் கேட்டுவிட்டுத் தானும் எதுவும் உண்ணாமல் அங்கிருந்து அகன்றான்.

அடுத்த நாள் சீக்கிரமே எழுந்து வேட்டைக்குச் சென்றான். மானொன்று மாமிசமாக மாற, அவன் மகிழ்ந்தான். அதை எடுத்துக்கொண்டு வரும் வழியில் இன்னும் சில கனிகளையும் சேகரித்துக் கொண்டு சிவனுக்கு உணவு படைக்க விரைந்தான்.

என்ன ஆச்சர்யம்! அன்றைக்கும் அவனுக்கு முன்பே யாரோ உணவு படைத்துவிட்டுப் போயிருந்தார்கள். அவன் முகம் வாடியது. துக்கம் கண்களில் நீராய்ச் சேர்ந்தது.

தனக்குச் சொந்தமான ஒன்றை யாரோ தனக்கே தெரியாமல் பறித்துச் சென்றுவிட்டாற்போல் சோகம் கவ்வியது அவனை.

அன்றைக்கும் அவன் உணவருந்தவில்லை. அடுத்தநாள் அவன் வேட்டைக்குச் செல்லவில்லை. ஒரு பெரிய மரத்தின் அடியில் அமர்ந்து கொண்டான்.

சற்று நேரத்தில் சருகுகள் மிதிபடும் ஓசை கேட்க, அவன் துள்ளி எழுந்து ஓரிடத்தில் மறைந்து நின்றான். யார் வருவதெனப் பார்த்தான். துள்ளித் துள்ளி வந்த அந்த அழகு மானைப் பார்த்ததும் இமைக்க மறந்தான். அந்தப் பெண்மான் அங்கு இறைந்து கிடந்த மாமிசத்தையும், கனிகளையும் கண்டுவிட்டு முகம் மாறியது.

"யார் கொடுத்துச் சென்ற உணவிது?" சிவலிங்கத்தைப் பார்த்துக் கேட்டது. "உனக்காக ஆசை ஆசையாகக் கிழங்கு அவித்துக்கொண்டு வந்திருக்கிறேன். சூடு ஆறுவதற்குள் உண்டுவிடு!" என்றபடி சிவலிங்கத்திற்கு முன் வைத்துவிட்டு அந்த இடத்தைச் சுத்தம் செய்தவளை ஆகுகன் பிரமிப்போடு பார்த்தான்.

அவள் சுனையிலிருந்து நீர் மொண்டு வந்து இறைவனைக் குளிப்பாட்டி, தன் மேலாடையால் ஈரம் துடைத்துவிட்டு, பூக்களைத் தொடுத்து மாலையாகப் போட்டாள். பிறகு வருத்தத்தோடு சொன்னாள்.

'பனியிலும், வெயிலிலும், வாடைக் காற்றிலும் வாடுகிறாய் நீ. உனக்கொரு கூரை வேய வேண்டும் என்று தோன்றுகிறது. ஆனால் எப்படி வேய்வதெனத் தெரியவில்லையே! நான் என்ன செய்வேன்?'

அவள் அன்றைய பூஜை முடித்துச் சென்றாள்.

மறுநாள் அவள் வந்தபோது சிவலிங்கத்தின் மீது அழகாகக் கூரை வேய்ந்திருக்க, அவள் வியந்து நின்றாள். 'அட... உனக்கு நீயே வேய்ந்து கொண்டாயா அல்லது உன் பூத கணங்கள் வேய்ந்ததா?' என்றவள் சுற்றிச் சுற்றிப் பார்த்தாள். மரம் ஒன்றின் பின்னால் வில்லின் நுனி மட்டும் தெரிய, அவள் "யாரது?" என்று சத்தமாகக் கேட்டாள்...

ஆகுகன் மரத்தின் பின்னாலிருந்து வெளிப்பட்டான்.

இருவரும் ஒருவரை ஒருவர் பார்த்தபடி சில வினாடிகள் நின்றார்கள். அந்த இன்னொருவர் யார் என்பது இருவருக்கும் புரிந்தது.

"நீதான் கூரை வேய்ந்தாயா?" அவள் கேட்டாள்.

"ஆம்."

"நன்றி."

"அதை அவரல்லவா கூற வேண்டும்!" அவன் குறும்பாகக் கேட்டான்.

"அதுசரி. அவர் சொல்லியா நீ அவருக்குக் கூரை வேய்ந்தாய்?" அவள் அவனை மடக்கினாள்.

"நன்றாகப் பேசுகிறாய். யார் நீ? இவர் இங்கிருப்பதை எப்படி அறிந்தாய்?"

“கனவொன்று கண்டேன். விழித்ததும் கண்ட கனவு உண்மைதானா என்றறியத் தேடி வந்தேன். உண்மைதான். நான் கனவில் கண்டபடி இச்சிவலிங்கத்தை இங்கு கண்டேன்.”

“கனவில் என்னையும் கண்டாயோ?” அவன் கேட்டதும் அவள் முகம் சிவந்தது.

“இல்லை. நீ அப்போது இவரைத் தனித்து விட்டுவிட்டு வேட்டைக்குச் சென்றிருக்கக் கூடும்.”

“அடடா... தவறு செய்துவிட்டேனே. நாளை கனவு வருமா பெண்ணே...?”

“எதற்குக் கேட்கிறாய்?”

“நான் வேட்டைக்குச் செல்லவில்லை.”

“கனவில் காணாவிட்டாலும் நேரில்தான் கண்டுவிட்டேனே?”

“அதான் கேட்கிறேன். நேரில் கண்டதனால் இனிக் கனவில் வருவேனா என்று?”

“உறக்கம் இனி வருமா என்று தெரிந்தாலல்லவா கனவு வருமா என்று சொல்ல...?”

“புரியவில்லையே!”

“புரியாவிட்டால் இந்த ஈஸ்வரனைக் கேட்டுப் புரிந்து கொள்.” அவள் விஷமச்சிரிப்புடன் சொல்லிவிட்டு ஓடினாள்.

“இந்த ஈஸ்வரனுக்கு நாளை என்ன விருந்து...?” அவன் சத்தமாகக் கேட்டான்.

“என்ன வேண்டுமென்று கேட்டுச் சொல்.” அவள் பதிலுக்குச் சத்தமாகச் சொன்னாள்.

“கல்யாண விருந்து வேண்டுமாம்.”

“ஆசைதான்.”

“போட்டு விடலாமா...? பாவம்! நம்மைவிட்டால் இவருக்கு யார் இருக்கிறார்கள். போட்டு விடுவோமே.”

அவள் வெட்கம் ஒரு புறம், மகிழ்ச்சி ஒரு புறமாகச் 'சரி' எனத் தலையசைத்தவாறு ஓடி மறைந்தாள்.

மறுநாள் புத்தம் புதுமலர் போல வந்தாள்...

"எனக்கென யாரும் இல்லை. நான் தனியானவள். நல்லதொரு துணையை எனக்குத் தேடிக் கொடு என்று ஈஸ்வரனைத் தினமும் வேண்டிக்கொள்வேன். அதன் பலன்தான் அந்தக் கனவு என எண்ணுகிறேன். கனவில் தன்னைக் காட்டினான். நான் தேடிவந்த போது நேரில் உன்னைக் காட்டினான். அப்போதே எனக்குப் புரிந்துவிட்டது எனக்குத் துணை நீதான் என்று. இதோ நானே வந்துவிட்டேன், விருந்தாக. ஏற்றுக்கொள்!"

அவள் நெகிழ்ந்த குரலில் சொல்ல, அவன் பரிவுடன் அவளை அணைத்துக் கொண்டான். அந்த ஈஸ்வரன் சாட்சியாக அவளைத் திருமணம் செய்து கொண்டான்.

அவர்கள் இல்லறத்தை மகிழ்ச்சியுடன் ஆரம்பித்தார்கள். தங்களுக்கென்று ஒரு சிறிய குடில் அமைத்துக் கொண்டார்கள். இருவர் மட்டுமே படுக்கும் அளவுக்கு மிகச் சிறிய குடில். தாங்கள் தினமும் பூஜிக்கும் சிவனுக்குப் பெரிதாய் ஆலயம் கட்ட இயலாத நிலையில் தங்களுக்கும் சிறிய குடிலே போதும் என்பது அவர்கள் ஒருமனதாய் எடுத்த முடிவு...

நாட்கள் மிக இனிமையாய் மடிந்தன. அவர்கள் ஒருவரை ஒருவர் உயிருக்குயிராய் நேசித்தார்கள். மற்றவர் மனதில் தோன்றும் எண்ணங்களைக்கூட அவர்கள் சொல்லாமலேயே புரிந்துகொள்ளும் அளவுக்கு இருவரும் பரஸ்பரம் ஒருவரை ஒருவர் உணர்ந்து வைத்திருந்தனர்.

இனி எத்தனை பிறவியெடுத்தாலும் நாங்கள் கணவன் மனைவியாகவே இணைய வேண்டும்! ஒருவரை ஒருவர் பிரியாதிருக்க வரமருள் ஈசனே என வேண்டிக் கொண்டார்கள்.

அவன் தினமும் வேட்டைக்குச் செல்வான். அவள் பூக்களும் கனிகளும் பறித்து, கிழங்குகள் அவித்து வைத்துக் காத்திருப்பாள்.

அவன் வந்ததும் இருவரும் சேர்ந்து சிவபூஜையை முடித்துவிட்டு உணவு உண்பார்கள். கதை பேசுவார்கள். காதலுடன் ஒருவரை ஒருவர் சீண்டிக் கொள்வார்கள்.

அன்றும் அப்படித்தான். பேசிச் சிரித்தபடி உறங்கிப் போனார்கள். நள்ளிரவில் சருகுகள் நொறுங்கும் ஓசை கேட்க உறக்கம் கலைந்தது.

“ஏதாவது விலங்காயிருக்குமோ?” அவள் பயத்துடன் அவனை அணைத்துக் கொண்டாள்.

“பார்க்கிறேன்!” அவன் வில்லும் அம்பும் எடுத்துக்கொண்டு மெல்ல வெளியில் வந்தான். சற்றுத் தூரத்தில் சிவனடியார் ஒருவரைக் கண்டதும் வில்லை வைத்துவிட்டு ஓடிச் சென்று அவரை வணங்கினான்.

“இந்த அடர்ந்த கானகத்தில் வழி தவறி வந்துவிட்டேன். நீ யார் அப்பனே... தனித்தா இருக்கிறாய் இங்கே...?”

“வேடுவன் ஸ்வாமி. நான் தனித்தில்லை. அதோ பாருங்கள். அவன் துணையிருக்கும்போது எப்படித் தனித்திருக்க முடியும்?” ஆகுகன் சிவலிங்கத்தைச் சுட்டிக் காட்டிக் கூறினான்.

“ஓம் நமச்சிவாய!” அவர் பஞ்சாட்சர மந்திரத்தை முணுமுணுத்தபடி வணங்கினார்.

“வழி தப்பியதும் நல்லதாகிவிட்டது. இல்லாவிடில் இத்தரிசனம் கிடைத்திருக்குமா?” அவர் மகிழ்ந்தார்.

“இன்றிரவு எங்களோடு தங்கிச் செல்லுங்கள், ஸ்வாமி. விடிந்ததும் போகலாம்.”

அவர் சம்மதித்தார். அவனோடு குடிசைக்கு வந்தவர் திகைத்தார்.

இச்சிறிய குடிசைக்குள் இருவருக்குமேல் இருக்க முடியாது போல் உள்ளதே..

“நீங்கள் உள்ளே நிம்மதியாக உறங்குங்கள், ஸ்வாமி. நாங்கள் வெளியில் படுத்துக் கொள்கிறோம்.”

"வெளியிலா...? வேண்டாமப்பா. நீ மட்டுமானால் சரி. ஒரு பெண் வெளியில் உறங்க, நான் எப்படி...? உங்கள் இடத்தைப் பறித்துக் கொண்ட பாபம் எனக்குச் சேர வேண்டுமா...? நான் வெளியில் செல்கிறேன். நீங்கள் உள்ளே உறங்குங்கள்."

"நீங்கள் எங்கள் அதிதி, ஸ்வாமி. தவிர நாங்கள் வணங்கும் ஈசனுக்கு அடியவர். உங்களை வெளியில் படுக்க வைப்பது மகா பாவமாகிவிடும். தயவு செய்து உள்ளே உறங்குங்கள்."

"முடியாது, அப்பனே. ஆபத்தான சூழலில் ஒரு பெண் வெளியில் உறங்க நான் உள்ளே உறங்குவதா...? எனக்கு உறக்கம் வராது, அப்பனே."

"அப்படியானால் ஒன்று செய்வோம்." ஆகுகன் மனைவி சொல்ல இருவரும் என்னவென்பதுபோல் அவளைப் பார்த்தார்கள்.

"என் கணவர் வெளியில் உறங்குவார். நானும் நீங்களும் உள்ளே உறங்குவோம். எங்களுக்கும் பாவம் சேராது. நீங்களும் எவ்வித உறுத்தலுமின்றி நிம்மதியாக உறங்கலாம். சரிதானே?"

"ரொம்பச் சரி." ஆகுகன் மகிழ, சிவனடியார் திடுக்கிட்டார்.

"என்ன சொல்கிறாய், பெண்ணே? நான் உன்னோடு உள்ளே உறங்குவதா?"

"ஏன், இதில் தவறென்ன உள்ளது? கவலைப்படாதீர்கள், ஸ்வாமி. என் உடல்தான் உங்களருகில் கிடக்கும். உள்ளம் இவரோடு குடிசைக்கு வெளியிலிருக்கும். அதேபோல் உங்களுக்கும் உடல்தான் இங்கு இருக்கும். உள்ளம் அந்த ஈசனிடம் இருக்கும். களைத்து வந்துள்ளீர்கள். அவித்த கிழங்கும், கனிகளும் சிறிது உள்ளன. உண்டுவிட்டு நிம்மதியாக உறங்குங்கள்." அவள் அவற்றை வட்டிலில் வைத்து நீட்ட அவர் அவளை நோக்கிக் கை கூப்பினார்.

"நீ என் தாய், அம்மா. அந்தச் சிவசக்தியாகவே உன்னைக் காண்கிறேன்!" கண் கலங்கக் கூறிவிட்டுப் படுத்தார். அவள் புன்னகையோடு அவரருகில் படுத்து உறங்கிப் போனாள்.

பொழுது புலர்ந்ததும் அவர் எழுந்து வெளியில் வந்தார். வேடனைக் காணவில்லை.

“எங்கேயம்மா உன் புருஷன்?”

“வேட்டைக்குப் போயிருப்பார். வந்து விடுவார்.”

“நான் போய்ப் பார்க்கிறேன்.” அவர் அவனைத் தேடிச் சென்றார். சற்றுத் தூரத்தில் அவன் புலி ஒன்றால் தாக்கப்பட்டுக் கோரமாக இறந்திருக்கக் கண்டு முனிவர் பதறினார். கண்ணீர்விட்டார். “என்னால் அல்லவா...? நான் வந்ததால் அல்லவா...?” பித்துப் பிடித்தாற்போல் குடிசைக்கு ஓடி வந்து அவளிடம் விஷயத்தைச் சொன்னார்.

“மன்னித்து விடு, பெண்ணே. அறிந்தோ, அறியாமலோ உங்களைப் பிரித்துவிட்டேன். இந்தப் பாவத்திற்கு என்ன பரிகாரம் செய்யப் போகிறேன் நான்.”

“வருந்த வேண்டாம், ஸ்வாமி. எல்லாம் ஈசனின் செயல். சேர்த்தது அவனென்றால் பிரித்ததும் அவனே. மீண்டும் சேர்த்து வைப்பான் என நான் நம்புகிறேன். உங்களைத் தரிசித்ததில் புண்ணியமடைந்தோம் எனக்கு விடை கொடுங்கள், ஸ்வாமி.”

“எங்கே போகிறாய்...?”

“என் கணவரிடம். அக்னி மூட்டித் தாருங்கள் ஸ்வாமி.”

“கடவுளே... என்னால்தானே உனக்கு இந்நிலை.”

“நீங்கள் காரணமல்ல சுவாமி. வருந்த வேண்டாம். தயவுசெய்து நான் என் கணவரை அடைய உதவுங்கள்.”

அவள் கெஞ்சிக் கேட்க, அவர் வேறு வழியின்றி அக்னி மூட்டினார். அவள் அதில் விழுந்து சாம்பலாவதைக் கண்கலங்கப் பார்த்தார். சிவலிங்கத்தை நோக்கினார்.

“இதற்கா என்னை இங்கே வரவழைத்தாய்? இவர்கள் உயிரைப் பறிப்பதற்கா என்னைக் கருவியாக்கிக்கொண்டாய்? நன்மை செய்ய எப்போது என்னைக் கருவியாக்குவாய் ஈசனே...?”

சிவலிங்கம் ஒளிர்ந்தது. “வருந்தாதே, ஜடாதரா. இப்பிறவி இவர்களுக்கு இவ்வளவே. மீண்டும் அவர்கள் பிறப்பார்கள். ஒன்று சேருவார்கள். இந்த வேடுவப் பெண் விதர்ப்ப தேசத்து அரசன் வீமராஜனுக்கு மகளாகவும், இந்த வேடுவன் நிஷத நாட்டு மன்னன் வீரசேனனுக்குக் குமாரனாகவும் பிறப்பர்.

தமயந்தி என்று அவளும், நளனென்று அவனும் அழைக்கப்படுவார்கள். அப்போதும் அவர்கள் பிரிவார்கள். அச்சமயம் நீ அன்னப் பறவையாய் அவதரித்து அவர்கள் ஒன்றுசேரக் காரணமாவாய். அதுவரை இவர்களது குடிலில் தங்கி என்னைப் பூஜிப்பாயாக.”

முனிவர் முகம் மலர்ந்தார். அந்தச் சிறிய குடிலை நோக்கி நடந்தார். அப்பிறவி முடியும்வரை ஈசனை வணங்கினார். அந்த வேடுவத் தம்பதிகளை எண்ணி எண்ணிப் பிரமித்தார்.

முழங்காத சங்கு

ஐந்து வகை பக்தி முறைகள் உண்டென்பது அனைவரும் அறிந்த விஷயம்தான். கடவுளை எஜமானனாக நினைப்பது, சிநேகிதனாகப் பாவிப்பது, காதலனாகக் கருதுவது, தாசனாக நினைப்பது, தனது குழந்தையாக நினைத்து அன்பு செலுத்துவது என்று பலரும் பலவிதமாகக் கடவுளை பக்தி செய்திருக்கிறார்கள்.

தெய்வத்தைக் குழந்தையாகப் பாவிப்பதென்பது மிகவும் அற்புதமான ஒரு பக்தி! பக்குவப்பட்ட ஒரு மனநிலையில் இருப்பவருக்கு மட்டுமே இவ்வகை பக்தி சாத்தியப்படும் என்பதில் சந்தேகமேயில்லை.

துவாபரயுகத்தில் கிருஷ்ண பரமாத்மாவைப் பெற்றவள் தேவகி என்றாலும் வளர்த்தவள் யசோதை. எங்கும் நிறைந்த பரம்பொருள் இவளின் அன்பில் கட்டுண்டு, குழந்தையாயிருந்து நடத்திய லீலைகள் அனைவரும் அறிந்ததுதான். துவாபரயுகத்து யசோதையைப் போல் கலியுகத்திலும் கிருஷ்ணனைக் குழந்தையாய்ப் பாவித்து பக்திசெய்த பெண்மணி ஒருத்தி இருந்திருக்கிறாள்.

குரூரம்மை என்றழைக்கப்பட்ட அவள் கேரளத்தில் பிறந்து வளர்ந்தவள். அவள் வாழ்ந்த காலத்திற்கே, கொஞ்சம் பின்னோக்கிச் சென்று ரசிப்போமே...

அவள் பொறுமையிழந்து கொண்டிருந்தாள். வரவர உன்னிகிருஷ்ணன் படுத்தும்பாடு தாங்கமுடியவில்லை. அவள் குளித்துவிட்டு வருவதற்குள் வீடு ஒரு வழியாகியிருந்தது. பால் பாத்திரம் காலி, கடைந்து உருட்டி வைத்திருந்த வெண்ணெயும் காலி. அவள் கண்கள் சிவக்க அவனைத்தேடினாள். இன்று

உன்னைக் கட்டிப் போட்டுவிட்டுத்தான் மறுவேலை என்று சொல்லியபடி அவனைக் கட்டிப்போடக் கயிறு தேடினாள்.

“என்ன தேடுகிறீர்களம்மா...” வேலைக்காரி கேட்டாள்.

“நல்ல கயிறாகக் கிடைத்தால் கொண்டுவா.”

“எதற்கு...?”

“அவனைக் கட்டிப்போட்டு விட்டுத்தான் மறுவேலை.”

“யாரை...?”

“வேறு யாரை...? குருவாயூரிலிருந்து தினமும் இங்கு வந்து வெண்ணெய் திருடித் தின்கிறானே, அவனைத்தான்.”

வேலைக்காரி ஒரு மாதிரிப் பார்த்தாள்.

“என்ன பார்க்கிறாய்? உள்ளே போய்ப் பார். பால் பாத்திரம் காலி. வெண்ணெய்யைக் காணவில்லை. தயிர்ப்பாத்திரத்தை வேறு உருட்டிவிட்டுப் போயிருக்கிறான்.”

வேலைக்காரி உள்ளே போய்ப் பார்க்க, அங்கே எல்லாம் வைத்தது வைத்தபடி இருந்தது. ஒரு அமர்க்களமும் நடந்தாற்போலவும் தெரியவில்லை. எதுவும் காணாமலும் போகவில்லை.

‘என்னாயிற்று இந்தக் குரூரம்மைக்கு...?’ என்று வியந்தபடி வெளியில் வந்தாள். அதற்குள் குரூரம்மா அவனைப் பிடித்து ஒரு தூணில் கட்டிப் போட்டுக் கொண்டிருந்தாள்.

“அகப்பட்டு விட்டான்! யசோதைக்கு மட்டும்தான் உன்னைக் கட்டிப்போடத் தெரியுமா...? எனக்கும் தெரியும். கட்டிப் போட்டுவிட்டேன். இன்று பூராவும் நீ இப்படியேதான் இருக்க வேண்டும்.!” - குரூரம்மை கண்ணை உருட்டி விழித்தபடி நகர்ந்தாள்.

வேலைக்காரி கயிற்றால் கட்டப்பட்ட தூணை வெறித்து நோக்கியபடி வெளியில் வந்தாள்.

அன்றிரவு புருஷனிடம் தன் எஜமானியைப்பற்றிக் கவலையோடு சொன்னாள்.

"எஜமானி ஏதேதோ சொல்கிறாள். ஆனால் என் கண்ணுக்கு எதுவும் தெரியவில்லை. எனக்கு ஒன்றும் புரியவில்லை. அவள் சொல்வது நிஜமா? அல்லது நான் காண்பது பொய்யா...? எது உண்மை? எனக்குக் குழப்பமாக இருக்கிறது."

"குழம்பவே வேண்டாம். நீ இங்கே வந்து பத்து நாட்கள்தானே ஆகிறது. நான் இங்கேயே சிறுவயது முதல் இருப்பவன். எஜமானியம்மா சொல்வதுதான் நிஜம். அந்தக் குருவாயூர் உன்னிகிருஷ்ணன் நம் எஜமானியம்மாவிடம் குழந்தையாய் மாறி இங்கு நடமாடுவதும், யசோதையிடம் கிருஷ்ணன் காட்டிய அத்தனை குறும்புத் தனங்களையும் இவளிடமும் செய்து கொண்டிருப்பதும் நிஜம்தான். தன்னை ஒரு தாயாகவும் பகவானைத் தன் குழந்தையாகவும் கருதிப் பக்தி செய்து காலம் கழித்துக் கொண்டிருக்கிறாள். இதைத் தவிர வேறு எதுவும் சுகமில்லை அவளுக்கு."

வேலைக்காரி வியந்தாள். நம்பவே முடியவில்லை அவளால். இந்தக் கலியுகத்தில் தெய்வம் பிரத்யட்சமாய் ஒரு பெண்ணின் கண்ணுக்குத் தெரிவதாவது...! அதுவும் குழந்தையின் வடிவில் வந்து குறும்பு செய்வதாவது! அவளால் நம்பவும் முடியவில்லை. நம்பாமலிருந்தால் தெய்வக் குற்றமாகிவிடுமோ என்ற பயமும் ஏற்பட்டது.

மறுநாள் வேலைக்கு வரும்போது, தன் கண்ணிலும் அந்த உன்னிகிருஷ்ணன் தென்படுவானா என்ற ஆர்வத்தோடு எஜமானியம்மா போகும் திசையெல்லாம் ஆவலோடு பார்த்தாள்.

"இப்படியா மழையில் நனைவார்கள்? உடம்புக்கு ஆகுமா..? வரவரச் சொன்னாலே கேட்பதில்லை நீ...! ஊர் சுற்றுவதில் மன்னனாகி விட்டாய். ஒன்று... மழையில் நனைகிறாய், அல்லது ஆற்றில் கும்மாளமிடுகிறாய்!" குரூரம்மை தோர்த்து கொண்டு குருவாயூரப்பனின் கேசத்தைத் துவட்டிவிட்டாள்.

"சாப்பாடு இன்னும் சிறிது நேரத்தில் தயாராகிவிடும். அதுவரை பூஜையறையில் அமர்ந்து நாராயணீயம் சொல்லிக் கொண்டிரு! சத்தமாய்ச் சொல்ல வேண்டும். புரிகிறதா...?"

வேலைக்காரி சிரிப்பை அடக்கிக் கொண்டாள். நாராயணனையே நாராயணீயம் சொல்லச் சொல்லும் தன் எஜமானியை வியப்போடு பார்த்தாள்.

"என்ன பார்க்கிறாய். வேலை எதுவுமில்லையா உனக்கு...? போ... போய்க் காய்கறிகளை நறுக்கிக் கொடு. இன்னும் சற்று நேரத்தில் அவனுக்குப் பசிக்க ஆரம்பித்துவிடும். நேரத்திற்கு உணவு படைக்காவிட்டால் குழந்தைக்குப் பசி தாங்காது."

குரூரம்மை விரட்ட, வேலைக்காரி வேகமாய் உள்ளே போனாள்.

உணவு தயாரானதும் குரூரம்மை ஒரு வெள்ளிக் கிண்ணம் எடுத்து அதில் அன்னமிட்டுப் பக்குவமாய்ப் பிசைந்து பருப்பும் நெய்யும் ஊற்றி உப்பிட்டு, காய்கறிகளை மசித்து எடுத்துக்கொண்டு போனாள். பூஜையறையில் சமர்த்தாய் அமர்ந்து நாராயணீயம் சொல்லிக் கொண்டிருந்த உன்னிகிருஷ்ணனுக்கு ஒவ்வொரு கவளமாய் எடுத்து ஊதி ஊதி ஊட்டினாள். பருக நீர் கொடுத்து வாயைத் துடைத்து விட்டாள்.

"சற்று நேரம் வீட்டிலேயே விளையாடு. அன்னம் ஜீரணமாகட்டும். பிறகு கதைகள் சொல்லி உன்னைத் தூங்க வைக்கிறேன். சரியா...?" குழந்தையை மடியிலிருந்து இறக்கிவிட்டாள். அது மயில் பீலி மினுமினுக்க, சதங்கைகள் சப்தமிட ஓடிய அழகைக் கண்ணிமைக்காமல் பார்த்து ரசித்தாள்.

சற்று நேரம் போனதும் குழந்தையை வாரி எடுத்து நெஞ்சில் அணைத்து முத்தமிட்டாள். குழந்தையின் கண் செருகியது.

"என் குட்டனுக்குத் தூக்கம் வந்தாச்சா...? வா கண்ணா, உன்னைத் தொட்டிலில் போடுகிறேன்!" என்றபடி கூடத்துத் தொட்டிலில் குழந்தையைக் கிடத்தினாள். தாலாட்டுப் பாடி அதை உறங்க வைத்தாள்.

“அப்பாடா ஒரு வழியாய் உறங்கினான். இனிப் பொழுதுபோகும்வரை நிம்மதியாக வேலைகளைப் பார்க்கலாம்!” என்று முணுமுணுத்தபடி நகர்ந்தாள்.

இவள் இங்கே நிம்மதிப் பெருமூச்சுவிட்ட அதேநேரம் ‘நடுவில் மடம்’ எனப்பட்ட இடத்தில் வில்வமங்கல சுவாமிகள் என்பவர் துக்கமும் கவலையும் மிக்கவராய்த் தன் பூஜையில் அமர்ந்திருந்தார். எப்போதும் பூஜை வேளையில் சரியாக வந்து அவருக்குத் தரிசனமளிக்கும் குருவாயூரப்பனை அன்று என்னமோ இவ்வளவு நேரமாகியும் காணவில்லை. ‘என்னாயிற்று? பூஜையில் ஏதேனும் குறை வைத்துவிட்டேனா...?’ அவர் கவலையோடு ஸ்ரீகிருஷ்ண விக்கிரகத்தைப் பார்த்தார்.

‘என் அப்பனே, உன்னிகிருஷ்ணா... என்னாயிற்று உனக்கு? நீ வந்து தரிசனம் தந்து, ஒரு வாய் உண்ட பிறகுதான் என் பூஜை பூர்த்தியாகும் என்பதை மறந்துவிட்டாயா...?’ கவலையோடு கேட்டார் அவர். அதன் பின்னும் வெகுநேரம் வரவில்லை அவன். அவர், பூஜையும் முடியாமல், ஆகாரமும் உட்கொள்ள முடியாமல், பகவானின் தரிசனத்திற்காகக் காத்திருந்தார்.

பொழுதுபோகும் நேரத்திற்குச் சதங்கை குலுங்கும் ஓசை கேட்டது. மணிமாலைகள் சப்திக்க அவன் ஓடி வருவது தெரிந்தது. அவர் பொய்க் கோபத்தோடு முகத்தைத் திருப்பிக் கொண்டார்.

“கோபமா...?” அவன் கிட்டே வந்து தன் பிஞ்சுக்கரத்தால் அவர் முகத்தைத் திருப்ப அவர் கோபமெல்லாம் பறந்தது.

“எவ்வளவு நேரம் காக்க வைத்துவிட்டாய் நீ...! என்னாயிற்று உனக்கு? என்னை மறந்துவிட்டு அப்படி எங்குதான் சென்றுவிட்டாய்?” வில்வமங்கல சுவாமி ஆதங்கத்தோடு கேட்டார்.

“நான் என்ன செய்யட்டும்? என் அம்மா விட்டால்தானே வருவதற்கு...!”

“யாரை... யசோதையையா சொல்கிறாய்?”

"இல்லை, குரூரம்மையை."

"குரூரம்மையா...? கேள்விப்படாத பெயராக இருக்கிறது! யாரது...?"

"என் அம்மா...!"

"எனக்குத் தெரிந்து, தேவகி உன்னைப் பெற்ற தாய். யசோதை வளர்த்த தாய்! வேறு யார் உனக்குத் தாயாக முடியும்?"

"ஆக முடியுமே! சேயாக எனை நினைத்தால் சேயாவேன். தாயாக நினைத்தால் தாயாவேன். நட்போடு நெருங்கினால் நண்பனாவேன். இன்னும் எப்படி எப்படியெல்லாம் நீங்கள் காண்கிறீர்களோ அப்படி அப்படியாவேன் நான் என்பது உங்களுக்குத் தெரியாதா என்ன?"

வில்வமங்கலர் அவனை உற்றுப் பார்த்தார்.

"எந்த நேரத்தில் அங்கு செல்வாய்?" அவர் குரலில் ஒருவித அசூயை தெரிந்தது.

"எப்போதுமே அங்குதான் இருப்பேன். அவர்கள் கண் மயங்கும் நேரம் தினசரி ஒருமுறை உங்கள் பூஜைக்கு வருகிறேன். இன்று அதுவும் இயலாது போய்விட்டது. இன்று அம்மா அளித்த உணவு அமிர்தமாய்ச் சுவைத்ததால் வழக்கத்தைவிட அதிகம் உண்டுவிட்டேன். அதோடு அவர் பாடிய தாலாட்டின் இனிமையில் என்னை மறந்து உறங்கியே போய்விட்டேன். கண் விழிக்க இவ்வளவு நேரமாகிவிட்டது. உடனே நான் போக வேண்டும். அம்மா கோபித்துக்கொள்வாள். சின்னச்சின்னத் தண்டனைகூட அளிப்பாள்."

"உனக்குத் தண்டனையளிப்பாளா...? என்னப்பா சொல்கிறாய்?" வில்வமங்கலர் கோபமும் வியப்புமாய்க் கேட்டார்.

"ஆமாம். நான் நிறையக் குறும்புகள் செய்து அவளுக்குத் தொந்தரவு கொடுத்துக்கொண்டே இருப்பேன். அதனால், என்னைக் கட்டிப் போடுவாள் அறைக்குள் வைத்துத் தாழிடுவாள், சிலநேரம் பட்டினி போட்டு அழ வைப்பாள் சிறிய கோல் கொண்டு

என்னை அடிப்பதும் உண்டு. என்னை அடித்துவிட்டு, அவள் அழும்பொழுது வேடிக்கையாக இருக்கும். நான் வருகிறேன்.”

உன்னி கிருஷ்ணன் ஓடி மறைந்தான். வில்வமங்கலர் சிலையாய் நின்றார். அதுநாள்வரை தன் பூஜைக்கு மட்டுமே தெய்வம் பிரத்யட்சமாய் வந்து தரிசனம் தந்து செல்கிறது என்று கர்வப்பட்டவருக்கு இன்றைய சம்பவம் சாட்டையடியாய் இருந்தது. இங்கே பூஜை நேரம் மட்டும்தான் வருகிறேன், மற்ற நேரமெல்லாம் அந்த அன்னையின் அன்பில் கட்டுண்டு கிடக்கிறேன். அவள் தரும் தண்டனைகள்கூட எனக்கு இன்பமானவைதான் என்று அந்த தெய்வம் தன் வாயாலேயே சொல்லக் கேட்டதும் அவர் இறுமாப்பு இருந்த இடம் தெரியாமல் போயிற்று.

ஏதோ ஒன்றை இழந்துவிட்டாற்போன்ற துக்கமும், பொறாமையும் அதிகரித்தது. தன்னைவிட, யாரோ ஒரு பெண்மணி இந்தக் குருவாயூரப்பனின் அன்பிற்கு அதிக அளவு உரிமையானவளாகிவிட்டாளே என்ற வேதனை அவர் மனதை வாட்டியது. எப்போதுமே அங்கு! பூஜை வேளையில் மட்டும்தான் இங்கு...! அட்டா... இதற்கே எனக்கு இத்தனை பெருமை என்றால் எப்போதுமே தன் கட்டுப்பாட்டில் வைத்திருக்கும் அந்தக் குரூரம்மைக்கு எவ்வளவு பெருமை இருக்கும்! அவர் பிரமித்தார்.

தன்னைவிட அதிகமாய்த் தன் தெய்வம் தாயாய் ஏற்று அன்பு செலுத்தும் அந்தப் பெண்மணி யார்...? அட்டா! அவள் எங்கே இருக்கிறாள் என்று கேட்டுக்கொள்ளாமல் போனோமே. அவளைச் சந்திக்க வேண்டுமே...! என்னைவிட அப்படி என்ன அவள் பக்தியில் சிறந்தவள் என்று அறிந்துகொள்ள வேண்டுமே! வில்வமங்கல சுவாமி மறுநாள் பூஜைக்கு வந்த கிருஷ்ணனிடம் குரூரம்மையின் இருப்பிடம் பற்றி விசாரித்தார்.

“தேடுங்கள்...! ஊர் ஊராகச் சென்று விசாரியுங்கள். நான் கூறமாட்டேன். இதுநாள்வரை நானல்லவா இங்கு வந்தேன்! ஒருமுறை நீங்கள் அங்கு வாருங்கள்.” உன்னிகிருஷ்ணன் சிரித்தான்.

"வருகிறேன். அதற்குத்தானே இருப்பிடம் கேட்கிறேன்?"

"உம் இருப்பிடம் அறிந்து நானாகத்தானே இங்கு வந்தேன்! அதுபோல் அறிந்து கொண்டு வாருங்கள்." சதங்கை சப்திக்க அவன் ஓடி மறைந்தான்.

வில்வமங்கல சுவாமிகள் அன்றே யாத்திரைக்குத் தயாரானார். ஊர் ஊராகச் சென்றார். கோயில் கோயிலாக ஏறி இறங்கினார்.

"குரூரம்மையைத் தெரியுமா உங்களுக்கு?" கண்ணில் பட்டவர்களிடமெல்லாம் கேட்டார்.

"தெரியாதய்யா. கேள்விப்பட்டதில்லையே!" எல்லோரும் இப்படியே சொன்னார்கள்.

சுவாமிகள் மேலும் நடந்தார்.

நடந்து நடந்து கால்கள் சோர்ந்து போயிற்று. களைப்பில் கண்கள் சிவந்தன. அந்திசாயும் நேரத்திற்குச் செம்மங்காடு வந்து சேர்ந்தார் சுவாமிகள். செம்மங்காட்டுக் குளத்தில் சோர்வு தீரக் குளித்தவிட்டு வரும் வழியில் பெண்மணி ஒருத்தி அவருக்காகக் காத்திருந்தாள்.

"நான் பட்டத்ரி மனையைச் சேர்ந்தவள். சுவாமிகள் இங்கே வந்திருப்பதை அறிந்தேன். இன்றிரவு எங்கள் வீட்டில் பிட்சை ஏற்க வேண்டும் என்று அழைப்பதற்காக வந்தேன்."

"வருகிறேன். அதற்கு முன் ஒரு விஷயம் விசாரிக்க விரும்புகிறேன்."

"கேளுங்கள்."

"குரூரம்மை என்பவரைப் பற்றி உனக்கு ஏதாவது தெரியுமா...? அவரது இருப்பிடம் எங்குள்ளது என்று அறிய விரும்புகிறேன்."

"நன்றாகத் தெரியுமே! ஆனால் எதற்கு அந்தப் பைத்தியக்காரியைப் பற்றி விசாரிக்கிறீர்கள் என்று தெரியவில்லையே!"

"பைத்தியக்காரியா... ஏன் அப்படிச் சொல்கிறாயம்மா...?"

“அவள் நடவடிக்கைகள் அப்படித்தான் இருக்கும். வேறெப்படிச் சொல்ல?”

“அவள் பிறப்பு வளர்ப்பைப் பற்றி ஏதாவது தெரியுமா...?”

“புரையனூரில் பிறந்து வளர்ந்தவளாம். சின்ன வயதிலிருந்தே கிருஷ்ண பக்தை என்று கேள்வி. அவள் தாயார் கிருஷ்ணன் கதைகளாகச் சொல்லிச் சொல்லி இவளைப் பைத்தியமாக வளர்த்திருக்கிறார். திருமண வயதில் அவளை அடாட்டு குரூர் மனையைச் சேர்ந்த வாலிபனுக்கு மணமுடித்துக் கொடுத்தார்கள். பாவம்! திருமணமான சிறிது நாளிலேயே அவள் கணவன் நோய்வாய்ப்பட்டு இறந்து போனான். அதன் பிறகுதான் அவள் கிருஷ்ணப் பைத்தியம் இன்னும் முற்றிவிட்டது. குரூர் மனை முழுக்கக் கிருஷ்ணனைத் துரத்திக்கொண்டு ஓடுவாளாம். வெறும் தூணைக் கட்டிப் போடுவாளாம். கிருஷ்ணன் குழந்தையாய் அவள் எதிரில் நடமாடுவதாய் நினைத்துக் கொஞ்சுவாளாம். கோபித்துக் கொள்வாளாம். சோறூட்டுவாளாம், தூங்கச் செய்வாளாம். நம்ப முடிகிறதா உங்களால்...? எனக்கும்தான் கிருஷ்ண பக்தி உண்டு. என் எதிரில் நடமாடாத தெய்வம் அவளெதிரில் நடமாடுகிறது என்றால் நம்பிவிட முடியுமா? பைத்தியம் என்று சொல்வதைத் தவிர வேறென்ன செய்ய முடியும்...?”

“அடாட்டு குரூர் மனை என்றா சொன்னாய்?” சுவாமிகள் யோசனையோடு கேட்டார்.

“நான் இவ்வளவு சொல்லியுமா...? நீங்கள் நம்புகிறீர்களா... அவள் நாடகங்களை...?”

“என் பூஜைக்குத் தினமும் உன்னிகிருஷ்ணன் வந்து செல்கிறான் என்பதை மட்டும் நீ எப்படி நம்புகிறாய், அம்மா...?”

“நீங்கள் மகா பெரியவர்! சுவாமிகள். உங்கள் பூஜைக்கு அவன் வந்து செல்வதைப் பற்றித்தான் ஊரே பேசுகிறதே. எப்படி நம்பாமலிருக்க முடியும்! பகவானைத் தினசரி பிரத்யட்சமாய்த் தரிசிக்கும் தங்கள் பாதம் என் வீட்டில் படவேண்டும்

என்பதால்தானே தங்களைப் பிட்சைக்கு அழைக்கிறேன். வந்துவிடுவீர்கள் அல்லவா...?"

"நிச்சயமாக வருகிறேன்."

"முதலில் எங்கள் மனைக்குதான் வர வேண்டும். பிறகு எங்கு வேண்டுமானாலும் செல்லுங்கள்."

"அப்படியே ஆகட்டும்" சுவாமிகள் புன்சிரிப்போடு அவளை அனுப்பிவிட்டு அடாட்டு குரூர் மனைக்குப் போவது பற்றிய சிந்தனையில் ஆழ்ந்தார். தெய்வம் தினசரி ஒரு நிமிடம் வந்து தரிசனம் தருவதற்கே தனக்கு இவ்வளவு மரியாதை! ஆனால் அந்த தெய்வத்தையே தன் அன்பினால், வீட்டுக்குள் கட்டிப்போட்டிருக்கும் அந்தப் பெண்ணுக்கோ பைத்தியக்காரி எனும் பட்டம்! என்ன விந்தையான உலகம் இது...! சுவாமிகள் வியந்தார். மறுநாள் காலையில் அடாட்டு குரூர்மனைக்குச் செல்லத் தீர்மானித்தார்.

அதே நேரம்...,

குரூரம்மை அவசரமாகத் தன் வேலைக்காரரை அழைத்தாள்.

"வில்வ மங்கலம் சுவாமிகள் இந்தப் பக்கம் வந்திருக்கிறாராம். தினசரி தெய்வ தரிசனம் செய்யும் மகா பெரியவர் அவர். அவரை நம் வீட்டில் இன்றிரவு பிட்சை ஏற்க அழைத்துவிட்டு வா. நான் குளித்து உணவு தயார் செய்கிறேன்."

குரூரம்மை அவனை அனுப்பிவிட்டுக் குளத்தில் குளிக்கப் போனபோது அதே குளத்திலிருந்து செம்மங்காடு பட்டத்ரி மனைப் பெண்மணி குளித்துவிட்டு எதிரில் வந்தாள். குரூரம்மையைப் பார்த்ததும் அவள் முகம் சுருங்கியது.

"மகா சுவாமிகள் என் வீட்டுக்குப் பிட்சை ஏற்க வரும் வேளையில் நீ என் எதிரில் வந்து என் மீது மோதப் பார்த்தாயே! நல்ல காலம். நான் விலகினேன்! இல்லாவிட்டால் என் மடியும் ஆசாரமும் கெட்டிருக்கும்...!" செம்மங்காடு பெண்மணி சற்றுச் சத்தமாகவே முணுமுணுத்துவிட்டுச் செல்ல, குரூரம்மையின் முகம்

வாடியது. சுவாமிகள் இன்று எத்தனை வீட்டில் பிட்சை ஏற்பார்...? தன் இல்லத்திற்கு வருவாரா மாட்டாரா...? குழப்பத்தோடு குளித்துவிட்டு வீட்டுக்கு வந்தாள்.

குரூரம்மையின் பணியாள் சுவாமிகள் முன் நமஸ்கரித்து எழுந்தான். குரூரம்மை பிட்சைக்கு அழைத்ததைக் கூறினான். குரூரம்மையின் பெயர் கேட்டதும் அவர் முகம் பிரகாசித்தது.

"உங்கள் இல்லத்திற்கு வரவேண்டும் என்பதுதான் என் ஆசையும். ஆனால் வேறொரு பெண்ணிடம் அவர்கள் இல்லத்தில் இன்று பிட்சை ஏற்பதாக வாக்களித்துவிட்டேனே. நாளை வேண்டுமானால் வருகிறேன் என்று சொல்."

"நாங்கள் கொடுத்து வைத்தது அவ்வளவுதான் போலும். தங்கள் சித்தப்படி நடக்கட்டும், சுவாமி!" பணியாள் விசனத்தோடு கிளம்பினான்.

சுவாமிகள் தன் சீடர்களோடு செம்மங்காடு மனைக்குக் கிளம்பினார். அவர் வருகையை அறிவிப்பதற்காகச் சங்கு முழங்குவதற்காகச் சீடர்கள் சங்கு எடுத்து ஊத, சங்கிலிருந்து எந்த சப்தமும் எழவில்லை. வெறும் காற்றுத்தான் வெளிப்பட்டது.

"இதென்ன சகுனத் தடை...?" சுவாமிகள் தயங்கி நின்றார்.

"அறிவிப்பின்றிச் சென்றால் என்ன...?" சீடர்கள் பணிவோடு கேட்டனர்.

"ஒரு நிமிடம். நான் என் அப்பனோடு கலந்தாலோசித்துவிட்டு வருகிறேன்." சுவாமிகள் உள்ளே சென்று தியானத்தில் அமர்ந்தார், உன்னி கிருஷ்ணனை மானசீகமாய் அழைத்தார்.

"நான் செம்மங்காடு மனைக்குப் போகட்டுமா வேண்டாமா...?"

கிருஷ்ணன் நகைத்தான்.

"என்ன கேள்வி இது? யாரைத் தேடி நீங்கள் ஊர் ஊராக அலைகிறீர்கள்?"

"குரூரம்மையைக் காணத்தான்."

"பிறகென்ன...? அந்தக் குரூரம்மையே உங்களைப் பிட்சைஷுக்கு அழைத்திருக்கும்போது மற்றோர் இடத்திற்கு எப்படிச் செல்லலாம்...?"

"வாக்களித்து விட்டேனே."

"வாக்கு முக்கியமா? அல்லது நான் அங்கு இருப்பது முக்கியமா...? வாக்குதான் முக்கியமென்றால் தாராளமாகச் செம்மங்காடு செல்லுங்கள். ஆனால் அங்கே நான் இருக்கமாட்டேன். என் குரூரம்மையை உதாசீனம் செய்த வீடு அது. அங்கு நான் வருவதற்கு விரும்பவில்லை. நான்தான் முக்கியமென்றால் குரூரம்மையின் வீட்டுக்கு வாருங்கள். உங்களுக்குக் கௌரவப் பிட்சை வேண்டுமா, அன்பும் பக்தியும் கலந்த பிட்சை வேண்டுமா என்பதை நீங்களே தீர்மானித்துக் கொள்ளுங்கள்."

ஸ்ரீகிருஷ்ணன் மறைந்துவிட்டான். சுவாமிகள் எழுந்து வெளியில் வந்தார்.

"நாம் குரூர் மனைக்குச் செல்வோம்!" என்றார் சீடர்களிடம்.

இம்முறை சங்கு கம்பீரமாகச் சப்தம் எழுப்பியது. அவர்கள் குரூர் மனை நோக்கி நடந்தார்கள்.

குரூரம்மை முகம் மலர வாசலுக்கு ஓடிவந்தாள். சிறுவன் ஒருவனும் அவளோடு வாசலுக்கு வந்தான்.

"உன்னி! நீர் கொண்டு வா. சுவாமிகளுக்குப் பாதபூஜை செய்ய வேண்டும்." குரூரம்மை சொல்லச் சிறுவன் உள்ளே ஓடினான். நீர் கொண்டு வந்து கொடுத்தான்.

"சுவாமிகள் அமர மனைப்பலகை எடுத்துப் போட்டாயா...?"

"ஆயிற்று, அம்மா."

"பூஜைக்கு எல்லாம் தயாராய் எடுத்து வைத்தாயா?"

"ஆயிற்று."

"புஷ்பங்கள் போதிய அளவு இருக்கிறதல்லவா? இல்லையென்றால் இன்னும் கொஞ்சம்கூடப் பறித்து வந்துவிடு."

சிறுவன் புஷ்பக் கூடையோடு ஓடினான்.

சுவாமிகள் உள்ளே வந்தார். குரூரம்மை பூஜையில் அமர்ந்தாள். சிறுவன் அவளருகில் நின்று அவளுக்கு வேண்டியதை எல்லாம் எடுத்துக் கொடுத்து ஒத்தாசை செய்தான். விளக்குத் திரிகளைச் சுடல் தட்டினான். பார்த்துப் பார்த்து எண்ணெய் ஊற்றினான். புஷ்பம், தீரத்தீர, எடுத்து வைத்தான். வியர்த்துக் கொட்டிய குரூரம்மைக்கு அவ்வப்போது விசிறிவிட்டான். அவளது வியர்வை முத்துகளை மெல்லிய துணி கொண்டு ஒற்றி எடுத்தான். பூஜை முடிந்தது. குரூரம்மை எழுந்தாள்.

“இன்றைய பூஜையில் சுவாமிகளும் வந்திருந்ததில் என் மனம் மிகவும் மகிழ்ந்துள்ளது.”

குரூரம்மை சுவாமிகளை நமஸ்கரித்து எழுந்தாள்.

“உன்னி! சாப்பிடுவதற்கு இலை போட்டாயிற்றா...?”

“இதோ போட்டு விடுகிறேன்.” சிறுவன் ஓடினான்.

“வீட்டில் பெரியவர்கள் வேறு யாருமில்லையா...? எல்லாவற்றிற்கும் அந்தச் சிறுவனே ஓடுகிறான்!” சுவாமிகள் கேட்டார்.

“தன் கையால் உங்களுக்கு அவன்தான் அன்னம் பரிமாறுவானாம். பிடிவாதம் பிடிக்கிறான். அவன் ஆசையைக் கெடுப்பானேன்? வாருங்கள், சுவாமி.” குரூரம்மை அவரைச் சாப்பிட அழைத்து வந்தாள்.

சிறுவன் தன் பிஞ்சுக் கரத்தால் கன்னாபின்னாவென்று இலையில் பதார்த்தங்களை வைத்தான். சீடர்கள் முகம் சுழித்தனர்.

“பெரியவர்கள் யாரையாவது பரிமாறச் சொல்லலாமே. சிறுவனை எதற்குச் சிரமப்படுத்துகிறீர்கள்?” சீடர்கள் சொல்ல, குரூரம்மை சிறுவனைப் பார்த்தாள்.

“சொன்னால் கேட்க மாட்டேன் என்கிறாயே! என்ன பிடிவாதம் இது, உன்னி! பாயசம் வைக்க வேண்டிய இடத்தில் பருப்பு வைக்கிறாய். கூட்டு வைக்க வேண்டிய இடத்தில் பாயசம் வைக்கிறாய். எப்படிச்

சாப்பிடுவார்கள்? நன்றாயிருக்கிறதா, நீ செய்வதெல்லாம்?" சிறுவன் சுவாமிகளைப் பார்த்துப் புன்னகைத்தான்.

"எல்லாவற்றையும் கிருஷ்ணார்ப்பணம் செய்யப் போகிறவருக்கு எதை எங்கே வைத்தால் என்ன? இடமா முக்கியம்...?"

சுவாமிகள் சுரீரென்று ஏதோ உறைக்க, சட்டென்று நிமிர்ந்து சிறுவனைப் பார்த்தார்.

"நீ... நீ..."

"நானேதான். இவ்வளவு நேரமாயிற்றாக்கும் கண்டுபிடிக்க!"

"இந்த வீட்டுக் குழந்தை என்று நினைத்துவிட்டேன்."

"இந்த வீட்டுக் குழந்தைதானே! மறந்து விட்டீர்களா என்ன...?"

சுவாமிகள் எச்சில் கையோடு கைகூப்பினார். கண்ணீர் வழிந்தது அவருக்கு.

"உன்னி... என்ன இது... எதற்கு இப்படி அவரைக் கண்ணீர்விட வைக்கிறாய்...? சுவாமி! நீங்கள் சாப்பிடுங்கள். அவன் எப்போதும் இப்படித்தான். போ, உன்னி! அந்தப்பக்கம். அவர் சாப்பிட்டுப் பசியாறட்டும்."

குரூரம்மை சிறுவனை விரட்டிவிட்டுத் தானே பரிமாறினாள். சுவாமிகள் உள்ளம் சிலிர்க்கத் தெய்வம் தன் கைகொண்டு பரிமாறியவைகளைக் கை நடுங்க எடுத்து உண்டார். சிறுவனை அவர் கண்கள் தேடின.

அவன் கூடத்தில் கைகட்டிச் சமர்த்தாக அமர்ந்திருந்தான். சாப்பாடு முடிந்தது. சுவாமிகள் வெளியில் வந்தார். குரூரம்மை உன்னி கிருஷ்ணனை வாரியணைத்துத் தூக்கிக் கொண்டாள்.

"சமர்த்துக் கண்ணா! சொன்ன வார்த்தையை உடனே கேட்டுவிட்டாயே! சுவாமிகள் இப்போது சென்று விடுவார். அதன் பின்னர் நீ உன் குறும்புத்தனங்களை வழக்கம்போல் காட்டலாம். சரியா...?" குழந்தையை முத்தமிட்டாள்.

சுவாமிகள் இமைக்க மறந்து பார்த்தார். அவர் தேகம் மெலிதாய் நடுங்கியது. சர்வலோகத்தையம் கட்டிப் போட்டிருக்கும் பரமாத்மா சின்னஞ்சிறு பாலகனாய் அந்தப் பெண்மணியின் நெஞ்சில் தலை சாய்த்து அவள் அணைப்பில் கட்டுண்டு கிடக்கிறதென்றால்...? எப்பேர்ப்பட்ட காட்சி இது...!

அவர் சாஷ்டாங்கமாகக் குரூரம்மையின் காலில் விழுந்து நமஸ்கரித்தார். "நான் தோற்றேன் தாயே! உன் பக்திக்கு முன் நான் சிறுத்துப் போனேன்!"

கண்ணீரோடு முணுமுணுத்தார். குரூரம்மை சலனமற்று நின்றிருந்தாள். எந்தப் புகழ் வார்த்தைகளும் அவளைச் சலனப்படுத்தாது. கர்வத்தை ஏற்படுத்தாது. அந்த அளவுக்கு அவள் லோகம் மறந்து அவன் தாயாக மாறியிருந்தாள். அவனும் தன்னை மறந்து அவள் சேயாகியிருந்தான்.

சுவாமிகள் கிளம்பினார். புறப்படுவதற்கு முன் சிறுவனை அழைத்து ஆசைதீர ஒருமுறை தூக்கி எடுத்து உச்சி முகர்ந்தார்.

"புறப்படுகிறேன். உன் தாய்க்கு அதிகம் தொந்தரவு கொடுக்காமல் சமர்த்தனாக இருக்க வேண்டும். சரியா?" அவர் சொல்ல உன்னிகிருஷ்ணன் சிரித்தபடி தலையாட்டினான். சுவாமிகள் திரும்பித் திரும்பிப் பார்த்தபடி நடந்தார்.

இந்தக் குரூரம்மையின் புகுந்த வீடான அடாட்டு குரூர்மனை, குருவாயூரப்பன் குழந்தையாய்ப் பிரத்யட்சமாய் நடமாடிய அந்த இல்லம் இன்னமும் குருவாயூருக்கருகில் உள்ளது. நாராயணீயம் எழுதிய நாராயண பட்டத்ரி, ஞானப்பன எழுதிய பூந்தானம் இவர்களுக்குப் பிறகு குருவாயூரப்பனைத் தன் ஆழ்ந்த பக்தியால் கட்டிப்போட்டவள், இந்தக் குரூரம்மைதான். இவள் வழிபட்ட நவநீத கிருஷ்ணனின் சிலாரூபம் இன்னமும் அடாட்டு குரூர்மனையில் உள்ளது.

குரூரம்மைக்குப் பிறகு அந்த வீட்டுப் பெண்மணிகளால் வம்சாவளியாக ஆராதிக்கப்பட்டு வருவதாக அறியும்போது

பிரமிப்பாக இருக்கிறது. பரிசுத்தமான அன்புக்குத் தெய்வம் கட்டுண்டு கிடக்கும், அந்தப் பக்தன் சொன்னபடியெல்லாம் கேட்கும் என்பதற்குக் குரூரம்மையின் பக்தி ஓர் உதாரணம்.

கலியுகத்தில் தெய்வம் மற்ற யுகங்களைப் போல் மனிதனின் கண்ணுக்குக் காட்சி தராது என்பதையெல்லாம் மீறித் தெய்வம் குரூரம்மையின் வீட்டில் பாலகனாய் நடமாடி, அவள் கையால் உண்டு, அவள் மடியில் படுத்து உறங்கியிருக்கிறது என்பதைக் காணும் பொழுது ஒரு விஷயம் புலப்படுகிறது.

எந்த யுகமாயினும் சரி, மாசற்ற அன்புக்கும் பக்திக்கும் தெய்வம் கட்டுப்பட்டு அவருக்குக் காட்சி தரத் தயாராகவே இருக்கிறது. அப்படிப்பட்ட பக்தி நம்மிடம் இருக்கிறதா என்பதுதான் ஆராய வேண்டிய விஷயம். நம் பக்தி எத்தகையது? ஒவ்வொருவரும் யோசிக்க வேண்டும். தெய்வ தரிசனமென்பது தெய்வத்தின் கையில் இல்லை. நம் கையில்தான் இருக்கிறது. மனத்துக்குள் இருக்கும் மாசுகளை அகற்றுவோமானால், பரிசுத்தமான, எவ்வித எதிர்பார்ப்புமற்ற பக்தியைக் காட்டுவோமானால் நிச்சயம் தெய்வம் நமக்கும் பிரத்யட்சமாகும். நாமும் அதற்கு அன்னையாக முடியும். நண்பனாக முடியும். எஜமானனாக முடியும். நமக்கும் அதற்கும் இடையிலிருக்கும் திரையை நாம்தான் போட்டிருக்கிறோம். நாம்தான் அதனை அகற்ற முயற்சிக்க வேண்டும்...!

காதல் மழை

ரோமபாதனின் விழிகள் வற்றிப் போயிருந்தன, அங்க தேசத்தின் வறட்சியைக் கண்டு. மழைக்காக ஏங்கி ஏங்கி அங்க நாட்டு மக்கள் விட்ட உஷ்ணப் பெருமூச்சில் அங்க தேசத்தின் வானம் இன்னும் அதிகமாய் வறண்டு போயிற்று. மக்கள் முணுமுணுக்க ஆரம்பித்துவிட்டனர். மன்னர் சரியில்லை, ஆட்சி சரியில்லையென்று.

"அரண்மனையில் தாகமின்றி இருப்பவருக்கு மக்களின் தாகமும் பசியும் எங்கிருந்து புரியப் போகிறது?"

"ராஜ வாழ்க்கை என்று சும்மாவா சொன்னார்கள்! அரண்மனைக்கு வேண்டிய நீரை வண்டி வண்டியாகக் குதிரைகள் சுமந்து வந்து விடுகின்றன. நம்மைச் சொல், ஒரு பானை நீருக்காகப் பலகாத தூரங்கள் நடக்கிறோம். தண்ணீருக்கு அலைவதிலேயே நம் பொழுதுகள் கரைந்து விடுகின்றன."

"உண்மைதான். இதை இப்படியே விட்டுவிடக்கூடாது."

"ஆம். என்ன செய்யலாம் அதற்கு?"

"அரண்மனையை முற்றுகையிட வேண்டும். அரசனுக்கு நம் கஷ்டத்தை எடுத்துச் சொல்ல வேண்டும்."

அவர்கள் மறுநாளே அரண்மனை வாசலில் கூடிக் கோஷமிட்டார்கள்.

'மன்னரின் ஆட்சி சரியில்லாததால்தான் மழை பொய்த்துவிட்டது. மன்னர் இன்னும் இதற்குப் பரிகாரம் செய்யவில்லையெனில் அங்க தேசத்தில் ஒரு ஜீவராசிகூட உயிருடன் இருக்காது. மக்களின் கஷ்டத்தையும், தாகத்தையும் பசியையும் மன்னர் என்றுதான் உணரப்போகிறார்? நாங்கள் கால்கள் கொப்புளிக்கப்

பல காததூரம் தண்ணீருக்காக அலைவது போல் மகாராணியும் குடம் சுமந்து வெற்றுப் பாதங்களுடன் நடந்தால்தான் மன்னர் இந்த வறட்சியையும், தாகத்தையும் உணர்வாரா?'

'ஆம், தன் மனைவியும் மகளும் துயரப்பட்டாலொழிய மன்னர் மக்கள் தாகத்தை உணரப் போவதில்லை.'

'மன்னர் ஒழிக...!'

மக்களின் கடுஞ்சொற்கள் கேட்டு ரோமபாதன் கலங்கினான். அவசரமாய் அரசவை கூட்டினான்.

"மக்களின் கோபம் எல்லை கடந்துவிட்டது. அவர்கள் தாகம் தீர்க்க நானும் என்னென்னவோ செய்து கொண்டுதான் இருக்கிறேன். ஆனால் என்ன செய்யட்டும், வானம், பூமி இரண்டும் எனக்கெதிராகவே இருக்கிறது. இரண்டிலும் ஈரமில்லை. அப்படியும் மக்களுக்கும் நீர்த்தொட்டிகள் கட்டிக் காவலர் மூலம் எங்கிருந்தோ குதிரை வண்டிகளில் நீர் கொண்டு வந்து நிரப்பத்தான் செய்கிறேன்."

"இத்தனை மக்களுக்கும் அந்த நீர் எப்படிப் போதும், மன்னா? நாம் கொண்டுவரும் நீரில் பாதி அரண்மனைக்கு வந்துவிடுகிறது. மீதிப் பாதிதான் மக்களுக்கு. அரண்மனைக்குள் நூறுபேர் எனில் வெளியில் பல்லாயிரக்கணக்கானோர் இருக்கிறார்கள். அத்தனை பேரின் தொண்டை நனைக்குமளவுக்குக்கூட நாம் நீர் கொடுப்பதில்லையே!"

"உடனடியாய் நாம் இதற்கு ஏதாவது செய்ய வேண்டும். மழை வேண்டி யாகம் ஏதாவது செய்ய வேண்டுமெனில் செய்து விடுவோம். புரோகிதரை அழையுங்கள்."

மன்னன் உத்தரவிட்டான். அரண்மனைப் புரோகிதர் அழைத்து வரப்பட்டார்.

"மழையில்லாது போனதற்கு என் ஆட்சியின் குறைபாடே காரணம் என்கிறார்கள் மக்கள். உண்மைக் காரணம் என்னவாக இருக்கும், புரோகிதரே? மக்கள் கூறுவதுபோல் ஆட்சியில்தான்

குறைபாடா அல்லது வேறு ஏதாவது உள்ளதா? உள்ளதெனில் அதற்குப் பரிகாரம்தான் என்ன?"

"காரணம் உள்ளது, மன்னா!"

"என்ன காரணம்...?"

"பிராமண சாபம். ஒரு காலத்தில் பிராமணர்களை அவமதித்தாய். அவர்கள் இந்தச் சம்பாபுரியை விட்டு வெறுத்து வெளியேறினார்கள். போகிற போக்கில் சாபமுமிட்டுச் சென்றார்கள்."

"அது தவறென்று உணர்ந்து அவர்களைத் திரும்ப அழைத்துவிட்டேனே. ஆளுக்குக் கொஞ்சம் நிலமும், தான்யமும், பசுக்களும் கொடுத்து விட்டேனே."

"இருப்பினும் சாபம் என்பது வில்லிலிருந்து விடுபட்ட அம்பு போலத்தான். எய்தவனாலும் திரும்பப் பெற இயலாதல்லவா?"

"எத்தகைய சாபத்திற்கும் கண்டிப்பாக ஏதேனும் பரிகாரம் இருக்கும் அல்லவா? அது என்ன என்றறிந்து அதைச் செய்வதற்கு ஏற்பாடு செய்யுங்கள். பொருளைப் பற்றிக் கவலை வேண்டாம்."

மன்னன் உத்தரவிட்டான்.

புரோகிதர் மறுநாள் காலை அவசரமாய் மன்னரைக் காண வந்தார்.

"என்ன ஏற்பாடு செய்தீரா?"

"கனவொன்று கண்டேன், மன்னா. கனவில் என் குருநாதர் ஆசூரி மகரிஷி வந்தார். அங்கதேசத்தில் மழை பொழிய என்ன செய்ய வேண்டுமென்று கூறி மறைந்தார்."

"அப்படியா...? என்ன சொன்னார்?" மன்னன் ஆவலுடன் கேட்டான்.

"பெண் வாசம் அறியாத, தான் பிறந்ததிலிருந்து பெண்ணைக் கண்டறியாத களங்கமற்ற ஒரு ரிஷிகுமாரன் வந்து சம்பாபுரியில் வேள்வி நடத்தினாலொழிய அங்க நாட்டில் மழை பொழியாதென்றார்."

“பெண் அறியாத ரிஷி குமாரனா! விசித்திரமாயுள்ளதே! பெண்ணைப் பார்த்தறியாத ஆணும் இவ்வுலகத்தில் இருக்கிறானா? என்னால் நம்ப முடியவில்லை, புரோகிதரே.”

“நான் அக்னி நிமித்தத்தில் அவன் இருக்குமிடத்தை அறிந்து விட்டேன், மன்னா...?”

“அப்படியா... எங்கிருக்கிறான் அந்த ரிஷிகுமாரன்? யாருடைய குமாரன் அவன்?”

“விபாண்டகர் மகன். ரிஷ்யசிருங்கன். பிறந்ததிலிருந்து தந்தையைத் தவிர வேறொரு மனிதரைக் காணாதவன். தான் வாழும் கானகத்தைத் தாண்டி உலகம் விரிந்திருப்பதை அறியாதவன். முக்கியமாகப் பெண் இனம் என்று மனித இனத்தில் இருப்பது அவனுக்கு அறவே தெரியாது. விபாண்டகர் அவ்வளவு கட்டுப்பாட்டுடன் அவனை வளர்த்து வருகிறார்.”

“எதனால் இவ்வளவு கட்டுப்பாடு?”

“ஊர்வசியின் அழகில் மயங்கித் தன் தவ வலிமையைத் தான் இழந்ததைப்போல் தன் மகனுக்கும் நேர்ந்துவிடக்கூடாது என்ற முன்ஜாக்கிரதைதான். அந்த ஊர்வசிக்கு அவரால் பிறந்தவன்தான் இந்த ரிஷ்யசிருங்கன். காமத்தீயில் மகன் கருகிப்போய்த் தன் தவத்தின் பலனை இழந்துவிடக் கூடாது என்று கருதித்தான் பெண் வாடையே அறியாது அவனை நடுக்காட்டிற்குள் வளர்த்து வருகிறார். தானே குருவாக இருந்து அவனுக்கு வேதங்களைப் பயிற்றுவிக்கிறார். தன்னைவிட மிக மேன்மையான நிலையை மகன் எட்ட வேண்டும் என்பதே அவரது லட்சியம்.”

“அதனால் என்ன? அவரிடம் அங்கே தேசத்தின் நிலையைச் சொல்லி மகனை அனுப்பி வைக்கச் சொன்னால் அனுப்பிவிட்டுப் போகிறார்.”

“அதுதான் இயலாது. எக்காரணம் கொண்டும் விபாண்டகர் அவனைக் கானகம்விட்டு அனுப்ப முன்வர மாட்டார். மனிதர்கள் அவருடைய எல்லை தாண்டி அவர் வசிக்கும் கானகத்தினுள்

நுழையவும் முடியாது. மீறி நுழைந்தால் அவரது சாபம் அவர்களை எரித்துவிடும்."

"அதையும் பார்த்து விடுவோம். பெரும் படையோடு சென்று அவரை வென்று ரிஷிகுமாரனைக் கடத்தி வந்து யாகம் செய்யக் கூறும் வல்லமை எனக்குண்டு."

புரோகிதர் சிரித்தார்.

"யுத்தம் என்ற வார்த்தை மன்னர்களுக்குத்தான். மகரிஷிகளுக்கல்ல, மன்னா. அவர்களோடு யுத்தம் செய்ய இயலாது. அவர்கள் யுத்தத்திற்கு அப்பாற்பட்டவர்கள். உனது படை பலத்தைவிட அவரது தவ வலிமை மிக அதிகம். அவர் பார்க்கும் பார்வையிலேயே உனது பெரும்படை எரிந்து நிர்மூலமாகிவிடும்."

"பிறகு ரிஷ்யசிருங்கனை அழைத்துவர வேறு வழிதான் என்ன?"

"எதனைக் கண்டு அவர் அஞ்சுகிறாரோ அதுவே ஆயுதம்."

"புரியவில்லை."

"ஆம். எதைக் காணக் கூடாதென அவர் மகனை மறைத்து வளர்க்கிறார்?"

"பெண்ணை"

"சரியாகச் சொன்னாய், மன்னா. பெண்ணே ஆயுதம். பெண்ணைக் கொண்டுதான் அவனை அழைத்து வர வேண்டும்."

"யாரை அனுப்பலாம்?"

"சம்பாபுரியில் வேசிகளுக்கா பஞ்சம்."

"ஆஹா... இப்போதே அத்தனை பேரையும் அனுப்பிவிட்டால் போயிற்று."

"அவசரப்படாதே. அவன் எப்படிக் களங்கமற்றவனோ, காதலறியாதவனோ, அதேபோல இவளும் அனுபவமற்றவளாக இருக்க வேண்டும். இதுவே அவளது காமத்தின் அரங்கேற்றமாயிருக்க

வேண்டும். அவள் அழகில் அவனது தாய் ஊர்வசியையும் மிஞ்சியவளாயிருக்க வேண்டும்."

"அப்படி ஒரு தாசிப்பெண் நமது சம்பாபுரியின் வேசித் தெருவில் இருக்கிறாளா எனப் பார்த்துவிட்டால் போயிற்று."

"இருக்கிறாள்."

"யார்...?"

"ராஜதாசி மாலினியின் மகள் வைசாலி."

"வைசாலியா... சிறு பெண்ணல்லவா அவள்?"

"இப்போது அவள் சிறு பெண்ணல்ல. பருவ மங்கை. அழகில் ஊர்வசியை மிஞ்சுபவள். ரிஷ்யசிருங்கனைத் தன் ஒரு பார்வையாலே கட்டியிழுத்து வரும் அளவுக்குப் பேரழகி. இதுவரை பெண்ணைக் காணாத அந்த ரிஷி குமாரனைப் பித்தாக்கப் போகும் அழகு மயில்."

"உடனே அவளை அனுப்பி வைக்க எல்லா ஏற்பாடுகளும் செய்யச் சொல்கிறேன்."

"அதற்குமுன் மாலினியை இங்கு அழைத்துவர ஆள் அனுப்புங்கள்."

மன்னன் உத்தரவிட்டான்.

வைசாலி நடனம் பயின்று கொண்டிருந்தாள். எப்பேர்ப்பட்ட தவத்தையும் கலைக்கும் பேரழகு. வர்ணனைகளுக்கு அப்பாற்பட்ட பிரும்ம சிருஷ்டி. சலங்கையணிந்த அவள் பாதங்கள் பூமியில் பதியும்போதெல்லாம் இரத்தச் சிவப்பாகியது.

அரண்மனைக்குச் சென்றிருந்த மாலினி யோசனையுடன் உள்ளே நுழைவதைக் கண்டதும் ஆட்டத்தை நிறுத்திவிட்டு வந்தாள் மகள்.

"மன்னர் எதற்கு அழைத்தாரம்மா?"

"மிகப்பெரிய பணியொன்றினை நமக்கு அளித்துள்ளார்."

“என்ன பணி?”

“மிக உயர்ந்த பணியென்றும் கூறலாம்.”

“என்னவென்று சொன்னால்தானே அது உயர்ந்ததா, வெறுக்கத்தக்கதா என்று கூறலாம்.”

“அங்க நாட்டில் மழை பொழிவதற்கு நம்மாலான சிறு உதவி என்றும் கொள்ளலாம்.”

“விளக்கமாகச் சொல், அம்மா.”

“மகரிஷி விபாண்டகரின் மகன் ரிஷ்யசிருங்கரை அவர் வாழும் கானகத்திலிருந்து அழைத்து வர வேண்டுமாம்.”

“இதற்கு நாம் எதற்கு? மன்னரிடம் காவலர்களுக்கா பஞ்சம்?”

“காவலர்களால் ஆகாத காரியம் இது, வைசாலி.”

“புரியவில்லை.”

“காமத்தால் மட்டுமே அவரைக் கட்டியிழுத்து வர இயலுமாம். விபாண்டகர் தன் மகனைப் பெண் வாசமே அறியாமல் வளர்த்து வருகிறாராம். அந்த ரிஷிகுமாரன் வந்து வேள்வி நடத்தினால்தான் அங்க நாட்டில் மழை பொழியுமாம். அக்னி நிமித்தத்தில் கண்டறிந்த உண்மை இது. விபாண்டகர் அறியாமல் அவர் மகனைக் காதலால் கவர்ந்து இங்கு அழைத்து வரக்கூடிய பேரழகுப் பெண் இந்தச் சம்பாபுரியில் உன்னைத் தவிர வேறு யார் உள்ளார்கள்? உன்னை அனுப்பி வைக்க ஏற்பாடுகள் நடக்கின்றன. கட்டளையிடத்தான் மன்னர் என்னை அழைத்திருந்தார். நாம் நாளை புறப்பட வேண்டும்.” மாலினி சேடிப்பெண் ஒருத்தியை அழைத்துப் பெட்டிகளில் தேவையான ஆடை அணிகலன்களை எடுத்து வைக்கச் சொன்னாள்.

“எனக்கு இதில் விருப்பமில்லையம்மா.”

“நம் விருப்பத்தை இங்கு யாரும் கேட்கவில்லை. இது அரசர் உத்தரவு.”

“இருக்கலாம். ஆனால் எக்காரணம் கொண்டும் குலத்தொழிலில் என்னை ஈடுபடுத்துவதில்லை என்று எனக்கு வாக்குக் கொடுத்திருக்கிறாய் நீ.”

“என் ஒருத்திக்காக நான் என் வாக்கை மீறவில்லை என்பதைப் புரிந்துகொள். சுயநலம்தான் தவறு, வைசாலி. இது பொது நலம்.”

“சம்பாபுரியில் பொது நலம் நினைக்கும் பெண்களே இல்லை என்கிறாயா?”

“அவர்கள் எதிர்பார்ப்பது பேரழகியை.”

“மன்னர் மகளும் பேரழகிதானே. களங்கப்படாத கன்னிதானே. அவளை அனுப்ப வேண்டியதுதானே மன்னர்!”

“நாம் ராஜதாசிகள், மகளே. கேள்விகள் கேட்க நமக்கு அனுமதியில்லை.”

“தாசிப்பெண் ஒருத்தி மானமிழந்தால்தான் மழை பெய்யும் என்றால் அப்படிப்பட்ட மழைதான் எதற்கு? அதைவிட அங்கதேசம் அழிந்து போகலாம்.”

“சற்றே யோசித்துப் பார். மானம் மரியாதை என்பதெல்லாம் மனிதர்கள் மதிப்பீடுகள்தான். மதிப்பீடு செய்யும் அளவுக்கு இங்கே உயர்ந்தவர்கள் எவரும் இல்லை. எல்லோரும் சாதாரண மனிதர்கள் மட்டுமே. சாதாரண மனிதர்களின் வார்த்தைகள் குறித்து நாம் ஏன் கவலைப்பட வேண்டும்? மானம் என்பதைச் சொத்து என்று ஏன் நினைக்க வேண்டும்? இந்த மண்ணின் வளமும், மனிதர்களின் பசியும், தாகமும் அதைவிடப் பெரியதல்லவா? மண்ணின் வளத்திற்காக, மக்களின் பசியடங்குவதற்காக நாம் செய்யும் ஒரு சாதாரண உதவியாக மட்டுமே இதை நினைக்க வேண்டும், பெண்ணே. அதற்குமேல் இதற்கு முக்கியத்துவம் அளிக்காதே. நாட்டுக்குதவ நமக்குக் கிடைத்த சந்தர்ப்பத்தை இழப்பதுகூட ஒருவகைப் பாவம்தான். உயிர் போனால் மண்ணுக்கு உரமாகப்போகும் உடல்தானே இது... இந்த உடல் இந்த நற்காரியத்துக்கு உபயோகப்படட்டுமே.”

மாலினி மகளை அணைத்து ஆறுதல் சொன்னாள்.

வைசாலி மௌனமாயிருந்தாள்.

“என்மீது வருத்தமா, வைசாலி?”

“யார் மீதும் வருத்தமில்லை. நீ சொன்னது குறித்து யோசிக்கிறேன். இந்த சம்பாபுரியின் குலப்பெண்களைப்போல் கல்யாணம் செய்து குழந்தைகள் பெற்றுச் சாதாரணமாக சந்தோஷமாக வாழவேண்டும் என விரும்பினேன். ஆனால் அதற்கு எனக்கு விதிக்கவில்லை எனப் புரிகிறது. எது நடக்கிறதோ அதை ஏற்றுக்கொள்ளத்தானே வேண்டும். மண்ணோடு மண்ணாகப் போகும் உடல் இதற்காவது பயன்படட்டும். பயணத்திற்கான ஏற்பாடுகளைச் செய்.”

வைசாலி பெருமூச்சு விட, மாலினியின் முகத்தில் வேதனையும் சந்தோஷமும் ஒருமித்துப் படர்ந்தது.

அங்க நாட்டின் எல்லைக்கப்பால் கண்டகியாற்றின் கரையில் அவர்கள் செல்ல, அன்னப் பறவையின் வடிவம் கொண்ட மிகப்பெரிய அலங்காரத் தோணி தயாராக இருந்தது.

அவர்களை வழியனுப்பி வைக்க மன்னரே நேரில் வந்திருந்தார்.

மாலினி மன்னரிடம் விடைபெற வந்தாள்.

“உன் மகள் மட்டும் இந்த நற்காரியத்தை வெற்றிகரமாக முடித்துவிட்டால், இதற்கு ஈடாக, நீ என்ன பரிசு கேட்டாலும் தருகிறேன், மாலினி”.

“பரிசு என்று நான் நினைப்பது ஒன்றுள்ளது, மன்னா.”

“என்ன? சொல்.”

“உங்கள் ஆசி. விபாண்டகர் சாபத்திற்கு ஆளாகாமல் என் மகள் பத்திரமாக வெற்றியுடன் திரும்ப வேண்டும் என வாழ்த்துங்கள்.”

“என் ஆசி எப்போதும் உண்டு, உன் மகளுக்கு.”

“நம் மகளுக்கு என்று சொல்லுங்கள்.”

மன்னன் திகைப்போடு பார்த்தான்.

"என்ன சொன்னாய்?"

"உண்மையை. தாசிக்குப் பிறந்தாலும் இந்த விதை உங்களுடையது என்கிறேன்."

மன்னன் அதிர்ச்சியும் பாசமும் அலைமோத, தூரத்தில் நின்ற வைசாலியைப் பார்த்தான்.

"பரிசு என்று சொன்னேன் அல்லவா?"

"ஆம். என்ன வேண்டும்?"

"நாங்கள் வெற்றியோடு திரும்பியதும் இவளை உங்கள் மகளென்று ஊர் அறியச் சொல்ல வேண்டும்."

"ரிஷ்யசிருங்கன் வழியாக என்னுடைய பரம்பரையில் எனக்கொரு வாரிசு கிடைப்பான் எனச் சோதிடர்கள் கூறியுள்ளது உண்மையானால் உன் ஆசை நிறைவேறும். சென்றுவா, மாலினி. வெற்றியோடு திரும்பி வா."

மன்னன் விடை கொடுக்க, அவர்கள் தோணியில் ஏறினார்கள். மல்லர்கள் துடுப்புத் துழாவத் தோணி நதியில் மிதந்து செல்ல ஆரம்பித்தது.

கண்டகியாறு கௌசிகியோடு இணையும் இடத்தின் அக்கரையில் மலைகளுக்கு நடுவே அமைந்திருந்தது விபாண்டகரின் ஆசிரமம்.

ஆற்றுப் பள்ளத்தாக்கின் மறைவிடத்தில் மல்லர்கள் தோணியை நிறுத்தினார்கள்.

மாலினி மகளுடன் தோணியிலிருந்து இறங்கினாள்.

வைசாலி அந்தப் பிரதேசத்தின் இயற்கையழகில் மயங்கி நின்றாள். எவ்வளவு பசுமை! மலையிலிருந்து காட்டருவியொன்று கௌசகியாற்றில் விழுந்து கொண்டிருந்த காட்சியை ரசித்துப் பார்த்தாள். கானகத்திலிருந்த சந்தன மரங்களின் வாசம் காற்றில் கலந்து வந்து நாசியை நிறைத்தது. அங்கதேசத்தில் காண முடியாத மழை மேகங்கள் அந்த மலையைத் தழுவிச் சென்றன.

மாலினி மகளின் தோளைத் தொட்டாள். “வாசனைத் திரவியங்கள் தயாராக இருக்கிறது. நீ குளித்துவிட்டு வா வைசாலி.”

வைசாலி நீராடச் சென்றாள். மல்லர்கள் ஆற்றங்கரையில் கூடாரமடித்தனர்.

பணிப்பெண்கள் காட்டிலிருந்த விறகுகள் சேகரித்துத் தீ மூட்டித் தாங்கள் கொண்டு வந்த பாண்டங்களில் சமையல் செய்தனர்.

வைசாலி நீராடிப் புதுப்பொலிவுடன் வந்தாள். மாலினி புத்தம் புது ஆடைகள் கொடுத்து அணியச் சொல்லி, ஆபரணங்கள் பூட்டினாள். அவள் கேசத்தை அழகாய் வாரி முடிந்தாள். பிரும்மாவே மயங்கும் வண்ணம் பேரெழிலோடு அவளை அலங்கரித்தாள்.

சற்று நேரத்தில் வைசாலி பதுங்கிப் பதுங்கிக் காட்டுக்குள் சென்றாள். தூரத்தில் விபாண்டகரின் ஆசிரமம் தெரிந்தது. ஆசிரமத்துக்குச் சற்றுத் தொலைவில் மான் குட்டியோடு விளையாடிக் கொண்டிருந்த ரிஷிகுமாரனை மறைந்து நின்று உற்றுப் பார்த்தாள்.

களங்கமற்ற அந்த முகம் அவளை என்னவோ செய்தது. காட்டுக்குள் இயற்கையாய்ச் சூதுவாதற்று வளர்ந்திருந்த அந்த உறுதியான தேகம் அவளுக்குள் பதுங்கியிருந்த காதலைத் தூண்டியது. அவன் மானைத் துரத்தியபடி ஓடிவர, அவள் மறைவிடத்திலிருந்து சட்டென வெளிப்பட்டு அவன் முன் நின்றாள். அவன் திகைத்து நின்றான். பயத்தோடு அவளைப் பார்த்தவன் விழிகள் குழப்பத்துடன் அவளையும் தன்னையும் மாறிமாறிப் பார்த்தன.

தன்னிடம் இல்லாத ஒன்று அவள் மேனியில் பேரெழிலோடு தெரிய, அவன் திகைத்தான். தனக்கும் அவளுக்கும் ஏன் இந்த உருவ வித்தியாசம் என யோசித்தான். உலகத்தில் இப்படியும் மனித உருவம் இருக்கிறதா என்ன? அடேயப்பா! இந்த உருவம்தான் எவ்வளவு அழகாய் மென்மையாய் இருக்கிறது!

அவன் அருகில் வந்து அவளை வியப்போடு உற்றுப் பார்க்க, அவள் நாணத்தோடு மெல்ல அவனை அணைத்துக் கொண்டாள். அந்த ஸ்பரிசத்தில் அவன் தேகம் சிலிர்த்தது. கரடுமுரடான தந்தையின் கரங்களின் ஸ்பரிசத்தைத் தவிர வேறு ஸ்பரிசமறியாதவன் இந்த தேவதையின் ஸ்பரிசத்தில் கிறங்கி நின்றான்.

"நீ யார்...?"

"பெண்."

"அப்படியென்றால்?"

"கடவுளின் சிருஷ்டியில் நீங்கள் ஒரு விதம் எனில், நான் மற்றொரு விதம்."

"இன்னும் புரியும்படியாகச் சொல்."

"உடல்களின் இந்த வித்தியாசமே ஒருவரை ஒருவர் மகிழ்வித்துக் கொள்ளத்தான்."

"மகிழ்ச்சி என்றால்?"

"இந்த மான்குட்டியைத் தொட்டு விளையாடுவது போலத்தான். மானுக்குப் பதிலாக நான்."

"அப்படியானால் ஓடு. நான் பிடிக்கிறேன்."

அவள் ஓடினாள். அவன் துரத்திப் பிடிக்க, அவள் அவனை இறுக அணைத்தாள். அவன் இதழ்களை அழுத்தமாக முத்தமிட்டாள். அவன் பரவசத்தில் சிலையானான்.

"எப்படி இருந்தது?"

"எது...?"

"நான் முத்தமிட்டது."

"இதுதான் முத்தமா...? இன்பமாயிருந்தது."

"இதைவிட அதிகமான இன்பத்தையும் என் உடல் அளிக்கும்."

"எப்படி?"

“நாளை வந்து அதைக் கற்றுத் தருகிறேன்.”

அவள் துள்ளி ஓடி மறைய, அவன் அந்தப் புது அனுபவத்துடன் ஆசிரமம் சென்றான். அன்று முழுக்க பித்துப் பிடித்தாற்போல் அமர்ந்திருந்தான். உண்ணப் பிடிக்கவில்லை. உறங்க இயலவில்லை. அவளையே நினைத்துக் கொண்டிருந்தான்.

மலர் போன்ற அந்த மேனியைத்தழுவ அவன் மனம் ஏங்கியது. தந்தை யாகம் ஒன்று நடத்துவதற்காகச் சென்றிருந்தார். முதன் முறையாக அந்தக் கானகத்தில் அவன் மற்றொரு மனித உயிரைச் சந்தித்திருக்கிறான். அந்த உருவம் அவன் மனதைக் கவர்ந்திருந்தது. அவன் மறுநாளும் அவளைத் தேடி வந்தான். அவளும் அவனை நாடி வந்தாள். இன்னும் அதிகமாய் அவனை மகிழ்வித்தாள். ஒரு கணமும் அவளைப் பிரிய மனமின்றி ஆனான் அவன்.

“நான் செல்கிறேன்.” அவள் வலை விரித்தாள்.

“உன்னைப் பிரிந்திருக்க என்னால் இயலாது.”

“அப்படியானால் என்னோடு வாருங்கள்.”

“எங்கே?”

“அதோ அங்கே.” அவள் தோணியைக் காட்டினாள். அவன் வியப்போடு அவள் பின்னால் வந்து தோணியில் ஏறினான். தோணியிலிருந்த சிறிய அறைக்குள் அவள் அவனை அழைத்துச் சென்று அணைத்துத் தன் மடியில் கிடத்திக் கொண்டாள்.

வெளியில் மாலினி உத்தரவிட, அனைவரும் அவசரமாகத் தோணியில் ஏறிக்கொள்ள, மல்லர்கள் தோணியைக் கிளப்பினார்கள். தோணி அங்க தேசம் நோக்கிப் புறப்பட்டது.

தான் எங்கோ அழைத்துச் செல்லப்படுவது புரிந்ததும். ரிஷ்யசிருங்கன் திகைத்தான். சினமடைந்தான்.

“நீ யார்...? எதற்கு என்னை என் தந்தையிடமிருந்து பிரித்து அழைத்துச் செல்கிறாய்? உண்மையைக் கூறாவிடில் என் சாபத்திற்கு ஆளாவாய்.”

அவன் கமண்டல நீரைக் கையிலெடுக்க, அவள் அவன் பாதத்தில் விழுந்தாள். அங்கதேசத்தின் வறட்சியை அவனிடம் விவரித்தாள். அவன் வந்து யாகம் வளர்த்தாலொழிய மழை பொழியாது என்றாள். அவனது அன்பும், அருளும் அங்கதேசத்திற்குத் தேவை என்று கரம் நீட்டிப் பிட்சை கேட்டாள்.

அவன் மனம் இளகினான்.

“வருகிறேன். ஆனால் எனக்கென்ன தட்சிணை தருவாய் நீ?”

“என்னையே தருவேன்.”

“எப்படி?”

“அங்கதேசத்து மன்னரிடம் என்னைப் பரிசாகக் கேளுங்கள் தருவார். மணம் புரிந்து கொண்டு நாம் கானகத்தில் அமைதியாய் ஆனந்தமாய் வாழ்வோம்.”

“மணம் என்றால்...?”

“மனைவி என்ற உரிமையை எனக்களிப்பது. நாம் ஆனந்தமாய் வாழ்வதற்கு அது ஓர் அங்கீகாரம்.”

அவன் சந்தோஷமாய்த் தலை அசைத்தான். “மன்னரிடம் உன்னை யார் என்று சொல்லிக் கேட்பது?”

“உங்கள் மகளைக் கொடுங்கள் என்று கேளுங்கள்.” அவள் சொன்னாள்.

தோணி அங்க தேசத்தின் எல்லையை அடைந்தது.

மன்னன் பரிவாரங்களுடன் அவர்களை வரவேற்கக் காத்திருந்தான்.

ரிஷ்யசிருங்கன் பாதங்கள் அங்க தேசத்து மண்ணில் பதிந்த தருணம் மழை மேகங்களும் அங்கதேசத்து வானில் எட்டிப் பார்த்தன.

ரிஷ்யசிருங்கன் யாகம் வளர்த்தான். யாகம் நடக்க நடக்கக் கரும் மேகங்கள் சூழ்ந்தன. மக்கள் மகிழ்வோடு வானத்தைப் பார்த்தார்கள். மழை பொழியத்துவங்கியது. வானம் கிழியத்

தொடர்ந்து பெய்தது. மக்கள் மகிழ்ச்சியில் ஆடினார்கள். பாடினார்கள்.

மன்னன் ரிஷ்யசிருங்கருக்கு நன்றி கூறினான்.

“உங்கள் மகளை எனக்குத் திருமணம் செய்து தாருங்கள்.”

“தருகிறேன்.” மன்னன் மகிழ்வுடன் சொன்னான். தனது மனைவியிடம் ஏதோ சொன்னான். சற்று நேரத்தில் அரசியார் தன் மகள் சாந்தையை மணக்கோலத்தில் அழைத்து வர, ரிஷ்யசிருங்கன் அவளை அலங்கரிக்கப்பட்ட வைசாலி என நினைத்தான்.

அவள் கழுத்தில் மங்கல நாண் அணிவித்தான்.

மக்கள் கூட்டத்திற்கிடையிலிருந்து வரமுடியாமல் காவலர்களால் தடுக்கப்பட்ட மாலினியும் வைசாலியும் கண்ணீரோடு அந்தத் திருமணக் காட்சியைப் பார்த்து ஏமாற்றத்தோடு சிலையாய் நின்றார்கள்.

“நான் கானகம் செல்ல வேண்டும்.”

ரிஷ்யசிருங்கன் மன்னனிடம் சொன்னான்.

“மற்றொரு கடமையும் தங்களுக்காகக் காத்திருக்கிறது, ரிஷிகுமாரரே.”

“என்ன அது?”

“எனது நண்பர் தசரதர் அயோத்தியின் மாமன்னர், புத்திர பாக்கியமின்றி மிகுந்த வேதனையில் உள்ளார். அங்கதேசத்தின் மழைக்குக் காரணமான களங்கமில்லா ரிஷிகுமாரரான நீங்கள்தான் அங்கும் சென்று புத்திர காமேஷ்டி யாகம் நடத்தித் தசரதருக்குப் புத்திர பாக்கியம் ஏற்பட ஆசியளிக்க வேண்டும்.”

“ஆகட்டும்.”

ரிஷ்யசிருங்கர் மனைவியோடு தேரில் ஏறி அயோத்திக்குப் புறப்பட்டுச் சென்றார்.

மாலினி அழுது கொண்டிருந்த பெண்ணை அணைத்துக் கொண்டாள்.

“நம் கடமை முடிந்துவிட்டது. வைசாலி. இனி யாரும் நம்மைத் திரும்பிப் பார்க்கவோ நன்றிகூறவோ மாட்டார்கள். இனி நமக்குப் பெயர் வேசி என்பது மட்டுமே. ஒரு நல்ல காரியம் நிகழக் கருவியாய் இருந்தோம் என்ற ஆத்ம திருப்தியோடு புறப்படு, மகளே. வீடு செல்வோம்.”

வைசாலி கண்ணீரோடு தேர் சென்ற திசையை நோக்கினாள். கொட்டிக்கொண்டிருந்த மழை நீரைக் கையில் பிடித்து ஒரு வாய் அருந்தித் தன் துயரத்தை விழுங்க முயற்சித்தாள்.

அயோத்தியின் மாமன்னன் தசரதனுக்கு ரிஷ்யசிருங்கரின் ஆசியால் நான்கு புத்திரர்கள் பிறந்திருப்பதாகத் தகவல் வந்தது. அதில் மூத்த குமாரன் ஸ்ரீராமன் என்று நாமகரணம் சூட்டப்பட்டிருப்பதாகவும் கூறினார்கள்.

வைசாலி ராமா என்று முணுமுணுத்தாள். உடலை என்னமோ செய்தது. இது சாதாரணப் பெயரல்ல என்று தோன்றியது. தாரக மந்திரம் போல் உடல் மனம் அனைத்தையும் பரிசுத்தமாக்கியது. கடைசியில் இதற்குத்தானா எல்லாம்?

அவள் தனக்குத்தானே கேட்டுக்கொண்டது காற்றில் கலந்தது.

இது வைசாலியின் கதை. இராமவதாரம் ஏற்பட அவளும் ஒரு வகையில் காரணம். எந்தவொரு சந்தோஷத்திற்கும் பின்னால் யாரோ ஒருவரின் தியாகமும், சோகமும், இழப்பும் இருக்கும் என்பார்கள். இந்திய தேசத்தின் சுதந்திரத்திற்குப் பின்னணியில் எத்தனையோ - உயிர்த் தியாகங்கள் இருக்கவில்லையா? அதுபோல்தான் திருமாலின் எட்டாவது அவதாரம் ஏற்படுவதற்கும் ஒரு பெண் தன் காதலைப் பலியிட்டிருக்கிறாள் என்பது சோகம் கலந்த உண்மை. இதை அவளது விதியென்று எல்லோரும் கூறி முற்றுப் புள்ளி வைத்தாலும் அவளது காதலும் தியாகமும் பிரமிக்க வைக்கிறதா இல்லையா?

நெருப்பை அணைத்த நீறு

மங்கையர்க்கரசியின் முகம் தான் கண்ட காட்சியில் வாடியது. மன்னனைச் சுற்றி நின்ற கூட்டமும் அவர்களது தோற்றமும் அவளுக்கு அருவருப்பை ஏற்படுத்தியது. கணவன் இப்படி மதியிழந்து விடுவான் என அவள் கனவிலும் கருதியதில்லை. நெற்றியிலும், மார்பிலும், புஜங்களிலும் திருநீறும், குங்குமமும் அணிந்து, சிவனடியார்கள் புடைசூழ நாடு முழுவதும் சென்று சைவத் தொண்டு செய்து கொண்டிருந்த நின்றசீர் நெடுமாறனா இவன்?

சைவம் இப்போது சமணமாகியிருந்தது. இந்தக் கொடுமையை யாரிடம் சொல்லி அழ! மன்னனே இப்படி மதியிழந்து சமணத்தின் பின் சென்றால் மக்கள் என்ன செய்வார்கள்? மன்னனிடம் சலுகை பெறும் நோக்கில் அவர்களும் சைவத்தைத் துறந்து சமண நெறிப்படி அல்லவா வாழ்வார்கள். இது நல்லதற்கல்லவே...!

பஞ்சாட்சர மந்திரம் மட்டுமே இடையறாது நிறைந்திருந்த பாண்டிய நாடு இப்படியா மாறிப்போகும்? எங்கு பார்த்தாலும் சமணத் துறவிகள். மயிர் பறித்த தலையும், கையில் மயிற்பீலிக் கற்றையும் கமண்டலமும், இடையில் சுற்றிய பாய்த்தடுக்கும், முகத்தைச் சுற்றி முகக்குடையுமாய் அவர்களைப் பார்த்தாலே உடல் நடுங்கியது கொடியவர்கள். பாண்டிய நாட்டைச் சீரழிக்கவே வந்துள்ளவர்கள்.

பஞ்சாட்சர மந்திரம் சொல்லிச் சிவபெருமானை மட்டுமே வணங்கி வழிபட்டுச் சைவநெறியின் வழியில் தூயவனாய் வாழ்ந்து வந்த பாண்டி நாட்டு மன்னனே இப்படி மதிகெட்டு சமணத் துறவிகளின் பின் சென்றால் மக்களை யார் சைவநெறியில் வழி நடத்துவது? இதுதான் பாண்டியன் மாதேவி மங்கையர்க்கரசியின்

கவலை. அரசனை எப்படியாவது மீண்டும் சைவநெறிக்கு இழுத்து வரவேண்டும். அதற்காக என்ன கஷ்டம் வேண்டுமானாலும் படத் தயாராயிருந்தாள் அவள். அது குறித்துப் பேச அமைச்சர் குலச்சிறையாரை வரச் சொல்லியிருந்தாள். அமைச்சர் வந்து கொண்டிருப்பதாகக் காவலன் ஒருவன் தெரிவித்துவிட்டுச் சென்றான். மங்கையர்க்கரசி ஆலோசனை மண்டபத்திற்கு வந்தாள்.

“வாருங்கள், குலச்சிறையாரே!” அமைச்சரைச் சோர்வான முகத்தோடு வரவேற்றாள்.

“அவசரமாய் அழைத்ததாக அறிந்தேன்.”

“அவசரம்தான். சமணர்களின் ஆரவாரம் தாங்க இயலவில்லை. மன்னன் முற்றிலும் மதியிழப்பதற்குள் நாம் ஏதாவது செய்ய வேண்டும்.”

“என்ன செய்ய வேண்டும், சொல்லுங்கள்.”

“உமையம்மையே மண்ணில் இறங்கி வந்து ஞானப்பால் புகட்டிப் பசி தீர்த்த பெருமை பெற்ற திருஞான சம்பந்தர் திருமறைக்காட்டில் எழுந்தருளி உள்ளதாகக் கேள்விப்பட்டேன். அவர் ஒருவரால்தான் நமது பாண்டிய நாட்டை இச்சமணர்களிடமிருந்து காத்து, மன்னரைச் சைவநெறிக்கு மீட்டுவர முடியும் என்று நம்புகிறேன். நீங்கள் ஒரு கணமும் தாமதியாமல் நமது ஒற்றர்கள் சிலரை அனுப்பி ஞானசம்பந்தருக்குச் சேதி அனுப்பி அவரைப் பாண்டிய நாட்டுக்கு எழுந்தருள வேண்டும் என்று நாம் விரும்புவதாகக் கூறுங்கள். பாண்டிய நாட்டில் மீண்டும் சைவம் தழைக்க அவரது உதவியை நாம் நாடுவதாகச் சொல்லுங்கள்.”

அமைச்சர் தலையசைத்தார். உடனடியாக ஒற்றர்கள் சிலரைத் திருமறைக்காட்டிற்கு அனுப்பினார்.

ஒற்றர்கள் நற்செய்தியோடு திரும்பி வந்தனர். திருஞானசம்பந்தர் பாண்டிய நாட்டுக்கு வருவதாக இசைவு தெரிவித்துவிட்டாராம். மங்கையர்க்கரசியின் முகம் தாமரை மலராய் மலர்ந்தது.

ஞானசம்பந்தரை வரவேற்கும் ஏற்பாடுகளில் மூழ்கினாள். நின்றசீர் நெடுமாறன் தன் கூன் உடம்புடன் நகர்வலம் சென்றுவிட்டுத் திரும்பி வந்தான்.

“என்ன தேவி, இன்று உன் முகத்தாமரை மலர்ந்துள்ளதே. என்ன காரணம்?”

“என்னவோ தெரியவில்லை. இன்று காலை முதல் நல்ல நிமித்தங்கள் தெரிகின்றன. கனவில்கூட நல்ல காட்சிகள் தெரிந்தன. அழகிய குழந்தை ஒன்றின் தாமரை மொக்கு போன்ற சிவந்த, தண்டையணிந்த பாதங்கள் இம்மண்ணில் பதிவதைக் கண்டேன்.”

“உன் கனவினால் பாண்டிய நாட்டுக்கு அப்படி என்ன நன்மை ஏற்பட்டு விடுமென்று எண்ணுகிறாய்?”

“என்ன நன்மை எனத் தெரியாது. ஏதோ ஒரு நன்மை ஏற்பட்டால் நீங்களும் மகிழ்வீர்கள் அல்லவா?”

“பாண்டிய நாடு இப்போதும் நன்றாகத்தானே உள்ளது...? கருணை மிக்க சமணத் துறவிகள் இங்கிருக்கும்வரை இந்த நாட்டுக்கு ஒரு தீங்கும் வராது, தேவி. நீதான் இன்னமும் சமணத்திற்கு மாற மறுக்கிறாய்!”

மங்கையர்க்கரசியின் முகம் வாடியது. சிந்தையெல்லாம் சமணம் நிறைந்திருக்கும் இவன் மீண்டும் சிவபெருமானை வணங்குவானா? அவள் கவலைப்பட்டாள். அந்த க்ஷணம் முதல் அவள் சிவபெருமானை வேண்டி விரதமிருக்க முடிவு செய்தாள்.

கணவன் எவ்வழியோ தானும் அவ்வழி என்று கூறிக்கொண்டு கற்பில் சிறந்தவள் என்று பெயரெடுப்பதை அவள் மனம் விரும்பவில்லை. கணவன் தவறான பாதையில் செல்லுவதை அவனுக்குப் புரியவைத்து அவனை நல்வழிப்படுத்துவதுதான் நல்ல மனைவியின் கடமை என அவள் கருதினாள். அதனால்தான் அவனுக்கே தெரியாமல் ஒற்றர்களை அனுப்பித் திருஞான சம்பந்தரைப் பாண்டிய நாட்டுக்கு வரவழைக்க முயன்று அதில் வெற்றியும் பெற்றுவிட்டாள். அதே நேரம் சமணர்கள்

கொதித்தெழுந்தனர். கூட்டமாய்க் கிளம்பிக் கூன் பாண்டியனைக் காண வந்தனர்.

"என்ன, எல்லாரும் ஒரு சேர வந்துள்ளீர்கள்?" மன்னன் அவர்களைப் பணிவோடு வரவேற்று விசாரித்தான்.

"பாண்டிய நாட்டுக்குக் கேடு வந்துள்ளது, மன்னா. நல்ல நிமித்தங்கள் எதுவும் தென்படவில்லை."

"புரியும்படியாக்க் கூறுங்கள்."

"யாரோ ஞானசம்பந்தனாம். பாலகனாம். தெய்வமே பாலூட்டியதாகக் கூறிக்கொண்டு எல்லோரையும் ஏமாற்றிக் கொண்டிருக்கும் ஒரு இளம் சைவத்துறவி இங்கு வந்துள்ளானாம். சமணர்கள் வாழுமிடத்தில் சைவத் துறவிகள் வருவதாவது. அச்சிறுவனை உடனடியாகத் திரும்பிப் போகச் சொல்ல வேண்டும். சைவத்தின் வாடை இம்மண்ணில் வீசக்கூடாது என்பது எங்கள் விருப்பம். எங்கள் விருப்பத்தை நீங்கள் உடனடியாக நிறைவேற்ற வேண்டும்."

மன்னன் மனைவி மங்கையர்க்கரசியிடம் வந்தான்.

"ஞானசம்பந்தர் வந்துள்ளது நிஜமா?"

"நானும் கேள்விப்பட்டேன்."

"எதற்கு வருகிறார்?"

"தெய்வத் துறவி அவர். உங்கள் மகுடத்தையும், செங்கோலையும் பறிப்பதற்காக வரவில்லை. வீண் பயம் வேண்டாம். பாண்டிய நாட்டுக்குள் இவர் வரலாம், இவர் வரக்கூடாது என்று எந்தக் கட்டுப்பாடும் இல்லையே?"

மன்னன் யோசனையோடு மீண்டும் சமணத்துறவிகளிடம் வந்தான்.

"நம் மண்ணுக்கு விருந்தினராய் வருபவரை விரட்டுவது தவறு எனக் கருதுகிறேன்."

“சரி. விரட்ட வேண்டாம். எங்களுக்கு அனுமதி கொடுங்கள். அவன் தானாக ஓடும்படி செய்கிறோம். விஞ்சை மந்திரம் கூறினால் அவன் குடில் தீப்பற்றி எரியும். அச்சிறுவன் பயந்து ஓடிவிடுவான், உமையம்மையிடம் குடித்த பாலைக் கக்கிவிட்டு!” அவர்கள் சிரித்தார்கள்.

“அப்படியே செய்யுங்கள். நினைவிருக்கட்டும். அவராக ஓட வேண்டும். வேறு எத்தீங்கும் செய்யக் கூடாது.” அரசன் அவர்களுக்கு அனுமதி கொடுத்து அனுப்பினான்.

அன்றிரவு திருஞான சம்பந்தர் தங்கியிருந்த குடிலுக்குத் தீ வைத்தார்கள். திடுக்கிட்டு எழுந்த சிவனடியார்கள் மனம் கலங்கித் தீயை அணைத்துப் பாலகனான ஞானசம்பந்தரைத் தூக்கிக் கொண்டு வெளியில் ஓடி வந்தார்கள்.

இத்தீச்செயலை யார் புரிந்திருப்பார்கள் என்று புரியாமல் வருந்தினார்கள். ஞானப் பாலுண்ட சம்பந்தருக்குப் புரிந்துவிட்டது. அரசனின் அனுமதியோடு சமணர்கள் செய்த காரியம். நாட்டைக் காக்க வேண்டிய மன்னனே தீமைக்கு வித்திடுவதா? செங்கோல் பிடித்திருக்கும் கரங்கள் தீப்பந்தத்திற்குத் துணை செல்வதா? ஞானசம்பந்தர் இன்னும் சரியாக அணையாமலிருந்த தீயைப் பார்த்தார்.

“சமணரால் இடப்பட்டுச் சிவனடியாரை எரிக்க வந்த தீயே! எங்கள் சிவனே அக்னி வடிவினன் என்பதை மறந்தாயோ? எனினும் நீ வந்த காரியத்தில் தோற்றதாய் ஆக வேண்டாம். இங்கு எரிவதற்குப் பதில் பையவே சென்று பாண்டியனின் வயிற்றுக்குள் எரிந்து கொண்டிரு. நானே வந்து அணைக்கிறேன் உன்னை.”

அவர் புன்னகைத்தார். அதே நேரம் பாண்டியனின் வயிற்றுக்குள் வெப்பு நோயாய் நுழைந்தது தீ.

“இது என்ன கொடுமை, அமைச்சரே! இச்சமண மிருகங்கள் அந்த ஞானச்சிறுவனின் குடிலுக்குத் தீ வைத்ததாமே. பாண்டிய மன்னனின் செங்கோண்மையை அவர் என்னவென்று கருதுவார்?

சிவனடியாருக்கு நாம் தரும் மரியாதை இதுதானா என்று வேதனைப்பட மாட்டாரா?"

"சமணர்கள் செய்த செயலுக்கு நாம் அவரிடம் மன்னிப்புக் கேட்டு அவரை வரவேற்போம். மலர்களும், கனிகளும் எடுத்துக்கொண்டு கிளம்புங்கள், மகாராணி!"

மங்கையர்க்கரசி கிளம்பினாள். அமைச்சருடன் சென்று ஞானசம்பந்தரின் காலில் விழுந்து வணங்கினாள்.

"எங்கள் நாட்டுக்கு வந்த உங்களை ஆபத்து சூழ்ந்ததை அறிந்து வருந்துகிறோம்."

"தாங்கள் நலம்தானே, தாயே?"

"உடலால் நலம்தான். ஆனால் மனதால் நலமில்லை. என் கணவனோடு சிவபெருமானை மலர்களால் அர்ச்சித்து வணங்கும் நாள்தான் என் மனமும் நலமாகும். மக்கள் சிரிக்கிறார்கள். திருநீறு அணிந்திருந்த மன்னரின் நெற்றி இன்று பாழ் நெற்றியாயுள்ளது. மன்னரைக் கண்டு, மறைவில் ஏசுகிறார்கள். மன்னரே மதம் மாறினால் மக்களை யார் வழி நடத்துவார்கள்? காலம் காலமாய்ச் சைவம் தழைத்தோங்கும் நாட்டில் இன்று மயிர் பறித்த, மயில்பீலிக் கற்றையும் கமண்டலமும் சுமந்த கபட சமணர்களின் ஆதிக்கம் அதிகமாகி விட்டது. சைவர்களை எல்லாம் கொடுமைப்படுத்துகிறார்கள், கொன்று குவிக்கிறார்கள். எங்களுக்கும்கூட ஆபத்து வரலாம். இருப்பினும் சைவ நெறியைக் காத்து மன்னனை அவர்களிடமிருந்து மீட்டு வருவது ஒன்றையே லட்சியமாகக் கொண்டுள்ளேன். நான் உண்டு பலகாலமாகிவிட்டது. உறங்கிப் பலகாலமாகிவிட்டது. கணவரின் மதிகெட்ட செய்கைகளால் நான் பட்ட அவமானங்கள் ஏராளம். எங்கள் குலத்தின் மானம் மரியாதையையும், தர்மத்தையும் நிலைநிறுத்திப் பாண்டிய நாட்டை இச்சமண மிருகங்களிடமிருந்து காத்துச் சைவத்தை இங்கு தழைக்கச் செய்ய, நான் என் உயிரையும் பணயம் வைக்கத் தயாராயுள்ளேன். தங்கள் அருளால் என் லட்சியங்கள் ஈடேற வேண்டும்."

மங்கையர்க்கரசி அவர் பாதங்களில் சரணடைந்தாள்.

“எல்லாம் சரியாகும். தர்மம் வெல்லும். உங்கள் போராட்டம் வெற்றி பெறும். வருந்துவதை விட்டுவிட்டுக் கிளம்புங்கள். எல்லாம் வல்ல சிவபெருமானின் அருள் நமக்கு இருக்கும்வரை தீமைகள் சிதறி ஓடும். நீங்கள் செல்லுங்கள். நாளை நான் மன்னரைக் காண வருகிறேன்”

அவர் அவர்களை அனுப்பி வைத்தார். மங்கையர்க்கரசி மகிழ்ச்சியோடு அரண்மனை வந்தாள். மகிழ்ச்சி நீடிக்கவில்லை. வயிற்றுத் தீயால் துடிதுடித்துக் கொண்டிருந்தான் மன்னன். அவன் அருகிலிருந்த பொருட்கள் எல்லாம் அவன் உடற்சூட்டில் கருகியிருந்தது.

“கடவுளே...!” மங்கையர்க்கரசி அதிர்ந்து நின்றாள். அங்கு வைத்த தீதான் இங்கு எரிகிறது என்பது புரிந்து போயிற்று அவளுக்கு. எல்லாம் நன்மைக்கே எனில் இதுவும் அதற்குத்தான். அவள் கணவனின் அருகில் அமர்ந்தாள். “தாங்கவில்லை தேவி. உயிரோடு எரிவது போலிருக்கிறதே!” அவன் துடித்தான். அவன் சூடு தணியச் சேவகர்கள் நீரை அவன் உடலில் ஊற்ற அந்நீர் எரியும் கல்லில் பட்ட நீர்போல் ஆவியாகி மறைந்தது.

மன்னன் அலறினான். கண்ணீர் விட்டு அழுதான். “என்னைக் காப்பவர் யாருமில்லையா?” என்று கேட்டுக் கதறினான்.

“இருக்கிறார், அரசே!” மங்கையர்க்கரசி மெல்லக் கூறினாள்.

“யார்... யார்...? உடனே அழைத்துவரச் சொல், அவரை.”

“சொல்கிறேன். ஆனால் ஒரு வாக்குக் கொடுக்க வேண்டும்.”

“உங்கள் நோய் தீர்ந்துவிட்டால் இப்பொல்லாச் சமணர்களிடமிருந்து நீங்கள் விலகி மீண்டும் சைவ நெறியில் நடக்க வேண்டும்.”

“பேரமா... என் உயிருக்குப் பேரமா? பத்தினிப் பெண்தானா நீ... வேண்டாம். என் கண்முன் நிற்காதே. போய்விடு, தேவி. என்

நோயைச் சமணத் துறவிகள் தீர்ப்பார்கள். யாரங்கே? உடனே சமண குருமார்களை அழைத்து வாருங்கள்."

மங்கையர்க்கரசி வேதனையோடு கணவனைப் பார்த்தாள். சமணத் துறவிகள் வந்தார்கள். தங்கள் மயில் பீலியால் அவன் வெம்மை தீர்க்கப் பார்த்தார்கள். மயில் பீலிகள் அந்த வெம்மை தாங்காமல் எரிய, அவர்கள் கலவரமானார்கள். அவர்களது மந்திரங்கள் பயனற்றுப் போயின.

நோயின் உபாதையில் மன்னனுக்குக் கோபம் வந்தது. நோய் தீர்க்காதவர் மீது நம்பிக்கையின்மையும் ஆத்திரமும் ஏற்பட்டது. எப்படியாவது வெம்மை தணிந்தால் போதும் என்றிருந்தது. எல்லாவற்றையும் வேடிக்கை பார்த்துக் கொண்டிருந்த மங்கையர்க்கரசியை அருகில் அழைத்தான்.

"அந்தச் சைவத் துறவியையே அழைத்து வா."

அவன் சொல்ல அவள் முகம் மலர்ந்தது. சமணர்கள் முகம் மாறிற்று.

"கூடாது, அரசே. நீ சமணத்தை ஆதரிப்பவன். சைவத்திற்கு ஒரு சக்தியுமில்லை. கடவுள் என்று நீங்கள் சொல்லுவதெல்லாம் பொய்."

"நிஜம் சமணம்தான் எனில் என் நோயைத் தீர்க்க ஏன் உங்களால் இயலவில்லை?"

"அதுதான் எங்களுக்கும் புரியவில்லை. இதுவரை எத்தனை பேரின் நோய்களை எங்கள் மந்திரங்களும், மயில் பீலியும் தீர்த்திருக்கிறது! ஆனால் உன்னிடம் ஏன் அவை பலிக்கவில்லை?"

"நீங்கள் கபட வேடதாரிகள். இனி உங்களை நம்புவதற்கில்லை. என் நோய் தீர்ப்பவர் எவரோ அவரே என் வழிகாட்டி, அந்த ஞான சம்பந்தர் வரட்டும். அவர் என் நோய் தீர்த்துவிட்டால் இனிச் சைவமே என் வழியாகும்."

மன்னர் உத்தரவிட மங்கையர்க்கரசி உடனே ஞான சம்பந்தரை அழைத்துவர அமைச்சரை அனுப்பினாள்.

ஞான சூரியனாய்க் கோடிப் பிரகாசத்தோடு வந்து நின்ற பால துறவியைக் கண்டதும் மன்னன் வியந்தான். இத்தனை பிரகாசமா...! வைத்த விழி எடுக்காமல் பார்த்தான்.

சமணர்கள் தங்கள் ஆயுதங்களோடு அவரைத் தாக்க முற்பட மங்கையர்க்கரசி அலறினாள்.

“உங்கள் நோய் தீர்க்க வந்திருப்பவர் அவர். அவருக்குச் சிறு தீங்கும் நாம் இழைக்கலாகாது. உமது நண்பர்களை விலகச் சொல்லுங்கள். இல்லையெனில் தீராப்பழி ஏற்படும்.”

“விலகுங்கள், சமணர்களே. உங்கள் வீரத்தை ஒரு சிறுவனிடம் காட்ட வேண்டாம். அவரது சக்தி என்ன என்பதை அறிய முற்படுவோம். அதுவரை பொறுமையாயிருங்கள்.” மன்னன் உத்தரவிட, அதையும்தான் பார்ப்போமே என்று சமணர்கள் சற்று விலகி நின்றார்கள். ஞான சம்பந்தர் அரசனின் அருகில் வந்தார்.

“உங்கள் நோயை நான் தீர்ப்பது உறுதி. சக்தி வாய்ந்த அருமருந்து என்னிடம் உள்ளது. அப்படி நான் நோய் தீர்த்துவிட்டால் நீங்கள் இச்சமண மதத்திலிருந்து விலகி மீண்டும் சைவ நெறியில் வாழ வேண்டும். சிவபெருமானைத் தவிர வேறோர் தெய்வமில்லை என்பதை அறிய வேண்டும்.”

“அப்படியே செய்கிறேன்.”

சமணர்கள் சிரித்தார்கள். கேவலம் இளம் சிறுவன். இவனாவது அரசனின் நோய் தீர்ப்பதாவது! அவர்கள் தங்கள் பங்குக்கு அரசருக்குப் பதில் சவால்விட்டார்கள்.

“இச்சிறுவன் ஒருவேளை உங்கள் நோய் தீர்க்காவிடில் இவனை நீங்கள் கழுவிலேற்றுவீர்களா?” அவர்கள் கேட்க மங்கையர்க்கரசி காதுகளைப் பொத்திக் கொண்டாள். ஞானசம்பந்தர் புன்னகைத்தார்.

“கழுவிலேற எனக்குச் சம்மதம்தான். ஒருவேளை அரசரின் நோய் தீர்ந்துவிட்டால்...?” ஞானசம்பந்தர் கேட்டார்.

“அப்படித் தீர்ந்துவிட்டால் எங்கள் அத்தனை பேரையும் அரசன் கழுவிலேற்றட்டும்.”

அவர்கள் சம்மதித்தார்கள்.

ஞானசம்பந்தர் ஒரு கை நிறையத் திருநீறு எடுத்து அரசனின் உடலில் தன் திருக்கரத்தால் பூசினார். நீறு நெருப்பை அணைக்கட்டும் என்று கண்மூடி வேண்டினார். அரசன் அடுத்த வினாடி குளிர்ச்சியடைந்தான். பற்றியெரிந்து கொண்டிருந்த தேகம் தென்றல் பட்டாற்போல் குளிர்வதை உணர்ந்தவன் கரங்கள் தன்னை மீறி அவரை வணங்கின. "இந்தக் கணம் முதல் சைவனானேன்!" என்றான்.

"வணங்க வேண்டியது என்னையல்ல, அரசே. இம்மாதரசியை. இவள் வேதனைத் தீயும் அணைந்திருக்கும். பாவம்! இதற்காக எத்தனை பாடுபட்டுவிட்டார்கள்! இவர்களது பக்தியால் அன்றோ இத்திருநீறுக்குச் சக்தி கிடைத்தது. இவர்களது நம்பிக்கையல்லவா நெருப்பை அணைத்தது! எனவே வணங்க வேண்டுமெனில் உமது மனைவியான இம்மங்கையர்க்கரசியை வணங்குங்கள்."

ஞானசம்பந்தர் புன்னகைத்தார். கூன் பாண்டியன் எழுந்தான். தெய்வத் துறவியின் கைபட்டதில் அவன் கூனும் மறைந்து நிமிர்ந்து நின்றான். பெருமையும் மகிழ்ச்சியும் கண்ணீராய் வழியத் தன் மனைவியை நோக்கிக் கைகூப்பினான். அவள் வணங்கத்தக்கவள்தான் என உணர்ந்தான்.

எவ்வளவு கஷ்டம் வந்த போதிலும் சைவ நெறியிலிருந்து வழுவாமல், அதேநேரம் கணவனையும் விட்டுவிலகாமல், அவனை மீண்டும் சரியான பாதைக்கு அழைத்து வர அவள் பட்டபாடுகள்தான் எவ்வளவு! பெயருக்கேற்றாற் போல் அவள் மங்கையர்க்கரசிதானே!

விருந்து

இந்து மதம் சுதந்திரமானது. இப்படித்தான் பக்தி செய்ய வேண்டும் என்று அது எவரையும் வற்புறுத்தியதில்லை. பக்தியின் உச்சநிலை சரணாகதி என்பதை மனிதர்கள் தம் அனுபவத்தினால் அறிந்துகொள்ள அது உதவியது. மனிதன் தன் மெய்ஞானத்தால் கடவுளை அறிந்தான். பல வகையாய் பரமாத்மாவைப் பக்தி செய்தான். கடவுளை எஜமானனாய் நினைத்து தாஸ்ய பக்தி செய்தான். கடவுளைச் சிநேகிதனாய்ப் பாவித்து சாக்ய பக்தியும், கடவுளைக் குழந்தையாய் நினைத்து வாத்ஸல்ய பக்தியும், கடவுளைத் தாயாக நினைத்துச் சாந்த பக்தியும், கடவுளைக் காதலனாக நினைத்து மதுர பக்தியும், கணவனாக நினைத்துக் காந்த பக்தியும் செய்யக்கூடிய சுதந்திரம் இந்து மதத்தில் மட்டுமே உண்டு.

முக்கியமாக இந்து மதம் பெண்களை என்றும் அடிமைகளாகவோ, போகப்பொருளாகவோ பாவிக்கவில்லை. ஆண்களைவிட உயர்ந்த நிலையிலேயே பெண்களை வைத்திருந்திருக்கிறது. வேத காலத்தில் கார்க்கி, மைத்ரேயி போன்ற பெண்களும்கூட ரிஷிகள் கூட்டத்தில் சேர்க்கப்பட்டிருந்தனர். கார்க்கி, யாக்ஞுவல்கியர் என்ற ரிஷியோடு ஆன்மாவைப் பற்றி வாதிட்டிருக்கிறாள்.

மகாபாரதத்தில் குந்தி தேவி அதர்வண வேதம் கற்றிருக்கிறார். கல்வி, கேள்வி ஞானங்களில் சிறந்த எத்தனையோ பெண்களை நாம் அறிவோம். அதேபோல் பக்தியால் இறைவனை ஆட்கொண்ட பெண்களுக்கும் புராணங்களில் பஞ்சமில்லை. அப்படிப்பட்ட சில பெண்களின் பக்தியை அவர்களது மேன்மையைக் கொஞ்சம் அலசிப் பார்த்தால் நமக்குப் பல வியக்கத்தக்க உண்மைகள் புலப்படும். பெண்கள் எப்படியெல்லாம் இறைவனைப் பக்தி செய்திருக்கின்றனர், சரணாகதி அடைந்திருக்கின்றனர் என்பதற்குப் பல சம்பவங்கள் உண்டு.

ஆண்டாளைப் பற்றி, மீராவைப் பற்றி, சீதை பற்றி எல்லோரும் அறிந்ததுதான். அவர்களைப் பற்றி இன்னும் அறிவதற்கு முன்னால், மிக மிக வித்தியாசமாகப் பக்தி செய்த ஒரு பெண்ணைப் பற்றி இங்கு சொல்ல விழைகிறேன். இப்பெண்ணின் பக்தியும், அந்த பக்தியினைக் காட்ட அவள் மேற்கொண்ட அணுகுமுறையும் உங்களை அதிர வைக்கக் கூடும். அவளை இறைவன் ஆட்கொண்ட விதத்தைப் பாருங்கள்.

ஸ்ரீராமானுஜர் ஒருமுறை தன் சீடர்களோடு திருமலைக்கே சென்று வேங்கடவனைத் தரிசிக்கப் புறப்பட்டார். இரண்டு நாள் பிரயாணத்திற்குப் பிறகு அனைவரும் களைப்போடு திருமலை வந்து சேர்ந்தனர்.

ராமானுஜர் தன் சீடர்களில் இருவரை அழைத்தார். “இந்த ஊரில் என்னுடைய சீடன் ஒருவன் மிகுந்த செல்வந்தனாய் வாழ்கிறான். யஞ்ஞேசர் என்று பெயர். நம் அனைவருக்கும் உணவு ஏற்பாடு செய்யுமாறு அவரிடம் நான் கேட்டுக் கொண்டதாய்க் கூறிவிட்டு வாருங்கள்.”

சீடர்கள் யஞ்ஞேசர் வீட்டுக்கு விரைந்தனர்.

வெகு நேரம் கழித்துச் சீடர்கள் இருவரும் திரும்பி வந்தனர். அவர்கள் தேகமும் முகமும் வாடியிருந்தது.

“யஞ்ஞேசரிடம் செய்தி சொல்லிவிட்டோம், குருவே. அவர் மிக்க மகிழ்ச்சியடைந்தார். சின்னக் குழந்தையைப் போல மாறிவிட்டார். அனைவருக்கும் அங்கே உணவு தயாராகிக் கொண்டிருக்கிறது.”

“மகிழ்ச்சி! ஆனால் உங்கள் இருவரின் முகமும் ஏன் இப்படி வாடியுள்ளது?”

“ஒன்றுமில்லையே.”

“ஆனால் அப்படித் தெரியவில்லையே. யஞ்ஞேசர் நீங்கள் உண்ணுவதற்கும் அருந்துவதற்கும் ஏதேனும் கொடுத்தாரா...?”

“அது... அவர் நல்லவர்தான். தாங்கள் இத்திருமலையில் எழுந்தருளியிருக்கும் மகிழ்ச்சியில் அவருக்கு அனைத்தும் மறந்துவிட்டது.”

“அப்படியானால் ஒரு குவளை நீர்கூடக் கொடுத்து உங்கள் இருவரையும் உபசரிக்கவில்லையா?”

“மறந்திருக்கக் கூடும்.”

“இப்படிக் கூறுவது உங்கள் பெருந்தன்மை. ஆனால் இங்ஙனம் உங்களை உபசரிக்காது அனுப்பியது பெரும் தவறு. இரண்டே இரண்டு பேரைக் கவனிக்க இயலாதவர் எங்ஙனம் நம் அனைவரையும் கவனித்து அனுப்பப் போகிறார்? எனக்கு நம்பிக்கையில்லை. என்னை மட்டுமே மகிழ்விக்கும் நோக்கமும், என்னிடம் மட்டும் பெயர் வாங்கும் எண்ணமும் கொண்டிருக்கிறார் அவர் என்று எண்ணுகிறேன். அப்படிப்பட்டவர் வீட்டில் விருந்துண்ண எனக்கு விருப்பமில்லை.”

“அப்படியானால் என்ன செய்வது? வேறு யாரையும் நமக்கு இங்கு தெரியாதே...!”

“ஏன் இல்லாமல்...? வரதாச்சாரியன் என்று மற்றொரு சீடன் இதே ஊரில் உள்ளான். வரதாச்சார்யன் என்று சொன்னால் யாரும் அறியமாட்டார்கள். பருத்திக் கொல்லை ராமன் என்று கேட்டால் அவர் வீட்டைச் சுலபத்தில் அறியலாம். அவர் வீட்டுக் கொல்லை நிறையப் பருத்தி மரங்கள் இருப்பதால் இப்படி ஒரு பட்டப் பெயர். அவர் வீட்டுக்கு நாம் அனைவரும் செல்வோம்.”

“முன்கூட்டி அறிவிக்க வேண்டாமா?”

“வேண்டாம். அனைவரும் செல்வோம். அங்கு கிடைப்பதை உண்டு பசியாறுவோம். அப்படி உணவு எதுவும் இல்லாவிடினும், அவர் வீட்டுக் கிணற்று நீர் இனிப்பாயிருக்கும். அதைக் குடித்துப் பசியாறுவோம்.”

ராமானுஜர் அனைவரையும் அழைத்துக் கொண்டு, எதிரில் தென்பட்டவர்களிடம் வழி விசாரித்துக் கொண்டு, பருத்திக் கொல்லை ராமரின் வீட்டை அடைந்தார்.

பருத்திக்கொல்லை ராமர் செல்வந்தரில்லை. அன்றாடம் பிட்சை எடுத்து வந்து உண்பவர். அன்றைக்கும் பிட்சைக்காக வெளியில் சென்றிருந்தார். அவர் மனைவி நாச்சியார் குளித்துவிட்டுத் தன்னிடமிருந்த ஒரே ஒரு புடவையைத் துவைத்து உலர்த்திவிட்டு அது காய்வதற்காக ஒரு புதரின் மறைவில் கிழிந்த துண்டு ஒன்றைச் சுற்றிக் கொண்டு நின்றிருந்தாள்.

"வீட்டில் யாருமில்லையா...?" வாசற்பக்கம் குரல் கேட்டதும், அவசரமாக ஈரப்புடவையை எடுத்து உடம்பில் சுற்றிக்கொண்டு வாசற்பக்கம் வந்தாள்.

"வணக்கம் அம்மா. நான் யதிராஜன். உன் கணவன் என்னுடைய சீடன். நாங்கள் அனைவரும் பசியோடு இருக்கிறோம். உன் இல்லத்தில் பசியாற வந்திருக்கிறோம். வரதாச்சார்யன் வீட்டில் இல்லையா...?"

நாச்சியார் முகம் அவர் யாரென அறிந்ததும் பிரகாசமும் பரபரப்பும் அடைந்தது. எப்பேர்ப்பட்ட மகான் இந்த ஏழையின் வாயிலில் உணவு கேட்டு நிற்கிறார்...! அவள் கண்கள் பரவசத்தில் பெருகின.

"வாருங்கள், ஸ்வாமி. உள்ளே வந்து அனைவரும் அமருங்கள். அவர் வெளியில் சென்றிருக்கிறார். இன்னும் சிறிது நேரத்தில் வந்து விடுவார்."

அவள் பரவசமும் பக்தியும் மேலிட, அவர்கள் அனைவரையும் உள்ளே அழைத்தாள்.

அவர்கள் அருந்துவதற்கு உடனடியாக நீர் கொண்டு வந்து வைத்தாள்.

"வெம்மை முதலில் தணியட்டும். நீர் அருந்துங்கள். எனக்குக் கொஞ்சம் அவகாசம் கொடுங்கள். உங்கள் அனைவருக்கும் உணவு சமைத்து விடுகிறேன்."

“தாராளமாக. திடீரென்று வந்துவிட்டோம். சிரமப்பட வேண்டாம். எளிமையாய்ச் சமைத்தால் போதும். அதுவரை சற்று கண்ணயர்கிறோம். உணவு தயாரானதும் குரல் கொடுங்கள்.”

ராமானுஜர் தலை சாய்த்துப் படுக்க, மற்றவர்களும் கிடைத்த இடத்தில் சுருண்டு படுத்துப் பசிக் களைப்பில் தூங்கிப் போனார்கள்.

நாச்சியார் சமையல் அறைக்கு வந்தாள். கண்ணீர் பெருகியது. சமைத்துப் போடுகிறேன் என்று சொல்லிவிட்டாளே தவிர வீட்டில் மணியரிசி கிடையாது. எந்த தைரியத்தில் தான் அப்படிச் சொன்னோம் எனப் புரியாது சோர்ந்து நின்றாள்.

அன்றாடம் பிட்சை எடுத்து ஜீவிக்கும் வீட்டில் இவ்வளவு பேருக்கு உணவு சமைத்துப் போட எவ்விதம் இயலும்? இயலாதுதான். ஆனால் வந்திருப்பது யார்? அரங்கனின் அன்புக்குரிய மகனாயிற்றே. இவர் வந்திருப்பது அரங்கனே வந்திருப்பது போலல்லவா...? யாருக்குக் கிடைக்கும் இப்பேறு! இந்த ஊரில் செல்வந்தர்களுக்கா பஞ்சம்? அங்கெல்லாம் செல்லாது இந்த ஏழையின் கையினால் உணவு உண்ண விருப்பம் கொண்டு இங்கு எழுந்தருளியுள்ளாரென்றால் அதற்கு எத்தனை ஜென்மம் புண்ணியம் செய்திருக்க வேண்டும்!

அரிசியில்லை, பருப்பில்லை என்றுகூறி இம்மகானுக்கும் இவரது சீடர்களுக்கும் உணவிடும் சந்தர்ப்பத்தை யாராவது இழப்பார்களா? மகாபாவத்தையல்லவா அது சேர்க்கும்!

வறுமை வீட்டில் இருக்கலாம். மனசில் இருக்கலாமா...? கூடாதே! இல்லை... என் மனதில் வறுமையில்லை. நான் இவர்கள் பசி தீர்ப்பேன், எப்படியாவது...! இவர்களை இங்கு அனுப்பி வைத்த அரங்கன் எனக்கு வழிகாட்டுவான்.

நாச்சியார் அரங்கனை வேண்டியபடி கொல்லைப்புறம் வந்தாள்.

பருத்தி மரங்களினூடே அந்தப் பெரிய மாளிகை கண்ணில் பட்டது. அம்மாளிகையை வெறித்து நோக்கின, அவள் கண்கள்.

"எதற்காக இப்படி வறுமையில் வாடுகிறாய் பெண்ணே...? விலைமதிப்பற்ற உன் அழகை ஒரு பிச்சைக்காரனுக்கா கொட்டிக் கொடுப்பார்கள்? பட்டு மஞ்சத்தில், பட்டாடையும், தங்க, வைர வைடூர்யங்களும் அணிந்து என்னைப் போன்ற ஒரு செல்வந்தனோடு சந்தோஷமாய்க் கிடக்க வேண்டிய தேகம், கிழிந்த பாயில், ஒரு வறியவனோடு கிடக்கலாமா? யோசித்துப்பார் நாச்சி! நீ 'ம்' என்று ஒரு வார்த்தை சொல். அந்த ஒரு சொல்லுக்காக என் செல்வம் முழுவதையும் உன் காலடியில் கொட்டக் காத்திருக்கிறேன்."

அந்த மாளிகையின் சொந்தக்காரரான செட்டியார், ஒவ்வொரு முறை நாச்சியாரைப் பார்க்கும்போதும் தவறாது உதிர்க்கும் வசனங்கள் இவை. லட்சுமி நாச்சியாரின் காதுகளில் அவை இப்போது மீண்டும் எதிரொலித்தது. நாச்சியாரின் முகத்தில் ஒரு வெளிச்ச மின்னல்.

நாச்சியார் தனக்குள் சொல்லிக் கொண்டாள். "எலும்பும், உதிரமும், அழுக்கும், மலமும், நிரம்பிய இந்த உடம்பைக் கொடுத்து நான் ஏன் என் ஆசார்யருக்கு உணவிடும் பெரும் பேற்றைப் பெறலாகாது? திருமங்கை மன்னன் திருட்டுத் தொழில் புரிந்து அரங்கனுக்குக் கோயில் கட்டியபோது பரமன் என்ன கூறினான்? 'எனக்காகச் செய்த பாவமும் புண்ணியமாகும். எனக்காகச் செய்யாத புண்ணியமும் பாவமாகும்!' என்று கூறவில்லையா? அதுபோல்தானே இதுவும்? என் அரங்கனின் அன்புக்குரியவர்களுக்கு அமுது இடுவதற்காக, புழுத்துப் போகப்போகிற, மண்ணோடு மண்ணாகப் போகிற இந்தச் சரீரத்தை விற்பதால் என்ன பாவம் ஏற்பட்டுவிடப் போகிறது! ஆசார்யர் என் கையால் அமுதுண்டால் அந்தப் பாவம் புண்யமாகி விடாதா? நிச்சயம் மாறும்! அரங்கன் வாக்கு அது! பொய்யாகாது. நான் இப்போதே போவேன். செட்டியாருக்கு என்னை விற்று, உணவுப் பண்டங்கள் வாங்கி வருவேன். என் அரங்கனின் அன்பைப் பெற்ற மகானுபாவர்களுக்கு அமுது படைப்பேன். அடியார்கள் உண்டால் ஆண்டவன் உண்டதுபோல். இவர்கள் மகிழ்ந்தால் ஆண்டவன்

மகிழ்ந்தது போல். இவர்கள் ஆசீர்வதித்தால் ஆண்டவன் ஆசீர்வதித்தது போல்!"

லட்சுமி நாச்சியார் புழக்கடை வழியே இறங்கிச் செட்டியாரின் மாளிகை நோக்கி நடந்தாள்.

திடுதிப்பென்று தன் எதிரில் வந்து நின்ற நாச்சியாரைக் கண்டதும் செட்டியாரின் விழிகள் விரிந்தன. இது கனவா, நனவா என்கிற சந்தேகத்தோடு கண்களை மூடித் திறந்து அவளைப் பார்த்தார்.

"என்னை இங்கு எதிர்பார்த்திருக்க மாட்டீர்கள். அதுதான் வாழ்க்கை! உங்கள் நெடுநாளைய விருப்பம் இன்று நிறைவேற வேண்டும் என்பது விதியானால் நான் இங்கு வந்துதானே தீரவேண்டும். அதான் வந்துள்ளேன்."

"வியப்பிற்கு மேல் வியப்பாக உள்ளது, பெண்ணே. விவரமாகச் சொல். என்ன காரணத்தால் இங்கு வந்துள்ளாய்?"

"என் இல்லத்தில் வயிற்றுப் பசியாற என் ஆச்சார்யர் தன் சீடர்களோடு எழுந்தருளியுள்ளார். எங்கள் வீட்டின் வறுமை அவர் அறியாதது. அவர்களுக்கு உணவு சமைத்துப் போடுவதாய் வாக்களித்துவிட்டேன். வீட்டில் அதற்கான பண்டங்கள் எதுவுமில்லை. எனக்கு வேறு வழி தெரியவில்லை. எனவே என் உடலைத் தங்களுக்கு விற்று உணவுப் பண்டங்கள் பெற்றுச் செல்லலாம் என்று இங்கு வந்துள்ளேன்."

செட்டியார் நம்பமுடியாமல் அவளைப் பார்த்தார். எத்தனை வருட ஏக்கம்..! எட்டி எட்டிச் சென்ற கனி இன்று கிட்டே வந்து காலடியில் விழுகிறது! இப்படி விழும் என்று கனவிலும் அவர் நினைத்ததில்லை. செட்டியார் மகிழ்ச்சி பொங்கத் தம் வேலையாட்களை அழைத்தார். அவளுக்குத் தேவையான அத்தனை உணவுப் பண்டங்களையும் உடனடியாய் அவள் வீட்டில் கொண்டுபோய் இறக்கச் சொன்னார்.

"உனக்குத் தேவையான அத்தனை பண்டங்களையும் அனுப்பிவிட்டேன். நீ சொன்ன சொல் தவறமாட்டாய் என்றறிவேன்.

நீ உடனே சென்று உன் ஆச்சார்யருக்கும் அவர் சீடர்களுக்கும் உணவு சமைத்துப் போட்டு, அவர்கள் சென்றதும் உடனே வந்துவிடு. நான் அதுவரை உனக்காகக் காத்திருக்கிறேன்."

செட்டியார் சொல்ல, அவள் கைகூப்பி நன்றி கூறிவிட்டு வேகமாகத் தன் வீட்டிற்கு வந்தாள். விரைவாக உணவுகளைத் தயாரித்தாள். வாழையிலைகளைப் பறித்து அளவாக வெட்டி வைத்தாள். எல்லாம் தயாரானதும், அவர்கள் உறங்கிக் கொண்டிருந்த இடத்திற்கு வந்து உணவு தயாராகிவிட்டது என்று பணிவோடு குரல் கொடுத்தாள்.

அவர்கள் எழுந்தனர். அவள் அவர்களது பாதங்களைக் கழுவிப் பாத பூஜை செய்து, அவர்களை அமர வைத்து, இலை போட்டு, சமைத்து வைத்த உணவுகளைப் பக்தியும் அன்பும் கலந்து பரிமாறினாள். போதும் போதுமென்று அவர்கள் கெஞ்சும் அளவுக்கு அள்ளியிட்டு அவர்களது பசியைத் தணித்தாள்.

"இப்படி ஒரு விருந்து உண்டதில்லையம்மா. எங்களுக்காக மிகுந்த சிரமப்பட்டுத் தனியொரு ஆளாய்ச் சமைத்துப் போட்டிருக்கிறாய். மிக்க நன்றி. என் ஆசீர்வாதம் உனக்கு என்றும் உண்டு." ராமானுஜர் அவள் சிரத்தைத் தொட்டு ஆசீர்வதித்துவிட்டுச் சீடர்களுடன் கிளம்பினார்.

அவர்கள் சென்ற ஒரு நாழிகை கழித்து நாச்சியாரின் கணவன் பருத்திக் கொல்லை ராமரெனப்படும் வரதாச்சார்யர் தமக்குக் கிடைத்த பிட்சையோடு வீடு திரும்பினார்.

"இன்றைக்குப் பிட்சை மிகவும் குறைவுதான், லட்சுமி. இருவருக்கும் கஞ்சி வைக்குமளவுக்கு அரிசி கிடைத்தது. இந்தா!" தன் மேல் துண்டை அவளிடம் நீட்டியவரின் விழிகள் கூடத்தில் இன்னும் எடுக்கப்படாதிருந்த இலைகளின் மீது சென்று விரிந்தது.

"இந்த ஏழையின் வீட்டில் விருந்தா...? என்ன அதிசயம் தேவி...? யார் வந்திருந்தார்கள்...?"

"நம் ஆச்சார்யரும் அவருடைய சீடர்களும்."

“ஆஹா...! நான் இல்லாது போய்விட்டேனே! எவ்வளவு பெரிய பாவி நான்! அவரைக் காணும் பேற்றை இழந்துவிட்டேனே...! நீ பாக்யம் செய்திருக்கிறாய், நாச்சி! ஆனால் மணியரிசிகூட வீட்டில் கிடையாதே! எப்படி இவ்வளவு பேருக்கு அறுசுவை விருந்திட்டாய்...? யார் பொருள் கொடுத்து உதவியது...?”

“பண்டமாற்றுக்கு ஒப்புக்கொண்டு செட்டியாரிடம் உணவுப் பண்டங்கள் வாங்கி வந்தேன், சுவாமி...!”

“பண்டமாற்றாய்க் கொடுக்க இந்தத் தரித்திரனின் வீட்டில் என்ன இருக்கிறது, தேவி? புரியவில்லையே!” வரதாச்சார்யர் குழப்பத்தோடு மனைவியைப் பார்த்தார்.

“என் தேகம் இருக்கிறதே, சுவாமி! இதைத்தான் பண்டமாற்றாகத் தருவதாகச் செட்டியாருக்கு வாக்களித்தேன்.”

வரதாச்சார்யர் நெகிழ்ந்து போனார்.

மனைவியைப் பிரமிப்பும் மரியாதையுமாகப் பார்த்தார்.

“நான் மகாபாக்யசாலியானேன், நாச்சி! என் மானம் காத்துவிட்டாய் நீ! என் ஆச்சார்யரின் பசி தீர்க்க உன் தேகம் விற்று அதன் மூலம் எனக்கும் நிம்மதி சேர்த்துவிட்டாய். இதுவும் கற்புக்கு ஒரு சான்றுதான். குருவின் வடிவிலுள்ள நாராயணனே புருஷன் என்பவன். அவன் பிரகிருதி அனைத்திற்கும் புருஷன்! உதிரமும் சதையும் கொண்ட உன் உடலைக் கொடுத்து நீ அந்தப் பரம்பொருளுக்குச் சேவை செய்திருக்கிறாய் என்றால் இதைவிடப் பெரும்பேறு என்ன இருக்கிறது! தரித்திரன் என்று என்னை இனி எவன் விளிக்க இயலும்? உன்னைப் போன்ற தர்ம பத்தினியை மனைவியாகப் பெற்ற நானல்லவா பெரும் செல்வந்தன்! இப்போதே புறப்படு, தேவி. தக்க சமயத்தில் பொருள் கொடுத்து உதவிய செட்டியாருக்கு நீ கொடுத்த வாக்கைக் காப்பாற்ற வேண்டியது உன் கடமை. நானே உன்னை அழைத்துச் செல்கிறேன். கிளம்பு.”

கணவரின் உத்தரவுக்கிணங்க, நாச்சியார் வியர்வை பெருகிய தன் சரீர அழுக்கு நீங்க குளித்து ஒற்றை ஆடையைக் காய வைத்து உடுத்திக் கொண்டு செட்டியாரின் வீட்டுக்குக் கிளம்பினாள்.

செட்டியார் வீட்டு வாயில்வரை உடன் வந்தார், வரதாச்சார்யர். அவளை உள்ளே அனுப்பிவிட்டு, அவள் திரும்பி வரும்வரை ஆச்சார்யரையும், அரங்கனையும் மனதில் இருத்திப் பூஜித்தபடி வாயிலில் காத்திருந்தார்.

நாச்சியார் செட்டியாரின் படுக்கையறைக்குள் வந்தாள். கட்டிலில் அமர்ந்திருந்த செட்டியார் திடுக்கிட்டு எழுந்தார்.

“என் தேகம் வந்துவிட்டது, செட்டியாரே! எடுத்துக்கொள்ளும். இஷ்டம்போல் அனுபவியும். நீங்கள் செய்த உதவியை நான் என்றும் மறக்க மாட்டேன்.”

செட்டியார் அவளை ஏறிட்டுப் பார்த்தார். ஏதோ ஒருவிதத் தயக்கம் அவரைத் தடுத்தது.

“உன் கணவரைப் பற்றிய பயம் ஏதும் உனக்கில்லையா நாச்சி? ஒருவேளை அவருக்கு இவ்விஷயம் தெரிந்துவிட்டால்...?”

“இவ்விஷயம் ஏற்கெனவே அவருக்குத் தெரியும்.”

செட்டியார் திடுக்கிட்டார்.

“உண்மையாகவா சொல்கிறாய்?” அவர் குரல் நடுங்கியது.

“சந்தேகமிருந்தால் சாளரத்தின் வழியே சற்று எட்டிப் பாருங்கள். அவர்தான் என்னை இங்கு கூட்டி வந்தது. என் வருகைக்காக வாயிலில் காத்திருக்கிறார். தக்க சமயத்திற்குத் தாங்கள் உதவியதற்காகத் தன் நன்றியை உங்களுக்குத் தெரிவிக்கக் கூறினார் அவர்.”

செட்டியார் சாளரத்தின் வழியே கீழே பார்த்தார். அரங்கன் இருக்கும் திசை நோக்கிக் கும்பிட்டவாறு கண்மூடி நின்றிருந்தார் வரதாச்சார்யர்.

செட்டியாரின் கண்கள் கலங்கி வழிந்தன.

"இது உதவியா...? இதற்கு நன்றியா...?" அவர் உடம்பு கூசியது. கீழே நின்றிருந்த வரதாச்சார்யர் அரங்கனாகவும், தன் எதிரில் நின்றிருந்த லட்சுமி நாச்சியார் அரங்கனின் பாதத்திற்கருகில் வீற்றிருக்கும் தாயாராகவும் தெரிய, செட்டியாரின் தேகம் ஒரு வினாடி தூக்கிவாரிப் போட்டது. வேரறுந்த மரம்போல் நாச்சியாரின் காலில் விழுந்தார் அவர்.

"ஏதோ ஒரு திவ்ய சக்தி பெரும் பாவத்திலிருந்து என்னை மீட்டுவிட்டது, தாயே. என்னை மன்னித்துவிடு. உன் ஆச்சார்யர் உண்ட உணவு எனக்குள்ளிருந்த விலங்கைக் கொன்றுவிட்டது என்று எண்ணுகிறேன். அந்த அரங்கன் ஆணையாக உன்னைத் தாயாக ஏற்றுக்கொண்டுவிட்டேன். தயவுசெய்து உன் கணவரை அழைத்துக் கொண்டு சென்று விடு...!"

நாச்சியாரின் முகம் மலர்ந்தது. அவள் கணவரிடம் வேகமாய் வந்தாள். நடந்ததைக் கூறினாள்.

"எல்லாம் குருவருள், சுவாமி! அவர் என்னைக் காத்துவிட்டார்" என்றாள்.

"இல்லை, தேவி. காத்தது உன் புனிதமான பக்தி!" வரதாச்சார்யர் அவளை அணைத்துக் கொண்டார்.

நாச்சியாரின் பக்தி எவரையும் பிரமிக்க வைக்கும். இறைவனிடம் உண்மையான பக்தி கொண்டவருக்குத் தன் தேகம்கூட வெறும் சதைப் பிண்டமாய்த்தான் தோன்றும் என்பதற்கும், கற்பென்பது ஆன்மாவோடு சம்பந்தப்பட்டது என்பதற்கும், அதுவும் பக்தியின் ஓர் அங்கமே என்பதற்கும் சிறந்த உதாரணமாகும்.

காதல் மன்னவா

அவள் தன்னை மறந்து பாடிக் கொண்டிருந்தாள். நான் கண்களில் நீர் வழிய அவளைப் பார்த்துக் கொண்டிருந்தேன். தம்புராவின் நாதமும், சுரதாளத்தின் சீரான தாளமும் அவள் கானத்தோடு இசைந்து ஒலிக்க என் தேகம் சிலிர்த்து நடுங்கியது.

சாதாரண நாளிலேயே மெய்ம்மறந்து பாடுகிறவளுக்குக் கண்ணனின் பிறந்த நாளான இன்று கேட்கவே வேண்டாம். அவள் மானுடப் பெண்ணாகவே என் பார்வைக்குத் தெரியவில்லை. அவள் என் மனைவிதான் என்றாலும் என் கரம் அவளது தெய்வீகத் தோற்றத்தை நோக்கிக் குவிந்தது.

அவளது மலர்க்கரத்தை நான் கைப்பற்றிய நாள் என் நினைவுக்கு வந்தது. ஜெயதேவரின் கீத கோவிந்தத்திற்கு உரை எழுதிய எனக்கு, ஒரு சிறந்த பக்தையை மனைவியாகப் பெற வேண்டும் என்ற ஏக்கம் அளவுக்கதிகமாகவே இருந்தது. என் முதலிரண்டு மனைவிகளும் அழகிற் சிறந்தவர்கள்தாம். என்றாலும்கூடப் பக்தியில் சிறந்தவர்களல்ல என்பதால்தான் என் மனம் ஒரு சிறந்த பக்தையை மனைவியாக அடைய ஏங்கியது. இந்நிலையில்தான் நான் அந்த விஷயத்தைப் பற்றிக் கேள்விப்பட்டேன்.

உதய்ப்பூர் சிற்றரசனின் மகள் மீராபாய்க்கு அவளது அன்னையே விஷம் கொடுத்தாளாம். ஏன்... ஏன்..? என் மனம் பதறிப்போய்க் காரணத்தை விசாரிக்க முற்பட்டது. என் காதுக்கெட்டிய விஷயங்கள் என்னை இன்னும் அதிசயிக்க வைத்தன. ‘மணந்தால் கண்ணனைத்தான் மணப்பேன்!’ என்று பிடிவாதம் பிடிக்கும் ஒரு பெண்ணைப்பற்றி முதன்முதலாக நான் கேள்விப்படுகிறேன். மானிடப் பெண் இறைவனை மணப்பதா...? இது நடக்குமா...?

என்னைப் போலத்தான் அவளது தாய் தந்தையரும் கவலைப்பட்டிருக்கிறார்கள். கவலை ஒரு கட்டத்தில் பெண்ணின் மீது கோபமாக மாறியது அவர்களுக்கு. பக்தி என்று நினைத்தால், இந்தப் பெண் பைத்தியமாகவல்லவா ஆகிவிட்டது? ஊரார் கேலி பேசும் அளவுக்கு!

“இப்படி ஒரு பெண் நமக்கு வேண்டாம், விஷமளித்துக் கொன்றுவிடு, அவளை!” தந்தை, தாய்க்கு உத்தரவிட, அவள் தயங்கி, வேறு வழியின்றிக் கணவனின் கட்டளையை நிறைவேற்றும் பொருட்டுக் கையில் விஷம் கலந்த பாலை மீராவுக்குக் கொடுத்து அருந்தச் சொன்னாளாம். இடக்கரத்தில் கிருஷ்ணனின் விக்கிரகத்தை அணைத்தபடி மறுகரத்தால் விஷம் கலந்த பாலை அவள் குடிக்க, அடுத்த க்ஷணம் கிருஷ்ண விக்ரகம் நீல நிறமானதாம். மீராபாய்க்கு ஒன்றும் ஆகவில்லை. மீராவின் உறுதியான பக்தியைக் கண்டு ஊரே வியக்கும் செய்தி என்னை அடைய, என் மனம் அவளையே மணக்கத் துடித்தது. இப்படிப்பட்ட ஒரு பக்தையைத்தான் என் மனைவியாக ஏற்பதற்கு இத்தனை நாள் தேடிக் கொண்டிருந்தேன்

நான் தீர்மானித்தேன். உடனே என் சார்பாகப் பெண் கேட்பதற்காக என் அரசவை அமைச்சர் பெருமக்களை உதய்ப்பூர் அரண்மனைக்கு அனுப்பினேன். நல்ல சேதி வருமென்று காத்திருந்த எனக்கு முதலில் ஏமாற்றமே கிட்டியது. மானிடரை மணக்க இயலாது எனக் கூறிவிட்டாள் அப்பெண் என்ற பதிலோடு திரும்பி வந்தனர் என் தூதுவர்கள். நான் வேதனையிலாழ்ந்தேன்.

அந்தக் கண்ணனின் சித்தம் எதுவோ அதன்படி நடக்கட்டும் என விட்டுவிட்டேன். நான்கு நாட்கள் கழித்து உதய்ப்பூரிலிருந்து ஆட்கள் வந்தார்கள். என்னை மணப்பதற்கு மீரா சம்மதித்துவிட்டாளாம். எப்படி...? நான் வியந்தேன்.

அவள் மனமாற்றத்தின் காரணத்தை அறியத் துடித்தேன். திருமணத்திற்கான ஏற்பாடுகள் இரு தரப்பிலும் நடந்தன. நிறைந்த ஒரு முகூர்த்தத்தில் நான் அவள் கரம் பற்றியபோது என் தேகம்

சிலிர்த்தது. தாமரை மலரின் இதழைவிட மிருதுவாய்ச் சிவந்திருந்த அவளது கரம் என்னைப் பெருமிதத்திலாழ்த்தியது. இவள் இனி என் மனைவி. எனக்கு மட்டுமே உரியவள். நான் எப்பேர்ப்பட்ட அதிர்ஷ்டசாலி!

இறைவனுக்கே மாலையிடுவேன் எனப் பிடிவாதம் பிடித்துக் கொண்டிருந்த ஒரு பெண் மனம் மாறி ஒரு மானிடனை மணக்கச் சம்மதித்திருப்பது சாதாரண விஷயமா? அதுவும் அந்த மானிடன் நானே என்றால்...? நான் ஆனந்தப் பெருமூச்சு விட்டேன். அவளோடு இருக்கப் போகும் முதல் தனிமைக்காக என் மனம் துடித்தது. க்ஷணங்கள் யுகங்களாய்த் தெரிந்தன.

ஒரு வழியாய் இரவு வந்தது. பௌர்ணமி நிலவு திரைச் சீலைகளின் வழியே கசிந்து ஒளி வீச, தண்மையான காற்று அறையெங்கும் சுழன்று நிரம்பியிருக்க, மலர்தூவிய பட்டு மஞ்சத்தில் அவள் எனக்காகக் காத்திருக்க, நான் காதலும், படபடப்புமாக அவளை நெருங்கினேன்.

அவள் மரியாதையுடன் எழுந்து கரம் குவித்து, என்னை வணங்க, நான் புன்னகையுடன் அவள் கரத்தைப் பற்றி மஞ்சத்தில் அமர வைத்தேன். எதுவும் பேசாமல் அவளது தெய்வீக அழகைச் சில மணித்துளிகள் விழிகளால் ரசித்துப் பருகினேன். உண்மையில் மானுடர் எவருக்கும் இவளை மணக்கும் அருகதை இல்லைதான். தெய்வத்திற்குச் சொந்தமான ஒன்று தப்பித்தவறி என் கரங்களுக்குக் கிடைத்துவிட்டதோ? இதற்கு நான் தகுதியுள்ளவன்தானா? என் மனம் ஒரு க்ஷணம் கூசியது. இருப்பினும் எனது மோகம் அதை மறைத்து மேலெழும்பியது.

“நாம் இருவரும் அருகருகே அமர்ந்திருக்கும் இந்த இனிய நேரம் என் கனவிலா அல்லது நனவிலா என்ற குழப்பம் ஏற்படுகிறது, மீரா. இது கனவில்லையே?”

அவள் புன்னகையுடன் என்னை நிமிர்ந்து நோக்கினாள்.

“கனவல்ல. நிஜம்தான்.”

“அதுதான் வியப்பாக உள்ளது. மானுடர் எவரையும் மணக்க மாட்டேன் என்ற உன் உறுதி என் விஷயத்தில் தளர்ந்தது ஏன், பெண்ணே? அதை அறிவதற்கு ஆவலாக உள்ளேன் நான்.”

“சொல்கிறேன். அது என் கடமையும்கூட உங்கள் சார்பாகப் பெண் கேட்டு வந்தபோது நான் மறுத்தது உண்மைதான். ஆனால் அன்றிரவு நானொரு கனாக்கண்டேன். என் கிரிதாரி அக்கனவில் வந்தான். பிருந்தாவனத்துக் கோபிகைகள் எப்படித் தன் கணவன் குழந்தைகள் வீடு வாசல் வேலைகள் இவற்றுக்கு நடுவே என்னைப் பக்தி செய்தனரோ அதுபோல் நீயும் எனைப் பக்தி செய். கும்பராணா என்மீது மிகுந்த பக்தி கொண்டவர். அவரைக் கணவனாக ஏற்றுக்கொள் என்றான். அவனே சொல்லிவிட்ட பிறகு அதை நான் மறுப்பதா? மறுநாளே என் தந்தையிடம் என் சம்மதத்தைத் தெரிவித்துவிட்டேன்.”

மீரா அரைக்கண் மூடிய நிலையில் அக்கனவுக் காட்சிகளை மீண்டும் தன் மனதில் நினைத்தபடியே சொல்ல, நான் அகமகிழ்ந்து போனேன். மாயக் கண்ணனின் அன்பில் நெகிழ்ந்தேன். அவளது கரம் பற்றி மெல்ல வருடி என் தோளோடு அவளைச் சாய்த்துக் கொண்டேன்..

“ஒரு பாட்டுப் பாடு, மீரா.” காதலுடன் கேட்டேன். அவள் தன் இனிய குரலால் கண்ணன் மீது பாடலொன்று பாட நான் பக்தியில் மெய்ம்மறந்து கேட்டேன். ஆஹா! நான் எப்பேர்ப்பட்ட அதிர்ஷ்டசாலி...!

பாடல் முடிந்தது.

“நான் உனக்கு ஏதாவது பரிசு தர விரும்புகிறேன், மீரா. உனக்கு விருப்பமானதைக் கேள்.”

“எனக்கென்று எதுவும் வேண்டாம், ஒன்றைத்தவிர.”

“என்ன, சொல்.”

“என் கண்ணனை, நான் இடையறாது பக்தி செய்ய எனக்கு வசதிகள் செய்து தந்தால் போதும். நான் அகமகிழ்வேன்.”

"கண்டிப்பாகச் செய்து தருகிறேன். உன் கிருஷ்ணனுக்கென்று ஒரு அழகிய கோயில், அவனது பாகவத கோஷ்டிகளும், பக்தர்களும் தங்குவதற்கும் பசியாறுவதற்கும் சத்திரங்கள், உன் பூஜைக்குத் தேவையான பூக்களுக்காக நந்தவனங்கள், நீரூற்றுகள் எல்லாம் அமைத்துத் தருகிறேன். போதுமா...?"

"நீங்கள் எப்பேர்ப்பட்ட பக்தர்!"

மீரா சொல்ல நான் பூரித்தேன்.

அவளுக்குக் கொடுத்த வாக்கை உடனடியாக நிறைவேற்ற உத்தரவுகள் பிறப்பித்தேன். ஒருபுறம் கோயில் எழும்பியது. சிறந்த சிற்பிகளைக் கொண்டு செதுக்கப்பட்ட அழகிய கிரிதாரியின் சிலை அதில் பிரதிஷ்டிக்கப்பட்டுக் கும்பாபிஷேகமும் நடந்தது. மீரா ஆனந்தப் பரவசமானாள். அவள் ஆனந்தம் கண்டு நான் ஆனந்தமடைந்தேன். எங்கள் ஆனந்தம் கண்டு என் மூத்த ராணி ஆனந்தமடைவதற்குப் பதிலாக ஆத்திரமும் அசூயையுமடைந்தாள்.

மீரா காற்சலங்கைகள் சீராய்ச் சப்திக்க அற்புதமாய்ப் பாடியாடிக்கொண்டிருந்தாள். 'தாஸ் மீரா லால கிரிதர'வென்று அவளது இனிய குரலில் கானடா ராகம் அந்த மகாமண்டபம் முழுக்க நிரம்பியிருக்க, என் கண்கள் கலங்கின. இதுதான் தேவகானமோ...? இறைவனைப் பாடலால் அர்ச்சித்துப் பக்தி செய்யும் இந்தப் பெண்ணையா என் மனம் சந்தேகித்தது...? இந்தக் குரலின் பக்தி பாவமும், உருக்கமும் வேறு யார் பாடினாலும் வெளிப்படாதே. ஏன் என் புத்தி கேட்பார் பேச்சுக் கேட்டுத் தாழ்ந்து போயிற்று...

மூத்த ராணியும், அவள் சகோதரியும் இவளைப் பற்றிப் பல அவதூறுகள் சொன்னபோது கேட்டுக்கொண்டு எப்படி நான் சும்மா இருந்தேன்? பால் போன்ற என் அன்பில் விஷம் கலக்க நான் எப்படிச் சம்மதித்தேன்? அவர்கள் பேச்சைக் கேட்டு இந்தக் கள்ளங்கபடமற்ற உத்தமமான பக்தையை எப்படியெல்லாம் மனம் நோகப் பேசிவிட்டேன்.!

நான் துக்கத்திலாழ்ந்தேன். என் செயல்களுக்காக வெட்கப்பட்டேன். மூத்த ராணி பேசியதையெல்லாம் மறக்க முயன்றாலும் அவை என் காதுகளில் நாராசமாய் ஒலித்தன.

“மீரா மீராவென்று அவளை உயரே வைத்து அவள் காலடியில் விழுந்து கிடக்கிறீர்கள் நீங்கள். அவளானால் அக்பர் பாதுஷாவின் இதய ராணியாகத் துடிக்கிறாள். எனக்கு உங்களைப் பார்த்தால் பரிதாபம்தான் ஏற்படுகிறது.”

“நிறுத்துகிறாயா உன் பிரசங்கத்தை.”

“உண்மையைச் சொன்னால் பிரசங்கமாகத்தான் தோன்றும்.”

“இதற்கென்ன ஆதாரம்?”

“ஆதாரம்தானே. சொல்கிறேன். மிக உயர்ந்த முத்துமாலை ஒன்று பரிசாக வந்துள்ளதே உங்கள் அன்புக்குரிய மீராபாய்க்கு. அதைப் பரிசளித்தது யாரென்று நினைக்கிறீர்கள்?”

“யார்?”

“ஏகாதசியன்று அவள் நடத்திய பூஜைக்கு மாறுவேடத்தில் வந்த மாமன்னன் அக்பர்தான். ஊரே பேசிக்கொள்ளும் விஷயம் உங்களுக்கு மட்டும் தெரியவில்லை என்பது அதிசயமாகத்தான் உள்ளது. காதல் போதை உங்கள் அறிவைத் திரையிட்டு மூடியிருக்கும். அதைச் சற்றே அகற்றிவிட்டுப் பாருங்கள். உண்மைகள் விளங்கும்.”

மூத்த ராணி என் மனசைக் குழப்பிவிட்டுச் செல்ல, நான் சிலையாய் அமர்ந்திருந்தேன். அக்பர் பாதுஷா மாறுவேடத்தில் வந்தாரா? எப்படி என்னால் அதை அறிய முடியாமல் போயிற்று? இங்கு வருவதற்கு எதற்காக மாறுவேடம்? சொல்லிவிட்டே கம்பீரமாக வரலாமே. அப்படியானால் ராணி சொல்வது உண்மைதானா?

அன்று முழுக்க நான் உறங்கவில்லை. பார்க்கிறவர்கள் எல்லாம் என்னை எள்ளி நகையாடுவது போலிருந்தது. ஒவ்வொருவர் பார்வையிலும் ஒருவிதக் கேலி தெரிந்தது. பரிதாபத்திற்குரியவனாக

என்னைப் பார்ப்பதுபோல் தோன்றியது. நான் கூசிப்போனேன். என் சுய இரக்கம் நேரமாக ஆக, கூடியது.

மீரா தன் பாகவத கோஷ்டியோடு கோயிலுக்குக் கிளம்பிக் கொண்டிருக்க, நான் அவளை அழைத்தேன்.

"என்ன வேண்டும்?"

"உனக்கொன்று சொல்ல வேண்டும்."

"சொல்லுங்கள்."

"நீ இந்த மேவார் நாட்டின் இளையராணி. அதை உனக்கு நினைவுபடுத்த விரும்புகிறேன். இந்தப் பாகவத கோஷ்டி, பஜனைப் பாடல்கள் எல்லாவற்றையும் இன்று முதல் நிறுத்திவிட்டு அரசியாக இருந்து என் மரியாதையைக் காப்பாற்று."

நான் அவள் முகத்தைப் பார்க்காமல் எங்கோ பார்த்தபடி உத்தரவிட்டேன். அவள் என்னையே பார்க்க, என் பார்வை சற்றே தடுமாறி அவள் விழிகளில் நிலைத்தது.

"பேசுவது நீங்கள்தானா...? பக்தர்களுக்குச் சாதி ஏது, குலம் ஏது?"

"சாதி குலம் இல்லாமலிருக்கலாம். ஆனால் நீ பெண், அவர்கள் ஆண்கள் என்பதை உணர்கிறாயா?"

"அதுவும் தவறு. இங்கே யார் புருஷன்? யார் ஸ்திரீ? சர்வேஸ்வரன் ஒருவனே புருஷன். நாமெல்லோரும் பெண்களே. அவனே பதி. நாம் பசுக்கள். அவன் பரமாத்மா, நாம் பக்தர்கள். அவ்வளவே."

"ஓஹோ... அதனால்தான் அக்பர் பாதுஷா பக்தராக மாறுவேடத்தில் வந்து முத்துமாலை பரிசளித்துச் சென்றாரோ? தான்ஸேன் உன்னோடு பாடியபடி நடனமாடினாரோ...?"

நான் கேட்டே விட்டேன்.

"அப்படியா... வந்தாரா?"

“நல்ல நடிப்பு. உனக்குத் தெரியாமல்தான் வந்தாரா என்ன? அந்த முத்து மாலையை எடுத்துக் கேள். முத்துக்கள் ஒவ்வொன்றும் ஆம் வந்தாரெனப் பதில் சொல்லும்.”

நான் கடுமையாகக் கூற, மீராவின் முகம் அனலிலிட்ட மலர்போலத் துடித்து வாடியது. என்னிடமிருந்து இப்படி ஒரு பழியை அவள் எதிர்பார்க்கவில்லை என்பதை அவளது விழிகளின் ஈரம் உணர்த்த, ஒரு வினாடி நான் ஆடிப்போனேன். நான் பேசுவது சரிதானா...? எனக்குள் மெல்லிய குறுகுறுப்பு.

“நான் மீண்டும் மீண்டும் சொல்கிறேன். இறைவனின் சன்னிதியில் அரசனும் சரி, ஆண்டியும் சரி, ஒன்றே. அக்பர் பாதுஷா வந்தது எனக்குத் தெரியாது. தான்சேன் பாடியதும் தெரியாது. கிரிதாரியைத் தவிர வேறு எவரிடமும் என் மனம் லயிக்கவில்லை. நீங்களே மாறுவேடத்தில் அங்கு வந்தாலும் நான் அறியமாட்டேன். நீங்கள் சொன்ன முத்துமாலை எனக்களிக்கப்பட்ட பரிசல்ல. என் கிரிதாரிக்கு அளிக்கப்பட்ட பரிசு. அதை அளித்தவர் ஒரு பக்தர் என்பது மட்டுமே எனக்குத் தெரியும். இதற்கு மேலும் உங்களுக்குச் சந்தேகமிருந்தால் அம்முத்துமாலையிடம் நீங்களே விசாரித்துக் கொள்ளலாம்.”

மீரா மிகுந்த துயரத்தோடு நடக்க, நான் பதைபதைத்துப் போனேன். எப்பேர்ப்பட்ட தவறு செய்துவிட்டேன்!

“மீரா! நில்.” நான் அவளை நிறுத்த முயன்றேன். அவள் நிற்கவில்லை.

“கடுமையாய்ப் பேசிவிட்டேன். என்னை மன்னித்துவிடு.”

அவள் எதுவுமே காதில் விழாதது போல் தளர்ந்து நடந்தாள்.

நான் கண்ணீர் வழியப் பார்த்தேன். தெய்வத்தைக் காதலிப்பவள், தெய்வத்தையே மணப்பேன் என உறுதியாக இருந்தவள், அந்த தெய்வ கட்டளையின்படி, தன் உறுதியிலிருந்து இறங்கி வந்து என்னை மணந்தவள், என்னையும், அந்த தெய்வத்தையும் மறந்து ஒரு மாமன்னனை நினைத்திருப்பாளா...? சொல்பவர்

ஆயிரம் சொன்னாலும் கேட்பவனுக்குப் புத்தி எங்கே போயிற்று? இப்படி ஒரு மதிகெட்ட மானுடனையா மணக்கச் சொல்லி எனக்குக் கட்டளையிட்டாய் என்று அவள் தன் கிரிதாரியிடம் கேட்பாளோ...?

நான் கூசிப்போய் அவளைத் தடுக்க இயலாமல் திகைத்து நின்றேன். அவள் பிருந்தாவனம் சென்றுவிட்டாள். இனி அரண்மனைக்குத் திரும்புவாளா என்பது சந்தேகம்தான். சந்தேகம் எவ்வளவு பெரிய நஷ்டத்தை எனக்கு ஏற்படுத்திவிட்டது. இனி அவளை எப்படிச் சமாதானம் செய்யப் போகிறேன்? சரிந்துபோன என் மரியாதையையும் கௌரவத்தையும் எப்படித் தூக்கி நிறுத்தப் போகிறேன்? என்மீது எனக்கே வெறுப்பேற்பட்டது.

மீரா நாடு துறந்து பிருந்தாவனம் சென்ற விஷயமறிந்ததும் ஊரே என்னைத் தூற்றத் தொடங்கியது. மந்திரி ரகுநாதபட்டர் எனக்கு அறிவுரை கூறி அவளை அழைத்து வருமாறு வேண்டினார். அவள் முகத்தை நான் எங்ஙனம் ஏறிட்டுப் பார்ப்பேன்? நான் தவித்தேன். கண்ணீர் உகுத்தேன். அச்சமயம்தான் அக்பரிடமிருந்து அந்த ஓலை வந்தது.

"என் காரணமாக உங்கள் வாழ்க்கையில் வீசிவிட்ட புயலுக்காக வருந்துகிறேன். நடந்ததைத் தெளிவுபடுத்த வேண்டியது என் கடமை. மீராபாயின் தெய்வீக குணங்களையும், கானங்களையும் பற்றிக் கேள்விப்பட்டதும் அவர் நடத்தும் பூஜையில் கலந்துகொண்டு அதை நேரிடையாகக் காண வேண்டும் என்ற அவா எனக்கேற்பட்டது. மாமன்னனாக வந்தால் தேவையற்ற உபசாரங்களை எதிர்கொள்ள நேரிடும் என்பதற்காகவே, அவற்றைத் தவிர்க்கவும், ஒரு தெய்வப் பெண்ணை எளியவனாக இருந்து தரிசிக்கவுமே மாறுவேடத்தில் வர நேர்ந்தது. அந்த இடத்தில் நான் வெறும் பக்தனாக மட்டுமே, பார்வையாளனாக மட்டுமே இருந்தேன். என் கோரிக்கை, மீராபாய் மீண்டும் மேவாருக்கு வர வேண்டும் என்பதே. தாங்கள் உடனடியாகச் சென்று அவரை அழைத்து வரவும். மறுத்தால் ராஜநீதிக்கு எதிரானவரென்று கருதி மேவாரின் மீது படையெடுக்க நேரிடும்."

என் மனம் தெளிந்தது. இனி எக்காரணம் கொண்டும் அது குழம்பாது. நான் பிருந்தாவனம் நோக்கிப் புறப்பட்டேன். இன்று கண்ணனின் பிறந்த நாள். மீரா தன்னை மறந்து பாடியும் ஆடியும் கொண்டிருக்க, நான் பழைய சம்பவங்களை எல்லாம் அசைபோட்டபடி அவள் முன் அமர்ந்திருக்கிறேன்.

“என்னுடன் வந்துவிடு, மீரா.” நான் உருக்கமாய்க் கேட்டேன் அவளிடம்.

“இனி எனக்கு ஊர் இல்லை. உறவில்லை. கண்ணன் மட்டுமே என்னில் நிறைந்திருக்கிறான். இந்த உடலுக்கு நாதன் நீங்கள்தான். அதில் சந்தேகமில்லை. ஆனால் என் இதயநாதன் அவனே. அவனை விட்டு விலகி வந்து ராணியாய் வாழ்வது இனி இயலாதெனத் தோன்றுகிறது.”

“என் தவறுக்கு இவ்வளவு பெரிய தண்டனை தர வேண்டாம், மீரா”

“இல்லை. நான் உங்களை மிகவும் மதிக்கிறேன். பரம பக்தரான உங்களுடன் நான் மகிழ்ச்சியாகவே இருந்து என் கடமைகளைச் செய்தேன். வேறு எவராக இருப்பினும் என்னை இவ்வளவு நன்றாக நடத்தியிருப்பார்களா என்பது சந்தேகமே. கண்ணனைத் தவிர வேறு நினைப்பில்லை, ‘மானிடனுக்கு மாலையிடேன்’ என்று நான் பிடிவாதமாக இருந்தது தெரிந்தும் நான் மனம் மாறி வந்தபோது பெருந்தன்மையுடன் என்னை ஏற்றுக்கொண்ட உத்தமர் நீங்கள். ஆயினும் இப்போது என்மனம் உங்களோடு வரச் சம்மதிக்கவில்லை. அதற்கு என்ன காரணமென்றும் விளங்கவில்லை.”

அவள் மீண்டும் தன்னை மறந்து பாட ஆரம்பித்தாள். நடுவே சுருண்டு விழுந்தாள். நான் பதறிப்போய் அவளைத் தூக்கி நிறுத்தினேன்.

“அவன் அழைக்கிறான். இதோ வந்துவிட்டேன்!” அவள் முணுமுணுத்தபடி, என்னிடமிருந்து விடுபட்டுக் கிரிதாரியின் விக்ரகத்தை நோக்கி நடந்தாள்.

நான் பார்த்துக் கொண்டிருந்தேன். அவளைத் தடுக்க முற்படவில்லை. அவள் விக்ரகத்தைப் பக்தியும் காதலுமாக இறுக அணைத்தாள். அரைக் கண் செருகிய நிலையில் மெய்ம்மறந்து நின்றாள்.

அப்போதுதான் அந்த அதிசயம் நடந்தது. மின்னலைப் போன்ற ஒரு ஒளி அவளை மூடியது. மறுக்ஷணம் அவள் மறைந்து போனாள். அவளது சேலை மட்டும் கண்ணனைச் சுற்றிக்கிடந்தது. அவளது இனிய குரலும், கூடவே இனிய குழலோசையும் மட்டும் கேட்க, என் தேகம் நடுங்கியது. வேரற்ற மரம்போல் நான் பூமியில் விழுந்து நமஸ்கரித்தேன். கண்ணீர் வழியக் கண்ணனின் விக்ரகத்தைப் பார்த்துக் கை கூப்பியபடி சிலையாய்க் கிடந்தேன்.

இப்படி ஒரு பேரின்பம் எந்தப் புருஷனுக்குக் கிடைக்கும்! எப்பேர்ப்பட்ட தெய்வப் பெண்ணை, தெய்வம் என்னோடு சில காலம் வாழச் செய்தது! தெய்வத்திற்குரிய பொருளை அதுவே என் கையில் சிறிது காலம் ஒப்படைத்து, பார்த்துக்கொள் என்று கூறிவிட்டு, பிறகு மறுபடியும் என்னிடமிருந்து பெற்றுக்கொண்டு விட்டதோ?

நான் பிரமிக்கிறேன், அவளது பெருமைகளை எண்ணி. நான் பிரமிக்கிறேன், அவளது காதலைக் கண்டு. நான் பிரமிக்கிறேன், அவளது பக்தியின் உறுதியைக் கண்டு. ஒருமுறை அவள் பாடும்போது அக்கவிதையின் அர்த்தம் உணர்ந்து நான் உருகியிருக்கிறேன். அது இப்போது என் நினைவுக்கு வருகிறது.

புனித நதியில் மூழ்கி எழுவதனால் மட்டும் இறைவன் கிடைப்பானெனில் அவன் மீன்களுக்குக் கிடைத்திருப்பான். பழங்கள் தின்கையில் அவன் கிடைப்பானெனில் குரங்குகள் அவனருள் பெற்றிருக்கும்; அல்லது இலைகள் உண்பதால் கிடைப்பானாயின் ஆடுமாடுகள் அவன் அருள் அடைந்திருக்குமே. அன்பினால் மட்டுமன்றோ அவனையடைய முடியும்!

அவள் பாடலின் பொருளில்தான் எவ்வளவு சத்தியம். இதோ அவள் அடைந்துவிட்டாளே, அவனைத் தனது அன்பினால். அதோ

அன்பைச் சந்தேகமெனும் சகதியில் சற்றே மாசுபடுத்தியதால் நான் அவளை இழந்துவிட்டேன் என்பதும் புரிகிறது. இல்லை... இது இழப்பில்லை. பரமானந்தம். அவன் காதலியை அவனிடமே ஒப்படைத்துவிட்ட ஆனந்தம். நான் பிரமிப்பின் உச்ச நிலையிலிருக்கிறேன். 'மீரா கஹே பினா, ப்ரேம்ஸே நஹீ மிலே நந்தலாலா' என்று என் உதடுகள் முணுமுணுக்கின்றன.

அம்மா

"அதோ அந்த இளைஞர்களில் யாரை விவாகம் செய்துகொள்ள விரும்புவாயம்மா, நீ?"

மூன்று வயதுப் பெண் குழந்தையைத் தன் மடியிலிருத்திக் கொண்டு கேட்டாள் அந்தப் பெண்மணி.

அந்தச் சிறுமி அந்த இளைஞர் கூட்டத்தை விழி மலர்த்திப் பார்த்தாள். அந்தப் பெண்மணியின் கேள்வி அதற்குப் புரியவில்லை. விவாகம் என்றால் என்னவென்று யோசித்தது. அதற்கு விடை கிடைக்கவில்லை. மீண்டும் இளைஞர்கள் எல்லோரையும் உற்றுப் பார்த்தது.

ஓரிடத்தில் அந்த இளைஞன் மட்டும் மற்றவரைப் போலல்லாது அமைதியாய் அமர்ந்திருந்தான். கண்கள் மூடியிருக்க, ஒருவித மௌனத்தில் ஆழ்ந்திருந்தான். உள்ளுக்குள் அவன் எதைக் கண்டானோ...? அவன் தலை ஒரு மாதிரி ஆடியது. இதழ்கள் விகசித்தன. மூடின இமைகள் வழியே மெல்லிய கோடாய் விழி நீர் அவன் பரவச நிலைக்கு அத்தாட்சியாய் வழிந்து கொண்டிருந்தது.

"அதோ... அவரைத்தான்!" சிறுமி அந்த இளைஞனை நோக்கிச் சுட்டு விரல் நீட்டிச் சொல்ல, சுற்றியிருந்த கூட்டம் ஆர்ப்பரித்துச் சிரித்தது. எதற்குச் சிரிக்கிறார்கள் என்று புரியாத அந்தக் குழந்தை எழுந்தோடியது.

இதற்குச் சரியாய் மூன்று வருடங்கள் கழித்து அவளைப் பெண் கேட்டு ஒரு தம்பதி அவள் வீட்டுக்கு வந்தார்கள். தாங்கள் பெண் கேட்டு வந்தது ஆறு வயதுச் சிறுமியை என்றறிந்ததும் அவர்கள் திகைத்தார்கள். காரணம் அவர்களது மகனின் வயது இருபத்து நாலு. அதைவிட அதிகத் திகைப்பு, அவர் மகனே தனக்கான

பெண் ஜெயராம்பாடியில் இருக்கிறாள் என்று அடையாளம் காட்டி அவர்களை அனுப்பி வைத்ததுதான்.

அந்தப் பெண்ணை அவனுக்கு முன்பின் தெரிந்திருக்க வாய்ப்பில்லை என்பது நிச்சயம். அப்படியானால் இது ஏதோ தெய்வச் செயல்தான் என்று அனைவரும் நம்பினர். பெண்வீடு திருமணத்திற்கு ஒப்புக்கொண்டது... ஆறுக்கும் இருபத்து நான்குக்கும் ஒரு மே மாதத்தில் திருமணம் நடந்தது. அவள் சுட்டிக் காட்டியவளே அவளுக்குக் கணவனானான்.

பதினான்கு வயதுவரை அவள் தன் தாய் வீட்டில்தான் இருந்தாள். இடைப்பட்ட காலத்தில் அவள் செவிவழிக் கல்வி கற்றாள். பொறுமை கற்றாள். வீட்டுவேலைகளும் சமையலும் கற்றாள். கற்காமலே ஒன்றைப் பெற்றாள். அதுதான் அன்பு. அவளுக்குள் அது வற்றாத ஊற்றாய் இருந்தது.

பதினெட்டு வயதுக் கட்டழகியாய் அவள் வளர்ந்ததும் அவளைப் புக்ககத்தில் விட்டுவிடப் பெற்றோர் முடிவு செய்த வேளையில் ஊர் முழுக்க அந்த வதந்தி பரவியது.

'சாரதையின் கணவனுக்குப் பித்துப் பிடித்துள்ளதாம்!'

'அடப்பாவமே...! எப்படியாம்?'

'யார் கண்டார்கள்? தனக்குத்தானே பேசிக் கொள்கிறானாம். சிரிக்கிறானாம். அழுகிறானாம். சில நேரம் ஆடை அவிழ்ந்ததுகூடத் தெரியாமல் நிர்வாணமாய் அலைகிறானாம். பாவம், சாரதை. அவள் வாழ்க்கை இப்படியா ஆகவேண்டும்?'

பெண் வீடும் இதைக் கேட்டது. துடித்துப் போயிற்று. கண்ணீர்விட்டது. சாரதை அவற்றை நம்பவில்லை என்றாலும் எதனால் இப்படி ஒரு வதந்தி உண்டாயிற்று என்ற கவலை அவளைத் தின்றது.

"நாம் தக்ஷிணேஸ்வரம் போவோமா, அப்பா?"

தந்தையிடம் தன் விருப்பத்தைக் கூறினாள் அவள்.

“அவ்வளவு தூரம் உன்னால் நடக்க முடியுமா, குழந்தாய்? ஏனெனில் சிவிகை வைத்து உன்னை அழைத்துச் செல்ல என்னிடம் பணமில்லை.”

“நடக்கிறேன், அப்பா. எனக்கு ஒரு சிரமமும் இல்லை.”

அவர்கள் நல்ல நாள் பார்த்துப் பயணத்தை ஆரம்பித்தார்கள். அவள் நடந்தாள். நடக்க நடக்க முடிவில்லாப் பயணமாய் இருந்தது அது. மூன்றாம் நாள் அவள் தேகம் துவண்டது. வெப்ப நோய் அவளை வாட்டியது. கால்கள் புண்ணாகியிருந்தன.

தந்தை தவித்தார். சத்திரமொன்று வழியில் தென்பட அதில் இருவரும் தங்கினார்கள். இதென்ன தடை? அவள் தன் உடல் நலம் குறித்து வருத்தப்பட்டாள். உடனடியாய்க் கணவரைக் காணத் துடித்தாள்.

அன்றிரவு கனவொன்று வந்தது. தெய்வீக அழகு பெற்ற பெண்ணொருத்தி தனது குளிர்ந்த கரத்தால் அவள் சிரசைத் தடவினாள். அந்தக் குளிர்ச்சியில் அவள் உடலின் வெம்மை தணிந்தது.

“யார் நீங்கள்?”

“தக்ஷிணேஸ்வரத்திலிருந்து வருகிறேன்.”

“அப்படியா? அங்குதான் என் கணவர் உள்ளார். அவரைத் தெரியுமா உங்களுக்கு?”

“தெரியாமலென்ன? கதாதாரரைத் தெரியாதவரும் இருக்க முடியுமா? அவரையும் நான்தானே கவனித்துக்கொண்டிருக்கிறேன்.”

“அவர் நலமாக உள்ளார் அல்லவா?”

“மிகவும் நலம்தான். விரைவில் நீ அவரைக் காண்பாய்.”

அந்தப் பெண் சடுதியில் மறைந்து போனாள். சாரதை எழுந்தமர்ந்தாள். தேகம் புதுப்பலம் பெற்று விட்டாற்போலிருந்தது. கனவில் வந்தது பராசக்தியே எனப்புரிந்தது. பயணம் மீண்டும் துவங்கியது. மறுநாள் இரவு அவர்கள் தக்ஷிணேஸ்வரத்தை

அடைந்தார்கள். அவள் கணவரைத் தேடி ஓடினாள். அவருடைய திருவடிகளில் சிரம்பட வணங்கினாள்.

“நீ வந்துவிட்டாயா? மிக நன்று.” அவர் அவளை ஆசீர்வதித்தார். அவள் உடல் நலம் குன்றியிருப்பதைக் கண்டு மருத்துவரை அழைத்து அவளைக் கவனித்தார்.

“எனக்கு ஒன்றுமில்லை. உங்கள் அருகில் இருந்தால் எனக்கு எதுவும் நேராது. அதற்கு நீங்கள் அனுமதிக்க வேண்டும். இனி என் இருப்பிடம் இதுவே.”

“அப்படியே ஆகட்டும். உன் இருப்பிடம் இதன்றி வேறு ஏது?”

அவள் மகிழ்ந்தாள். ‘இவர் நன்றாகவே இருக்கிறார். இவரைப் போய் ஏன் ஊரார் பித்தனென்கிறார்கள்? அவர்களுக்குப் பித்தா அல்லது இவருக்கா?’

“என்ன யோசனை?”

“ஒன்றுமில்லை. ஊரார் தங்களைப்பற்றி ஏதேதோ பேசிக் கொண்டனர்.”

அவர் புன்னகைத்தார்.

“ஒருவரைப் போல் ஒருவரால் இருக்க இயலாது. அவ்வாறு இயலாதபோது ஒருவருக்கொருவர் பித்தனாகவே தெரிவர். அவரவர் செய்கை அவரவர்க்குச் சரி. உன் கண்களுக்கு நான் எவ்விதம் தோன்றுகிறேன்? பித்தனாகவா? ஞானியாகவா?”

“கடவுளாக.”

“என் கண்களுக்கு நீயும் அவ்விதமே தோன்றுகிறாய், நான் பூஜிக்கும் மகாசக்தியாக.”

“நானொரு சாதாரணப் பெண். தங்கள் மனைவி. தங்களுக்குச் சேவகம் செய்யக் கடமை பெற்றவள்.”

“பிரும்ம ஞானிக்கு ஆண், பெண் என்ற பேதம் தெரிவதில்லை. தவிர நாம் போகத்திற்காக மணம் செய்துகொள்ளவில்லை. இன்றிரவு நாம் நம்மை ஆத்ம பரிசோதனை செய்துகொள்வோம்.

இல்லற இச்சைகள் ஏற்பட்டால் ஏற்றுக்கொள்வோம். எதையும் மறைக்கலாகாது. இல்லறத்தில் உனக்கு விருப்பமாயின் உன் இச்சைகளைப் பூர்த்தி செய்வது என் கடமையும்கூட."

"நான் தங்களுக்குக் கட்டுப்பட்டவள். தங்களுக்காக எதுவும் செய்யத் தயாராக இருப்பவள். தங்கள் மனம் எதை என நம்புகிறது?"

"கணவனும் மனைவியும் இல்லறத்தில் சிற்றின்பத்தைத் துறந்து பேரின்பம் காண முடியும் அல்லவா?"

"பேரின்பம் என்று சொல்லும்போதே அதுவே உயர்ந்தது என்பது தெளிவாகிறதே. அதை அடைவதே தங்கள் லட்சியமெனில் அதற்கான திருத்தொண்டுகள் புரிவதையே பேரின்பமாக நானும் எண்ணுகிறேன்."

"உன் வார்த்தைகள் என்னைக் குளிர்விக்கின்றன. என் உள்ளத்தை உலக நாயகியான மகாசக்திக்கு அர்ப்பணித்துவிட்டேன். உடலின்பம் அதற்கு ஒருபோதும் தேவைப்படாது. இல்லறத்திலிருந்து கொண்டே ஆன்மீகத் தேடலில் நாம் ஈடுபட வேண்டும் என்பது எனது விருப்பம்."

"உங்கள் விருப்பம் நிறைவேற ஒத்துழைப்பேன். மனம் என்பது ஆமையைப் போன்றதுதானே. அது தன் அவயவங்களை அடக்குதல் போல நம்மாலும் முடியும். தெய்வம் நம்மைக் காக்கும். துணைவரும்." அவள் அவரை நமஸ்கரித்தாள்.

அவர் மெய்சிலிர்த்தார். அந்த க்ஷணம் அவளே தனக்குக் குருவெனத் தோன்றியது அவருக்கு. அவர் கைகள் அவளை நோக்கிக் குவிந்தன.

அன்று வைகாசிப் பௌர்ணமி. காளி கோயிலில் தேவிக்குப் பூஜை நடந்தது. அதே நேரம் அவர் தன் அறையிலேயே தேவி பூஜை நடத்தினார். அவரும் சாரதையும் மட்டுமே அங்கிருக்க, ஊர் முழுக்கக் கோயிலில் பூஜை காணக் கூடியிருந்தது.

அவர் கிழக்கு முகமாக அமர்ந்து பூஜையைத் துவக்கினார். அவரெதிரே தேவியை ஆவாஹனம் செய்வதற்காகப் பீடமொன்று அமைக்கப்பட்டிருந்தது. அதன் மீது ஸ்ரீசக்கரம் வரைந்திருந்தது. அவர் தியானத்தில் அமர்ந்தார். நேரமாக ஆகப் பரவசநிலை கூடிற்று. அந்தப் பரவசத்தில் அவர் பிதற்றினார். சிரித்தார்... அழுதார். தாயே தாயே என்று அரற்றினார்.

"வா, சாரதை. இந்தப் பீடத்தில் வந்து அமர்ந்து கொள். இன்று மகாசக்தி உன்மீது எழுந்தருளி என் பூஜையை ஏற்றுக்கொள்ளட்டும். அகிலாண்டேஸ்வரியை நான் ஷோடசியாய்ப் பாவித்து வணங்க விரும்புகிறேன்."

ஷோடசி என்பதன் பொருள், யௌவனமும் அழகும் நிறைந்த பதினாறு வயதுக் கன்னிகையின் வடிவாகப் பராசக்தியை வணங்குதல்.

அவர் அழைக்க, சாரதை சிறிதும் தயங்காது, பீடத்திலேறி அமர்ந்தாள். அவளும் தன்னை மறந்த சமாதி நிலையிலிருந்தாள்.

"பராசக்தியே, இதோ இவள் மீது எழுந்தருளி எனது பூஜையை ஏற்று இவளைப் புனிதவதியாக்கு. நீயே பாலா திரிபுரசுந்தரி. இவளும் உன் போலவே. எனவே இவளே நீ என எண்ணுகிறேன். இவள் அவயவங்கள் எல்லாம் உனதே. நீயே இவள். இவளே நீ."

அவர் முணுமுணுத்தார். மனைவியை மகாசக்தியாகக் கருதி அவளது மேனியின் மூலம் பரமேஸ்வரிக்கு ஆராதனை செய்தார். பூஜை முடிந்ததும் வெகு நேரம் அவர்கள் அசைவற்று அமர்ந்திருந்தார்கள். பூஜித்தவர், பூஜிக்கப்பட்டவள் என இருவரும் சச்சித்தானந்தத்தில் லயித்திருந்தனர்.

மூன்றாம் ஜாமத்தில் அவர் முதலில் தன்னிலை பெற்றார். தன் எதிரே இன்னும் பராசக்தியின் வடிவாயிருந்த சாரதையைக் கண்டார். அவர் தேகம் சிலிர்த்தது. நெடுஞ்சாண்கிடையாக விழுந்து அவளை நமஸ்கரித்தார்.

"இந்த உடல், உயிர், புத்தி, தபஸ், ஞானம், உடைமை எல்லாம் உன் பாதத்தில் சமர்ப்பிக்கிறேன் தாயே!" அவர் தனது

ஜபமாலையைக் கழற்றி அவள் காலடியில் வைத்தார். அந்த க்ஷணம் அவளுக்குள் ஒருவித சக்தி கூடிற்று. அவர்கள் இருவரும் தனித்தனிச் சரீரம் சுமந்தாலும் சிந்தையிலும் செயலிலும் ஒன்றித்து அத்வைத நிலையடைந்தார்கள்.

அவர்கள் சிந்தை கடவுளை நோக்கி இருந்தாலும், அவர்கள் வாழ்க்கை வறுமையில்தான் கழிந்தது. வறுமையிலும் அவர்கள் இனிமையைக் கண்டனர். செம்மையாய் வாழ்ந்தனர். உயிர்களிடத்து அன்பாயிருந்தனர். அவர் அவளுக்குத் தான் அறிந்ததையெல்லாம் போதித்தார். அறியாததை அவளிடமிருந்து அறிந்தார்.

“உனக்கென்று குழந்தைகள் வேண்டாமா? இதென்ன வாழ்க்கை, சுதாதரா?” அவரது தாயார் வருந்த, அவர் புன்னகைத்தார்.

“நீ சொல், சாரதை. நீ ஒன்றிரண்டு குழந்தைகளுக்குத் தாயாக இருக்க விரும்புகிறாயா? அகில உலகுக்கும் அம்மாவாக இருக்க விரும்புகிறாயா?”

“இவ்வுலகத்து உயிர்க்கெல்லாம் அன்னையாயிருப்பதல்லவா பேரின்பம்! அதைவிட வேறென்ன வேண்டும் எனக்கு!”

அவர் தன் அன்னையைப் பார்த்தார். “போதுமா, அம்மா. உலகமே தன் குழந்தை என நினைப்பவருக்குத் தனிப்பட்ட குழந்தைகளும் வேண்டுமா என்ன?”

“அப்படியானால்....”

“அப்படித்தான்.” அவர் முற்றுப்புள்ளியிட்டார்.

நாட்கள் செல்லச் செல்ல அவருக்குச் சீடர்கள் அதிகமாகிக் கொண்டே வந்தனர். அவர்கள் அவரை ஸ்ரீராமகிருஷ்ண பரமஹம்சரென்று விளித்து வணங்கினர். அவளை ஞானத்தாயாக ஏற்றனர்.

அவள் ஒருமுறை கங்கையில் ஸ்நானம் செய்யக் கால் நடையாய்க் கிளம்பினாள். அவளோடு சென்றவர்கள் விரைவாக நடந்து செல்ல அவள் பின் தங்கிவிட்டாள். பொழுது சாய்ந்து

கானகத்தைக் காரிருள் மூடி மறைத்தது. தூரத்தில் இருவர் கழியும் கத்தியுமாக வர நிழல் ரூபமாய் அவளைக் கண்டதும் யாரது என்று அவர்கள் கர்ஜித்தார்கள். அவர்கள் ஆணும், பெண்ணும் எனப் புரிய, சாரதை முகம் மலர்ந்தாள்.

“நான் உங்கள் மகள், அப்பா. என்னோடு வந்தவர்கள் போய்விட்டார்கள். நான் உங்களிடம் அடைக்கலமடைகிறேன். என்னைப் பத்திரமாகக் கங்கைக் கரையில் சேர்ப்பீர்கள் என்று நம்புகிறேன்,” என்றாள்.

அவர்கள் கொடியவர்கள். வழிப்பறிக் கொள்ளையர்கள். இருப்பினும் அவள் தன்னை அவர்களது மகள் எனக்கூறித் தங்களிடம் அடைக்கலமானதால் அவர்கள் மனதில் பாசம் சுரந்தது. அவளை மகளாக ஏற்றார்கள். அவளைப் பத்திரமாகச் சேர வேண்டிய இடத்தில் சேர்த்தார்கள். அடிக்கடி பட்சணங்களுடன் சென்று தங்கள் மகளைக் கண்டு வந்தார்கள்.

கொடியவர்களையும் நல்லவர்களாக மாற்றியது அவளது நம்பிக்கையும் சரணாகதியும். நம்பிச் சரணடைந்தால் நல்லது நடக்கும் என உலகுக்கு உணர்த்தினாள் இதன் மூலம். மனைவியின் மனப்பக்குவம் இராமகிருஷ்ணரைப் பெருமை அடையச் செய்தது. ‘இனி நான் நிம்மதியாகக் கண் மூடலாம். நீ பார்த்துக் கொள்வாய் அனைத்தையும்’ என்றார் அவர்.

“ஏன் இப்படிச் சொல்கிறீர்கள்?”

“நான் போகும் நேரம் வந்துவிட்டது. என் உடல் நிலை சீர்கெட்டுவிட்டது.”

“விடமாட்டேன். நான் கடவுளிடம் உங்களுக்காக முறையிடுவேன்.”

அவர் புன்னகைத்தார். அவள் கோயிலுக்குச் சென்றாள். அன்ன ஆகாரமின்றி அவருக்காக வேண்டியபடி இருந்தாள். அவள் அகக்கண்ணில் அப்போது காட்சியொன்று தென்பட்டது.

அடுக்கடுக்காய் மட்பாண்டங்களை யாரோ உடைப்பது போன்ற காட்சி. அந்தக் காட்சியில் அவள் தெளிந்தாள்.

'ஆம். எல்லோரும் ஓட்டைப் பானைகள்தாமே, ஒருநாள் உடையத்தானே வேண்டும். எத்தனை நாள் சட்டியைக் கட்டிக் காப்பாற்ற இயலும்?'

அவள் வீடு திரும்பினாள், அதற்கெனவே காத்திருந்தாற்போல் அவர் ஆத்மா விடுதலையடையத் தயாராயிற்று. ஒளியொன்று அவர் சரீரத்திலிருந்து வெளிக் கிளம்பி வடக்கு நோக்கிச் சென்று பெரும் ஜோதியில் கலந்தது.

சடங்குகள் முடிந்து அவள் வைதவ்ய கோலம் ஏற்கத் தயாரானாள். அவர் திடீரென்று சூட்சம ரூபமாய் அவளுக்குக் காட்சி தந்தார்.

"நீ என்ன செய்கிறாய், சாரதை? நீ என்னை வெறும் சரீரமாகவா கண்டாய்? ஆன்மாவுக்கும், சரீரத்திற்கும் உள்ள வேறுபாடு அறியாதவர்கள் அல்லவா இதுபோன்ற காரியத்திற்குத் துணிவர். எல்லாம் அறிந்த நீயுமா...? வேண்டாம் சாரதை. நாம் உடலால் வாழவில்லை. உடலைக் கடந்து ஆன்மாவால் வாழ்ந்திருந்தோம். அங்கு எரிந்தது நான் அவிழ்த்துப் போட்ட சட்டைதான். நான் எங்கும் செல்லவில்லை. அழியவுமில்லை. எப்போதும் உன்னோடு தானிருப்பேன். உன்னையும் இவ்வுலகையும் நேசித்துக் கொண்டிருப்பேன். உன் வடிவில் பராசக்தியைக் கண்டு பூஜித்திருக்கிறேன். அந்தப் பராசக்தியாகக் கருதியே உன் நெற்றியில் குங்குமமிட்டு வணங்கினேன். நீ என் மனைவி மட்டுமல்ல. இந்த அகில உலகத்திற்கும் அன்னையும்கூட.

உன்னுள் தேவி குடி கொண்டுள்ளாள். உன் புருவ மத்தியில் என்றென்றும் அவள் வாழ்வாள். பராசக்தியின் நெற்றியைப் பாழ் நெற்றியாக்க எவருக்கும் உரிமையில்லை. நீ நீயாக இரு. ஞானத்தாயாக இரு."

அவர் மறைய, அவள் தெளிந்தாள். தன் முடிவை மாற்றிக்கொண்டாள். சுமங்கலிக் கோலத்துடன் நடமாடினாள். தன் மூச்சு அடங்கும்வரை அப்படியே இருந்தாள். அவள் அப்படி இருந்ததற்குத்தான் எத்தனை எதிர்ப்பு! அவள் கலங்காமல்

அனைத்தையும் எதிர்கொண்டாள். இன்றுவரை உலகுக்குத் தாயாக இருந்து கொண்டிருக்கிறாள்.

சாரதா தேவி, இராமகிருஷ்ண பரமஹம்சர் இருவரது வாழ்க்கையையும் கூர்ந்து நோக்கினால் ஒரு பேருண்மை விளங்கும். அவர் அவளுக்குச் சகல உரிமைகளையும் அளிக்கத் தயாராகவே இருந்தார். இல்லற தர்மப்படி நடந்து அவளது இச்சைகளைத் தீர்க்கவும் தயாராகவே இருந்தார். அவள் மட்டும் சிற்றின்ப இச்சைதான் பெரிதென்று எண்ணியிருந்தால்...? அவரும் இருந்திருக்க மாட்டார். அவளும் சாதாரணத் தாயாகவே வாழ்ந்து மறைந்திருப்பாள். இந்தியாவின் ஆன்மிக வாழ்வு சிகாகோவரை பரவியுமிருக்காது.

இன்று நான் இதைப் பிரமித்து எழுத வேண்டிய அவசியமும் ஏற்பட்டிராது. ஆக அவர்கள் வாழ்ந்த உன்னதமான வாழ்க்கையல்லவா அவர்களும் இந்நாடும் உயரக் காரணமாயிருந்தது. மற்றொன்றும் என்னைப் பிரமிக்க வைத்தது எனலாம்.

துறவறம் என்பது பெண்ணைவிட்டு விலகுதல் அல்ல, மனைவியைப் பிரிதலும் அல்ல. அன்பும், புலனடக்கமும், ஆன்மிக உணர்வும் மிக்கவர்களால் இல்லறத்திலிருந்து கொண்டே தெய்வத்தை அடைய முடியும் என்பதற்குச் சிறந்த உதாரணம் இவர்கள்தான்.

அவர்கள் உடலால் வாழவில்லையே தவிர, அவர்கள் ஒருவர் மீது ஒருவர் கொண்டிருந்த நட்பும், அன்பும், நம்பிக்கையும், மரியாதையும் வேறு எவரிடமும் காண முடியுமா என்பது சந்தேகம்தான். ஆன்மாவால் வாழ்பவர்களுக்கு உடல் ஒரு பொருட்டல்ல என்று நிரூபித்தவர்கள் அவர்கள்.

இவர்களைப் பார்த்துப் பிரமிப்பது மட்டும் போதாது. முடிந்தால் இவர்களைக் குருவாக ஏற்று நம்மை மேன்மை அடையச் செய்யவும் முயற்சிக்க வேண்டும். குறைந்தபட்சம் ஜாதி, மதம், உயர்ந்தோர், தாழ்ந்தோர் எனப் பிரித்துப் பார்க்காது சக மனிதர்களிடத்து அன்பு கொள்ளவாவது பழகக் கற்போமே.

மகா சக்தி

அடுப்பில் குழம்பு கொதித்துக் கொண்டிருந்தது. அவள் மனம் அதைவிட அதிகமாய்க் கொதித்தது. அடுப்பில் கனிந்து எரியும் நெருப்பையே அவள் விழிகள் வெறித்து நோக்கின. அலைந்து ஆடும் ஜ்வாலை சிவதாண்டவமாய்த் தோன்றியது. வழக்கமாய் அந்தத் தாண்டவ ஜ்வாலையை ரசித்துப் பார்க்கிறவள் இன்று கோபமாகப் பார்த்தாள்.

நியாயமா இது? திருநீலகண்டன் என்று உன் பெயரை வைத்துக்கொண்டு உன் பக்தன் தவறு செய்யலாமா? பக்தன் தவறு செய்தால் தெய்வம் தடுக்க வேண்டாமா? பரத்தையின் வீட்டுக்குள் அந்தப் பாதங்கள் நுழையும்போது அதைத் தடுத்து நிறுத்தியிருக்க வேண்டாமா? பக்தன் என்பதாலேயே அவன் தவறுக்குத் துணை போய்விட்டாயோ?

அவள் குழம்பை இறக்கி வைத்தாள். ஜ்வாலை இன்னும் பெரிதாய் அலைந்தது. அவள் சுள்ளிகளை வெளியில் இழுத்துத் தீயைக் குறைத்து நீர் ஊற்றி அணைத்துவிட்டு எழுந்தாள். வாயிற்கதவு திறக்கப்படும் ஒலி கேட்டது. வழக்கமாய்ப் புருஷனை எதிர்கொண்டு அழைப்பவள் இன்று அவன் முகத்தில் விழிக்கக்கூடப் பிடிக்காமல் அடுக்களைச் சுவரோடு சுவராய் ஒட்டியபடி நின்றாள்.

திருநீலகண்டர், அவள் கணவர், மனைவி ஏன் எதிர் வந்து அழைக்கவில்லை என்ற யோசனையோடு சமையல்கட்டுப் பக்கம் வந்தார். தலைகுனிந்து இறுகிய முகத்தோடு சுவரோடு சுவராய் அவள் நின்றிருந்த கோலம் இதுவரை அவர் காணாதது. வியப்போடு அவளைப் பார்த்தார்.

“என்னாயிற்று பெண்ணே? நான் வந்ததுகூடத் தெரியாத அளவுக்கு என்ன யோசனை? முகம் வேறு கோபமாகத் தெரிகிறது. யார்மீது கோபம்? எதற்குக் கோபம்?”

அவள் விழி நிமிர்த்தி அவரைக் கோபம் மாறாமல் பார்த்தாள்.

"வேறு யார் மீது... திருநீலகண்டத்தின் மீதுதான்!" குரலிலும் கோபம் தெரிந்தது.

"திருநீலகண்டத்தின் மீதா... புரியவில்லையே! எத்திருநீலகண்டத்தின் மீது? என்மீதா அல்லது என்னுள் உறைந்திருக்கும் நீலகண்டத்தின் மீதா?"

"இரண்டு பேரின் மீதும்தான்."

"தெய்வத்திடமே கோபமா? அப்படியென்ன குற்றம் புரிந்துவிட்டது அது?"

"பரத்தையின் வீட்டுக்கு உம்மால் அது சென்றதா அல்லது அதனால் நீர் சென்றீரா?"

அவள் விழி சிவக்கக் கேட்டதும், அவர் முகம் மாறியது. இவ்விஷயம் அவளுக்கெப்படித் தெரிந்தது என்ற குறுகுறுப்போடு வாயடைத்துப் போய் ஒருசில கணங்கள் நின்றுவிட்டார். மனைவியின் முகத்தைப் பார்க்கக்கூடத் திராணியின்றி அவர் முகம் நிலம் நோக்கியிருந்தது.

குற்றத்தை ஒப்புக்கொண்டாற்போல் அவரே தலைகுனிந்து நின்றதும் அவள் நம்பிக்கை அடியோடு தகர்ந்தது. யாரோ ஒருவர் வாய்மூலம் கேட்டபோது முதலில் நம்பவில்லை. இது வெறும் பொய்யான வார்த்தைகளாக இருக்கட்டும் என நினைத்தாள். ஆனால் உண்மைதான் என்பதுபோல் திருநீலகண்டரே மௌனமாய் நின்றபிறகு அவள் உடைந்து போனாள். அவளால் இந்த நம்பிக்கைத் துரோகத்தைத் தாங்க முடியவில்லை. இருப்பதில் குறையிருந்தால் மனம் இன்னொன்றுக்கு அலையும் என்பார்கள். குறை தன்னிடத்திலா அல்லது யாரிடத்தில்?

உண்மையான அன்பும், மரியாதையும் என்னிடமிருந்தால், அவரது கால்கள் பரத்தை வீட்டுப்படியேறி இருக்குமா? ஏன் ஆண்கள் மட்டும் எப்போதும் இத்தவறைச் செய்கிறார்கள்? எந்தப் பெண்ணுக்கும் இரண்டு கணவர் இல்லை. ஆனால் ஈசனில்

துவங்கிச் சாதாரண மனிதர் வரை எத்தனை ஆண்கள் ஒன்றுக்கு மேற்பட்ட மனைவிகள் கொண்டிருக்கிறார்கள். இக்காரியம் பெண் செய்தால் அவள் கற்பு நெறியிழந்தாள் என்று சொல்லி அவளைத் தண்டித்து ஒதுக்கும் உலகம் ஆணுக்கு மட்டும் ஏன் எவ்விதத் தண்டனையும் அளிப்பதில்லை?

அவர்களுக்குக் கற்பில்லையா? அக்கற்பு நெறிக்கு அவர்களும் மதிப்பளிக்க வேண்டாமா? பிற பெண்ணை மனதாலும் நினைக்க அஞ்சி நடுங்க வேண்டாமா? பெண் மட்டும் புருஷனுக்கு உண்மையாக இருக்க வேண்டும். ஆனால் ஆண் அப்படி இருக்கமாட்டான். தவறினாலும் அவனுக்குச் சமூகத் தண்டனை எதுவுமில்லை என்பது எந்தவிதத்தில் நியாயம்? அவள் உள்ளுக்குள் சினந்தாள். இனிப் பொறுப்பதில்லை என்று முடிவு செய்தாள்.

திருநீலகண்டர் அவளருகில் வந்தார். "நான் செய்தது பெருங்குற்றம்தான், தேவி. இனிக் கனவிலும் இத்தவறைச் செய்யமாட்டேன் போதுமா? கோபத்தைக் கைவிட்டு விடு. நாம் கூடிக்குலவி இன்பமாயிருக்க வேண்டிய இந்த இரவு துன்பமயமாக வேண்டாம். வா, தேவி.."

அவர் அவளை நெருங்கியணைக்க முற்பட, அவள் துள்ளி விலகிச் சென்றாள். அப்படி அவள் விலகியது அவருக்குத் தாங்க முடியாத அவமானத்தைத் தந்தது.

"நான் உன் கணவன், தேவி! என்னைக் கண்டு ஏன் பயந்து விலகுகிறாய்?"

"இல்லை பயமில்லை"

"பின்...?"

"அருவருப்பாயுள்ளது. பரத்தையைத் தீண்டிய கைகள் என்னையும் தீண்டுவதை என் மனம் விரும்பவில்லை. மனதின் ஒத்துழைப்பில்லாத எதையும் உடல் செய்யாது என்பது தெரியாதா தங்களுக்கு..."

“நான்தான் மனம் வருந்தி மன்னிப்புக் கேட்டுவிட்டேனே, தேவி. பிறகென்ன?”

“மன்னிப்பதால், நடந்தவை நடக்கவில்லையென ஆகிவிடுமா?”

“இல்லை, தேவி! இனி நடக்காது.”

அவர் மீண்டும் அவளருகில் நெருங்கினார். அவரது கரங்கள் அவளை அணைப்பதற்காக நீள,

“திருநீலகண்டத்தின் மீது ஆணை! எம்மைத் தீண்ட வேண்டாம்.”

அவள் கண்கள் மூடிக் கணீரென்று கூற, அவர் நடுநடுங்கிப் பின்வாங்கினார்.

“என்ன... என்ன சொன்னாய்... உன்னை நான் தீண்டவே கூடாதா...? இது என்ன, தேவி! எனக்கு நீ தரும் தண்டனையா?”

“எப்படி வேண்டுமானாலும் வைத்துக் கொள்ளலாம்.”

“நான் தீண்டாவிட்டால் உன் மனம் மட்டும் நிம்மதியாக இருந்துவிடுமா? நீ உனக்கும் தண்டனையளித்துக் கொள்கிறாய் தேவி. தவறு செய்தவன் நான்தானே. உனக்கெதற்குத் தண்டனை?”

“தேவைதான். என் கரம்பற்றி அக்னி வலம் வந்தபோது என்ன சொன்னீர்கள்? உங்களில் நான் பாதியாகி விட்டதாகக் கூறினீர்கள். உங்களில் பாதி நான் எனில் பரத்தை வீட்டுக்கு என்னையும் தானே அழைத்துச் சென்றீர்கள். அப்படியானால் தண்டனை எனக்கும்தானே? வேண்டாம், இனி அச்சுகம் எனக்கும் வேண்டாம்.”

அவள் உறுதியுடன் சொல்ல, அவர் சோர்ந்து போனார். விளையாட்டாகத் தான் செய்த ஒரு காரியம் இவ்வளவு பெரிய வினையில் முடியும் என அவர் நினைக்கவில்லை. மனைவியைத் தீண்டாமல் ஒரு தாம்பத்யமா? எப்பேர்ப்பட்ட தண்டனை!

ஆனால் வேண்டும் எனக்கு. அவள் என்னையே எண்ணிக் கற்பு நெறி காக்கும்போது, நான் பரத்தையிடம் சென்றது எவ்வளவு ஈனச்செயல்! பெண் தவறினால் பெரும் தண்டனை, ஆண்

தவறினால் அது இயல்பு என்றாகிவிட்ட உலகில், மனைவி மூலமே தண்டனை பெறுவதுதான் சரி. அவர் தன் தவறை உணர்ந்து தண்டனை ஏற்கத் தயாரானார். நிமிர்ந்து அவளை நோக்கினார்.

"என்னை என்று ஒருமையில் சொல்லாது எம்மைத் தீண்டாதீர் என்று பன்மையில் கூறிய காரணத்தால், இனி உன்னை மட்டுமல்ல, எப்பெண்ணையும் தீண்ட மாட்டேன். திருநீலகண்டத்தின் மீது ஆணை."

அவர் சத்தியம் செய்தார்.

நாலு சுவருக்கு வெளியில் புருஷன் மனைவியாகவும், நாலு சுவருக்குள் தனித் தனியாகவும் அவர்கள் வாழத் துவங்கினார்கள். அவர்கள் அந்தரங்க விலகலை உலகம் அறியாத அளவுக்கு நடந்து கொண்டார்கள். தொடவில்லையென்றாலும் அன்பை ஒருவருக்கொருவர் வேறு விதங்களில் காட்டிக் கொண்டார்கள். சிவத்தொண்டு செய்வதும் குலத்தொழிலான மட்பானை செய்வதுமாக அவர் தன்னை முழுமூச்சாக ஈடுபடுத்திக் கொண்டார்.

சிற்றின்ப சிந்தனைகளற்ற பரிசுத்தமான அவர் மனதில் சாட்சாத் திருநீலகண்டன் இன்னும் சௌகர்யமாகக் குடிகொண்டான். முழு மனமும் கோயிலாகிறதென்றால் சும்மாவா? சிவநாமத்தைத் தவிர வேறு எவ்விதச் சிந்தனையுமற்றிருந்தார் திருநீலகண்டர்.

தீண்ட வேண்டாம் என்று சொல்லிவிட்டாலும் அவளுக்கு அவர் மீதிருந்த அன்பு எள்ளளவும் குறையவில்லை. அவரோடு இன்னும் அதிக அன்போடு பேசினாள், சிரித்தாள். அவருக்குத் தோழியாய், தாயாய், அவ்வப்போது ஆலோசனை சொல்லும் நல்ல மந்திரியாய் இருந்தாள் அவள்.

உடலால் வாழ்ந்தால்கூட இந்த அளவுக்கு அன்யோன்யமாய் வாழ முடியாது என்று சொல்லும் விதமாக, சிற்றின்பமே இல்லாத ஒரு பேரின்ப வாழ்க்கையை அவர்கள் வாழ்ந்து கொண்டிருப்பது வெளியில் யாருக்கும் தெரியவில்லை. அது எப்படித் தெரியாமல் போகலாம்? அதை உலகத்துக்குத் தெரியச் செய்துவிட்டுதான்

மறுவேலை என்று நினைத்தது தெய்வம். இன்னொரு திருவிளையாடலுக்கு அது தயாராயிற்று.

பக்தரைச் சோதிப்பதென்றால் தெய்வத்திற்கேற்படும் சந்தோஷம்...! விடிந்தால் வரப்போகும் சோதனை பற்றி அறியாமல் அவர்கள் உறக்கத்திலும் சிவநாமம் சொல்லியபடி ஆழ்ந்து உறங்கிக் கொண்டிருந்தார்கள்.

காலைக் காற்றோடு கடவுளும் கதவு தட்டி அவர்கள் உறக்கத்தைக் கலைத்தான்.

சிரித்துக் கொண்டே எழுந்தாள் அவள்.

“இன்றென்ன இவ்வளவு மலர்ச்சி?” திருநீலகண்டர் கேட்டார்.

“குளிர்ச்சியாகவும் உள்ளேன்.”

“காரணம்?”

“நீர் ஆவியானால் மேகம். மேகம் குளிர்ந்தால் மீண்டும் நீர்.”

“புரியவில்லையே?”

“திருநீலகண்டத்தால் ஒருநாள் கொதித்துப்போனேன். அதே திருநீலகண்டம் இன்று குளிரச் செய்திருக்கிறது.”

“இன்னமும் புரியவில்லை.”

“எனக்கும்தான். கனவொன்று கண்டேன். கொதிப்பெல்லாம் அடங்கிவிட்டது. என்ன கனவென்று விவரிக்கவும் இயலவில்லை. ஆனால் குளிர்ச்சி அடைந்திருப்பது நிஜம்.”

அவள் சொல்லிக் கொண்டிருக்கும்போதே “சிவாய நம” என்ற குரல் கணீரென்று ஒலித்தது.

“யாரோ சிவனடியார் வந்துள்ளார். நீங்கள் போய் வரவேற்று அமரச் செய்யுங்கள். நான் குளித்துவிட்டு அவருக்கு உணவு தயாரிக்கிறேன்.”

அவள் வேகமாய் நடந்தாள். திருநீலகண்டர் விரைந்து வாயிலுக்கு வந்தார்.

சுடலைச்சாம்பல் பூசி, புலித்தோல் உடுத்திருந்த சிவனடியார் ஒருவர் தகதகவென தேஜஸ்வியாய் கையில் திருவோட்டுடன் நின்றிருக்க, தன்னை மறந்து அவர் காலடியில் விழுந்து வணங்கினார் திருநீலகண்டர்.

"உள்ளே வந்து அமருங்கள், சுவாமி."

"அமர்வதற்கு நேரமில்லை. உம்மால் எனக்கொரு உதவி ஆக வேண்டும்."

"என் பாக்கியம், சுவாமி."

"இதோ இத்திருவோட்டைச் சில நாட்களுக்கு நீர் பத்திரப்படுத்தி வைக்க வேண்டும். மீண்டும் நான் வந்து வாங்கிச் செல்லும்வரை இதை இங்கே வைத்திருக்க இயலுமல்லவா?"

"என் வீடு புண்ணியம் செய்திருக்கிறது, அடியவரே." திருநீலகண்டர் பயபக்தியோடு இரு கரங்களாலும் அத்திருவோட்டை வாங்கிக் கொண்டார். அதைத் தொட்ட மாத்திரத்தில் மின்னல் பாய்ந்தாற்போலிருந்தது உடலுக்குள்.

"வருகிறேன்!" திருநீலகண்டரை ஆழமாகப் பார்த்துவிட்டு அகன்றார் சிவனடியார்.

திருவோட்டைப் பூஜையறையில் வைத்துவிட்டு நமஸ்கரித்தார்.

"என்ன இது?" மனைவியின் குரல் கேட்டதும் நடந்ததை விவரித்தார்.

"சிவனடியார் கையிலிருந்த திருவோடு எனில் நமஸ்கரிக்கத்தான் வேண்டும்." அவளும் அதை நமஸ்கரித்தாள்.

பத்து நாட்களாயிற்று, அவர் திரும்பி வர. அதுவரை அத்திருவோட்டிற்குப் புருஷன் பெண்டாட்டி இருவரும் பக்தியோடு பூஜை செய்து வழிபட்டனர்.

பத்து நாட்களுக்குப் பின் சிவனடியாரின் உருவம் வாயிலில் நின்று திருவோட்டைத் திருப்பிக் கேட்டது. திருநீலகண்டர் அவரை அமரச்செய்துவிட்டுப் பூஜையறைக்கு வந்தார். அதுவரை நித்ய

பூஜை வாங்கிக் கொண்டிருந்த திருவோடு அங்கில்லை. மாயமாய் மறைந்திருந்தது. நீலகண்டர் பதறினார். நெஞ்சம் படபடக்க வீடு முழுக்கத் தேடினார்.

எங்கே போயிற்று? குழம்பினார். கண்களில் நீருடன் வெளியில் வந்தார்.

“எங்கே திருவோடு?” அதட்டலாய் அடியவர் கேட்க, நாவு மேலே ஒட்டிக்கொண்டது.

“கா... காணவில்லை.”

“என்ன... என்ன சொன்னாய்...?”

“உண்மைதான். பூஜையில் வைத்துப் போற்றிப் பாதுகாத்திருந்த உமது திருவோட்டைத் திடீரெனக் காணவில்லை.”

“கதை நன்றாக உள்ளது. ஆனால் என்னிடம் வேண்டாம். உம்மை நம்பி ஒப்படைத்த பொருளை ஒழுங்காகத் திருப்பித் தந்து விடுவதுதான் முறை.”

“நான் பொய் சொல்லவில்லை, சுவாமி. வீடு முழுக்கத் தேடியும் உமது திருவோடு கிடைக்கவில்லை. ஈசன் மீது சத்தியம். வேண்டுமானால் அதைவிட நல்ல திருவோடு ஒன்றை உங்களுக்கு வாங்கித்தரச் சித்தமாயுள்ளேன்.”

“உலகில் இதற்கு இணையாக மற்றொரு திருவோடும் உள்ளதா என்ன? இதன் பெருமை தெரியுமா உனக்கு? இதனுள் விழும் அனைத்தையும் தூய்மையாக்கிவிடும் சக்தி பெற்றது. சாட்சாத் திருநீலகண்டமே தன் கையில் வைத்திருந்த தெய்வத்திருவோடு. ஈசனே எனக்கு அன்புடன் அளித்தது! இப்போது சொல். இதற்கு ஈடாக வேறொன்றைத் தர உன்னால் இயலுமா?”

“இயலாதுதான். ஆனால் நான் ஒரு குற்றமும் செய்யவில்லை என்பதை உங்களுக்கு எப்படிப் புரிய வைப்பேன்? நான் எங்கு வந்து சத்தியம் செய்ய வேண்டும் எனக் கூறுங்கள், வருகிறேன்.”

"அப்படியானால் உம் புதல்வனை அழைத்து வாரும். திருக்குளத்தில் அவன் கைப்பற்றியபடி முழுகி எழுந்து சத்தியம் செய்ய வேண்டும்."

"எனக்குப் புதல்வன் இல்லை."

"எதனால்?"

"இதென்ன கேள்வி? இல்லை என்றால் இல்லைதான்."

"சரி. அப்படியானால் உமது மனைவியின் கரம் பற்றி முழுகிச் சத்தியம் செய்யுங்கள். நம்புகிறேன்."

"அதுவும் முடியாது."

"எதுவும் முடியாதென்று சொல்லி என்னை ஏமாற்றப் பார்க்கிறீர் நீர். உம்மைச் சும்மா விடமாட்டேன். நம் வழக்கைத் தில்லைவாழ் அந்தணர்களிடம் முறையிடுகிறேன். அங்கு வந்து பேசும்." சிவனடியார் ஆத்திரத்தோடு நடக்க, அவர் பின்னால் புருஷனும் மனைவியும் கவலையோடு நடந்தார்கள்.

"இவர் சொல்வது உண்மைதானா? திருவோடு எங்கே, திருநீலகண்டரே?" தில்லைவாழ் அந்தணர்கள் விசாரித்தனர்.

"எல்லாம் உண்மைதான். ஆனால் அது எப்படி மறைந்ததென்று எனக்குத் தெரியாது. நான் குற்றமற்றவன்."

"அப்படியானால் அவர் கூறியபடி மனைவியின் கரம் பற்றித் திருக்குளத்தில் மூழ்கிச் சத்தியம் செய்ய வேண்டியதுதானே?"

திருநீலகண்டத்தின் மீது ஆணையிட்டு என் மனைவியைத் தீண்டுவதில்லை என்று சபதம் செய்திருக்கிறேன் என்பதை அவர்களிடம் சொல்ல இயலாத திருநீலகண்டர் மௌனமாய் மனைவியோடு திருக்குளத்திற்குச் சென்றார். மூங்கில் கழி ஒன்றை எடுத்து அதன் இரு முனையை இருவரும் பிடித்தபடி நீரில் முழுக இறங்க, சிவனடியார் அவரைத் தடுத்தார்.

"இது எதற்கு நடுவில்?" மூங்கில் கழியைப் பிடுங்கித் தூர எறிந்தார்.

“மனைவியின் கைப்பற்றுவதில் அப்படி என்ன தயக்கம்?”

“தயக்கமல்ல. விரதம்!”

“என்ன விரதம்? இந்த ஊரும் அதைக் கேட்கட்டும் கூறுங்கள்.”

“அதை எப்படி இவ்வளவு பேர் முன்னிலையில்...?”

“திருநீலகண்டத்தின் மீது ஆணை!” சிவனடியார் விஷமச் சிரிப்புடன் சொல்ல, அதிர்ச்சியோடு அவரைப் பார்த்தார் நீலகண்டர்.

“ஆம்... திருநீலகண்டத்தின் மீது ஆணையிட்டுத்தான் இவளைத் தொடுவதில்லை எனச் சத்தியம் செய்திருக்கிறேன்.”

அவர் சொல்ல ஊர் ‘ஹா’ எனப் பிரமித்தது.

திருநீலகண்டர் வேறு வழியின்றி மனைவியின் கரம் பற்றியபடி திருக்குளத்தில் மூழ்கிச் சத்தியம் செய்துவிட்டு எழுந்தார். எழுந்தவர்கள் முதுமை கரைந்து இளமையோடிருந்தார்கள். ஒருவரை ஒருவர் விழுங்கி விடுவதுபோல் பார்த்துக் கொண்டார்கள்.

“எங்கள் அந்தரங்கத்தை அரங்கத்தில் வெளிச்சமிட்டதன் காரணம் என்ன, சுவாமி? யார் தாங்கள்?” அவள் கண்ணீரோடு கேட்க, சிவனடியார் புன்னகைத்தார்.

“நீ வணங்கும் ஈசனல்லாது நான் வேறு யாராக இருக்க முடியும்? என்மீது ஆணையிட்டல்லவா இந்தப் புனித வாழ்க்கை வாழ்கிறீர்கள். என்னால் ஏற்பட்ட இடைவெளி என்னால் அல்லவா நீங்க வேண்டும்! உங்கள் அன்பும், வைராக்கியமும் பக்தியும் புனிதமான அந்தரங்கமும் உலகுக்குத் தெரியவே இத்திருவோட்டுடன் உமது இல்லம் வந்தேன். திருநீலகண்டனுக்கு இது புதுப்பிறவி. இனி உன்னைத்தவிர வேறு எவரையும் நினைக்க மாட்டான் அவன். இழந்த இன்பத்தை மீண்டும் அடைவாய், பெண்ணே. உன் கதை கேட்கும் எந்த ஆணும் இனி மனைவியைத் தவிர மற்றொரு பெண்ணை நினைக்கமாட்டான்.”

சிவபெருமான் மறைய, அவள் கைகூப்பித் தொழுதாள். அவளை நாம் தொழுவோம். கணவனின் குற்றத்தை

அக்காலத்திலேயே எதிர்த்து வைராக்கியமாய்த் துறவு வாழ்க்கை வாழ்ந்திருக்கிறாள் என்றால் எப்பேர்ப்பட்ட பெண்மணி அவள் என்ற பிரமிப்பு ஏற்படுகிறதா இல்லையா? அநியாயத்தை எதிர்க்க அவளிடமிருந்து நாமும் கற்க வேண்டும்.

கலியுக சபரி

அந்த இடம் மிக மோசமாக இருந்தது. குப்பை கூளங்களும், முட்புதர்களும், மனிதக்கழிவுகளுமாய் முகம் சுழிக்க வைத்தது. மிகப் புனிதமாயிருந்திருக்க வேண்டிய அந்த இடத்தின் நிலை கண்டு அவள் அதிர்ச்சியும் வேதனையுமடைந்து நின்றாள். இனம்புரியாத வலியொன்று அவள் இதயத்தைத் தாக்கியது. கண்களில் நீர் படர்ந்தது.

தன் உடன் வந்தவர்களை அவள் பார்த்தாள். பிறகு எதுவும் பேசாமல் அந்த அசுத்தங்களுக்கு இடையில் நடந்தாள். காலில் கல்லும், முள்ளும் குத்தியது. அவள் விழிகள் சுழன்று சுழன்று எதையோ தேடின. அவள் முகத்தில் பரிதவிப்பு. ராமா...! அவள் உதடுகள் முணுமுணுத்தன.

அவர்கள் அனைவரும் அந்தக் குப்பைக் காட்டில் அந்த உயர்ந்த ஆத்மாவின் உறைவிடத்தைத் தேடினார்கள்.

அங்கே நிறையச் சமாதிகள் இருந்தன. அதில் எது அவருடையது என்று தெரியவில்லை. அவள் விழி சுருக்கி ஒவ்வொரு சமாதியாய் உற்றுப் பார்த்தாள். “என் சத்குருவே... இதில் எது உன் பிருந்தாவனம்? உன்னை என் கண்களுக்குத் தென்படச் செய்யமாட்டாயா?”

அவள் கண்மூடிப் பிரார்த்தித்தாள். மீண்டும் தேடினாள். அவளுடன் வந்தவர்களும் ஆளுக்கொரு பக்கமாய்த் தேடினார்கள்.

“அம்மா! இங்கே பாருங்கள்.” ஒருவர் அழைக்க, அவள் விரைந்து சென்றாள், அழைத்தவர் அருகில். அவர்கள் சுட்டிக்காட்டிய இடத்தில் பார்த்தாள்.

“இந்தப் பிருந்தாவனத்தில் ஒரு தெய்வீக ஆத்மா உறைந்துள்ளது.” மிக மங்கிய எழுத்துக்களைப் படித்ததும்

அவள் முகம் மலர்ந்தது. உடல் சிலிர்த்தது. கண்கள் பொங்கின அந்த எழுத்துக்கள் பதித்திருந்த கல்லைத் தடவிக் கண்களில் ஒற்றிக்கொண்டாள். கைகூப்பி மெய்சிலிர்த்து நின்றாள்.

சற்றுப் பொறுத்துத் தன் அருகில் நின்றிருந்த ராமுடு பாகவதரின் பக்கம் திரும்பினாள்..

"இதோ இருக்கிறது என் தெய்வம். இனி ஒரு நாள்கூடத் தாமதிக்க வேண்டாம். உடனடியாக நம் கட்டுமானப் பணிகளை ஆரம்பித்து விடுவோம். ஏற்பாடு செய்யுங்கள். என் ஆஸ்தி முழுவதும் இதற்குத்தான். பணத்தைப் பற்றிக் கவலை வேண்டாம். இந்தக் குப்பை கூளத்திலிருந்து இந்த ஆன்மாவை விடுவத்துக் கோயிலில் உறையச் செய்தபின்தான் இனி எனக்கு உறக்கம்."

நா தழுதழுக்கக் கூறினாள்.

இதற்குள் இங்கே என்ன நடக்கிறது என்று வேடிக்கை பார்க்க உள்ளூர் ஜனங்கள் அங்கு கூடிவிட்டார்கள்.

"என்ன விஷயம்?" ஒருவருக்கொருவர் விசாரித்துக் கொண்டனர்.

"அந்த சன்யாசிக்கு இந்தம்மா சமாதி கட்டிக் கோயில் கட்டப் போறாளாம்."

மெல்ல மெல்ல விஷயம் ஊருக்குள் கசிந்தது.

ஒன்றிரண்டு நாளில் கட்டுமான வேலைகள் ஆரம்பித்தன. அவர்கள் அந்த இடத்தைச் சுத்தம் செய்து தோண்டினார்கள். ஊதுபத்திகளின் வாசம் வரும்வரை தோண்டினார்கள். கட்டுமானப் பணிகளுக்காக நிறையப் பேரை அமர்த்தியிருந்தார்கள். அந்தப் பெண்மணி எல்லா வேலைகளுக்கும் பணம் பட்டுவாடா செய்தாள். ஊர் வியந்து வியந்து பார்த்தது.

முதல்நாள் பணி முடிந்ததும் அவள் ஆற்றங்கரைப் பக்கம் காலாற நடந்தாள். பஞ்சநதிகளும் சங்கமிக்கும் அந்த ஐயாறின் அழகை ரசித்தாள். காற்று அவள் தேகத்தை மென்மையாய் வருடிச் சென்றது.

'இதற்குத்தான் நான் பிறந்தேனோ?' தன்னையே கேட்டுக்கொண்டாள் அவள். ஆம். அப்படித்தான் இருக்க வேண்டும். இல்லையென்றால் அப்படி ஒரு கனவு ஏன் வரவேண்டும்? அவள் மீண்டும் அந்தக் கனவுக் காட்சியை மூடிய விழித்திரைக்குள் காண முயன்றாள்.

கொஞ்ச நாட்களுக்கு முன் அவளுக்கு ஒரு கனவு. அபூர்வமான கனவு. தலைப்பா கட்டிக் காதோரம் தொங்க விட்டிருந்த அந்த தெய்வீக உருவம் புன்னகையோடு அவளிடம் ஏதோ சொல்கிறது. என்னவென்று அதைப் புரிந்துகொள்ள முயற்சிப்பதற்குள் சட்டெனக் கனவு கலைந்துவிட்டது.

அவள் திடுக்கிட்டு எழுந்து உட்கார்ந்தாள். கனவில் வந்த அந்த உருவம்... அவள் வியந்தாள். ஆம் அவரேதான். எதற்காக என் கனவில்... என்ன சொன்னார்...? அவள் அதை மீண்டும் நினைவுபடுத்திப் பார்த்தாள். ஒன்றும் புரியவில்லை. ஆனால் அந்தக் கனவை அவளால் சாதாரணமாக எடுத்துக்கொள்ள முடியவில்லை.

அதற்கு மறுநாள் அவள் இல்லத்திற்கு அவளுடைய சங்கீத குரு பிடாரம் கிருஷ்ணப்பா வர, அவள் அவரிடம் தன் கனவை விவரித்தாள்.

"வந்தது யாரென்றாய்? எப்படி இருந்தார்?"

"இதோ இவர்தான்!" அவள் உள்ளே சென்று ஒரு படத்தைக் கொண்டு வந்தாள். அது சத்குரு தியாகராஜரின் திருவுருவப் படம்.

"உமையாள்புரம் பஞ்சாபகேச பாகவதரிடம் ஏழு ரூபாய் கொடுத்து வாங்கியது. இதைத் தினமும் பூஜை செய்து ஆராதிக்கக் கூறினார். இன்றுடன் பதினான்கு நாளாகிறது. நேற்றிரவு இந்த மகானுபாவர் என் கனவில் வந்ததும் சிலிர்த்துவிட்டேன். இக்கனவுக்கு என்ன காரணமென்றுதான் புரியவில்லை."

பிடாரம் கிருஷ்ணப்பா புன்னகைத்தார்.

"இதில் புரிவதற்கொன்றுமில்லை. உன்னிடம் பணமிருக்கிறது. அந்தப் பணத்தைக் கொண்டு அவர் சமாதிக்கு ஒரு கோயில் கட்டு. அதைவிட வேறென்ன வேண்டும், அந்த ஆன்மாவுக்கு?"

'ஆஹா...!' அவள் சிலிர்த்தாள். 'இது எப்படி எனக்குத் தோன்றாமல் போயிற்று...!'

"கட்டி விடுவோம். இப்படி ஒரு பாக்கியம் எனக்குக் கிடைத்திருக்கிறது என்றால் அது என் முன் ஜென்ம புண்ணியம்."

"அப்படியானால் அடுத்த வாரம் நான் திருவையாறு செல்கிறேன். என்னோடு வா. கோயில் கட்டும் ஏற்பாடுகளைக் கவனித்து வருவோம்."

அதன்படிதான் அவள் அவரோடு அங்கு வந்தாள். இதோ தியாகராஜரின் சமாதி கண்டுபிடிக்கப்பட்டுக் கட்டுமானப் பணிகளும் நடந்து கொண்டிருக்கின்றன. எப்பேர்ப்பட்ட பேறு. யாருக்குக் கிடைக்கும் இத்தகைய பேறு! அவள் நினைத்து நினைத்துச் சிலிர்த்தாள்.

அவள் பெயர் நாகரத்தினம். கர்நாடக மாநிலத்தில் பிறந்தவள். தேவதாசி குலத்தைச் சேர்ந்தவள். ஐந்து வயதில் தெய்வத்திற்குத் தாஸ்யம் செய்ய நேர்ந்துவிடப்பட்டவள். அவள் தாயார் புட்டுலக்ஷ்மி. தந்தை வக்கீல் சுப்பாராவ்.

தந்தை இறந்ததும், அவள் தாயாருக்கும் அவளுக்கும், கிரிபட்ட தம்மய்யா சாஸ்திரிகள் என்பவர் அடைக்கலம் தந்து நாகரத்தினத்திற்கு சமஸ்கிருத பாடமும் சொல்லித் தந்தார். தாயிடம் அவள் சங்கீதம் கற்றாள். ஒன்பது வயதில் அவள் சங்கீதத்திலும் வடமொழியிலும் பெற்றிருந்த புலமை கண்டு அவளது குருவுக்கே பொறாமை ஏற்பட, அவர் அவர்களை ஆதரிப்பதை நிறுத்திக் கொண்டார்.

அவருக்கு மைசூர் அரண்மனையில் உத்யோகம். அவருடைய ஆதரவு திடீரென்று நின்றதும் அவள் தாயார் புட்டுலக்ஷ்மி மனசுக்குள் வைராக்கியம் கொண்டாள். தன் மகளைச் சகல வித்தைகளிலும் தேர்ச்சிபெறச் செய்து அவர் பணி செய்யும் அதே அரண்மனையில் அவளது திறமைகளை நிரூபித்து, மைசூர் மன்னரது கையால் பாராட்டும் பரிசும் பெற வைப்பதாகவும், அதுவரை மைசூரில் கால் வைப்பதில்லையென்றும்.

அதன் பிறகு மிகுந்த சிரமத்திற்கிடையில் குருதட்சிணை கொடுக்கக்கூட வழியில்லாத வறுமையில், பலரிடம் தன் பெண்ணுக்குப் பாட்டும் நடனமும் இன்னபிற கலைகளும் கற்பதற்கு ஏற்பாடு செய்தாள். தியாகராஜ பிரும்மத்தின் சிஷ்யர் முனுசாமியப்பா என்பவர், தட்சிணை எதுவும் தேவையில்லையென்று கூறி அவளுக்கு வயலின் கற்பித்தார். அவளது திறமைகள் அவரை வியக்க வைத்தன. - பிடாரம் கிருஷ்ணப்பாவிடம் வாய்ப்பாட்டு, தவிர ஆங்கிலம், தெலுங்கு மொழிப் பயிற்சிகள், பெங்களூர் கிட்டண்ணாவிடம் நாட்டியம் என்று கற்ற அவள் கூடவே ஹரிகதையிலும் வல்லவளானாள்.

அவள் திறமைகள் கூடின. அதை அவள் நிரூபிக்கும் சமயம், அவளது பதின்மூன்றாம் வயதில் தாயார் புட்டுலக்ஷ்மி திடீரென மரணமடைய, நாகரத்தினம் தன் தாய்மாமனிடம் அடைக்கலமானாள். பதினைந்தாவது வயதில் மைசூர் அரண்மனையிலிருந்து அவளுக்கு அழைப்புவர, அவள் தன் சகல வித்தைகளையும் அங்கே நிரூபித்தாள்.

இதில் என்ன வியப்பென்றால் அந்தச் சபையில் கிரிபட்ட தம்மையா சாஸ்திரிகளும் அமர்ந்திருந்ததுதான். அவள் தாயாரின் சபதம் அவள் மரணத்திற்குப் பின் நிறைவேறியது என்றுதான் கூறவேண்டும். அவள் மைசூர் மன்னரால் கௌரவிக்கப்பட்டதை அவள் தாயாரின் ஆன்மா கண்டுகளித்து அமைதியடைந்திருக்கும்.

அதன் பிறகு பல சபைகளிலும் அவள் நிகழ்ச்சி நடத்தினாள். சமூகத்தின் மிக உயர்ந்த அதிகாரிகள், சமஸ்தானங்கள் எல்லாம் அவளுக்குப் பல பட்டங்களும் பரிசில்களும் தந்து கௌரவித்தன. அவளது சகல விதமான திறமைகளையும் கண்டு இந்திய தேசமே வியந்து பாராட்டியது. செல்வம் குவிந்தது. இருபத்து ஐந்து வயதுக்குள் அவளது சாதனைகள் கணக்கிலடங்காதவை.

இருபத்து ஐந்தாவது வயதில் ராமனாதபுரம் பூச்சி என்னும் குரு அவளுக்குத் தியாகராஜ கீர்த்தனங்கள் சொல்லித்தர ஆரம்பித்த பிறகு அவளுக்குள் பல மாற்றங்கள் ஏற்பட, அவள் மனம் அவரது

கீர்த்தனங்களில் பெரிதும் லயித்தது. ஏழு ரூபாய் கொடுத்து அவரது திருவுருவப் படத்தை வாங்கும் வரை அவரது உருவத்தைக் கண்டதில்லை அவள். ஆயினும் மனதால் அவருக்கு அடியவள் ஆனாள் என்றுதான் கூறவேண்டும். அவள் போற்றித் துதித்த அந்தப் புண்ணிய உருவமே அவள் கனவில் வந்தது என்றால் அவள் சிலிர்க்காமல் என்ன செய்வாள்.

அவள் கண்ணெதிரே கோயில் சிறிது சிறிதாய் எழும்பிக் கொண்டிருந்தது. ஊர் அவளையும், கோயிலையும் வியப்புடன் பார்த்தது.

சம்பாதித்த காசைக் கோயில் கட்டுவதில் செலவழித்த பெண்மணி அவர்களுக்கு வினோதமாய்த் தெரிந்தாள். சரியான பைத்தியக்காரி என்றுகூடச் சிலர் முணுமுணுத்தார்கள். ஒருசிலர் அவளிடமே கூடக் கேட்டார்கள்.

“காசு நிறைய இருக்கோ? இப்படி வாரியிறைக்கிறேளே.”

அவள் அவர்களைப் புன்னகையுடன் பார்த்தாள்.

“நிதி சால சுகமா?”

“அதற்காக?”

“இதற்காகத்தான் எல்லாம்.” சொல்லிவிட்டு நகர்ந்தாள்.

1921-ஆம் ஆண்டு ஆரம்பித்த கட்டுமான வேலைகள் 1925-ஆம் ஆண்டு முடிந்தது. 1929-ஆம் ஆண்டு நிரந்தரமாக அவள் திருவையாறுக்கே வந்து தங்கினாள். சமாதிக்கு மேலும் இடம் வாங்கி ஹாலும் சமையலறையும் கட்டினாள்.

தன் செல்வம் முழுக்கச் செலவழித்து அவள் எழுப்பிய கோயிலுக்குள் ஆராதனைகள் நடந்தபோது, பெண்கள் கோயிலுக்குள் அமர்ந்து பாடக்கூடாது என்ற தடை போடப்பட, அவள் வேதனையிலாழ்ந்தாள்.

தேவதாசிப் பெண்களுக்குச் சமூகத்தில் மரியாதை குறைந்து அவர்கள் கொச்சையாய் பார்க்கப்பட ஆரம்பித்த காலம் அது. அவள், பெண்கள் கோயிலுக்குள் அமர்ந்து பாடுவதற்கான

உரிமைகளைப் பெறப் போராடினாள். முதலில் நாகரத்தினம்மாள் பாடுவதற்குக் கோயிலுக்கு வெளியில் அழுக்கான ஓரிடமே ஒதுக்கப்பட்டது. நாகரத்தினம் அங்கு அமர்ந்து பாட மறுத்தாள்.

“ஏன் இங்கு பாடினால் என்ன?”

யாரோ கேட்டார்கள்.

“எனக்கொன்றுமில்லை. இந்த அழுக்கைப் பற்றி எனக்கு அக்கறையில்லை. ஆனால் நான் அணிந்திருக்கும் இப்புடவை எனதல்ல. என் சத்குரு தியாகப்பிரும்மத்தினுடையது. இது அழுக்கடைய எப்படி நான் சம்மதிப்பேன்?”

அவள் பதிலில் இருந்த பொருள் அவர்களுக்குப் புரிந்திருக்காது. ஆனால் எப்பேர்ப்பட்ட பதில் அது! தன் உயிர் உடைமைகள் என்று அனைத்தையும் அவள் தன் சத்குருவுக்கு அர்ப்பணித்திருந்தாள். தனது என்று அவள் எதையும் நினைக்க மறுத்தாள்.

அந்த அளவுக்கு அவள் தியாகப் பிரும்மத்திடம் தன்னை அர்ப்பணித்திருந்தாள். தன்னிடமிருந்த மிச்சம் மீதிச் சொத்துக்களையும் அவரது கோயிலுக்கே எழுதி வைத்தாள் அவள். அந்த சொத்துக்களை நிர்வாகிக்க மூவர் குழுவொன்று டிரஸ்டிகளாக அமர்த்தப்பட்டது. அதில் ஒருவர் சிவி ராஜகோபாலாச்சாரி. தியாகராஜ ஆராதனைகள் நடக்கும்போது பக்தர்கள் சாப்பிட்ட இலைகளை எடுத்திருக்கிறார், இந்த ஒப்பற்ற மனிதர் என்றால் நம்ப முடிகிறதா? நாகரத்தினம் அம்மாள் இவரை அன்புடன் அழைப்பது தியாக ராஜகோபாலாச்சாரி என்று. அவர் அவளை மிகவும் மதித்தார். இந்தியாவின் ஒப்பற்ற மாணிக்கம் அவள் என்று நினைத்தார்.

அப்படிப்பட்ட பெண் தன் தேவதாசிக் குலப் பெண்களுக்காக, வாழ்க்கையின் பின்பகுதியில் டாக்டர் முத்துலக்ஷ்மி ரெட்டியுடன் இணைந்து நடத்திய போராட்டங்கள் எத்தனையோ! ஒரு வழியாக 1940-ஆம் ஆண்டு கோயிலினுள்ளே பெண்களும் அமர்ந்து பாட உரிமை பெற்றாள் அவள்.

மூன்று கட்சிகளாக இருந்து நடத்திய ஆராதனைகளை முறைப்படுத்தியவளும் அவளே. மைசூர் மக்கள் அங்கு வந்து தங்கிச் செல்லச் சத்திரம் கட்டும் முயற்சிகளும் மேற்கொண்டாள். சித்தூர் நாகையா என்பவர் தியாகராஜரைப் பற்றி எடுத்த திரைப்படத்தில் நடிக்கவும் அவளுக்கு வாய்ப்பு வர, அவள் அதை மறுத்துவிட்டாள்.

வித்யா சுந்தரி, தியாகராஜ சேவா சக்தா, இப்படி எத்தனையோ பட்டங்கள் பெற்ற அந்த ரத்தினத்தின் இறுதிக் காலம் நெருங்கியது. மூப்பில் அவள் தேகம் தளர்ந்திருந்தது. ராமநாம ஸ்மரணையும், சத்குருவின் நினைப்பும், கீர்த்தனங்களும் மட்டுமே அவள் உணவாயிற்று. பூஜையறையிலேயே நாள் முழுக்கத் தியானத்தில் இருந்தாள்.

'நான் யார்? நான் தேவரடியவள். எந்த தேவனுக்கு? என் தேவன் ஒருவனே. அவரே என் சத்குரு. தியாகப் பிரும்மமாய் இங்கே உறைந்திருப்பவன். ராமபக்தன். ராமனின் திருவருள் பெற்றவன். அந்த மகானுபாவனுக்கே நான் தேவரடியவள் என்று சொல்லிக்கொள்வதில் பேரின்பமடைகிறேன் நான். அந்த சங்கீத ஜோதியில் கலந்துவிட வேண்டும் என்பதே என் பேரவா.'

அவளது நாடித் துடிப்பு குறைந்து கொண்டே வந்தது. சுற்றியிருந்தவர்கள் கவலையடைந்தனர். யாரோ ஒருவர் போய் மருத்துவரை அழைத்து வந்தார். ஊசியில் மருந்து ஏற்றிக்கொண்டு அவர் அவள் உடலில் அதைச் செலுத்த வர, அவள் வேண்டாமெனத் தடுத்தாள்.

"ஸ்ரீராமனின் சாரம் இவ்வுடலில் நிறைந்துள்ளது. ஊசியால் குத்தி அதை வெளியேற்றி விட வேண்டாம்." புன்னகையுடன் முணுமுணுத்தாள். பின் மீண்டும் ராமநாம ஸ்மரணையில் ஆழ்ந்தாள்.

அவர்கள் அவளைப் பாயில் சரியாகப் படுக்க வைத்தனர். பெண்களும் ஆண்களுமாய்ச் சிலர் கண்ணீர் வழிய ரகுபதி ராகவ ராஜாராம் என்று ஒருமித்த குரலில் பாடினார்கள்.

‘எந்தரோ மகானுபாவுலு அந்தரிக்கி வந்தனமு’

அவள் வணங்கினாள், தன்னை உருவாக்கிய மகானுபாவர்கள் அனைவரையும்...

அவள் நினைவு குறைந்துகொண்டே வந்தது. வெளிக் காட்சிகள் மங்கிக் கொண்டே வர, தியாகப் பிரும்மத்தின் உருவம் மட்டுமே உள்ளே விஸ்வரூபமாய் நிறைந்து நின்று ஆசீர்வதித்தது அவளை.

‘உன் பணி முடிந்தது. புறப்படு.’ ஸ்ரீராமன் புன்னகைத்தான்.

அவன் அழைக்க, அவள் அடங்கினாள். தெய்வ ஜோதியில் கரைந்தாள். சங்கீத அலைகளாய் அந்தத் திருவையாறின் காற்றில் கலந்தாள். அவள் காற்சலங்கையின் சப்தங்கள் பஞ்சந்தியிலும் கலந்து சலசலத்தன.

அந்த ஊரே அவள் இழப்புக்கு அழுதது. அவள் தலைமாட்டில் வைக்கப்பட்டிருந்த மஞ்சளும் குங்குமமும் பிரசாதமாக விநியோகிக்கப்பட்டது. அவள் பூதவுடலைச் சுமந்து செல்லச் சமாதியிலிருந்து ரதம் வர, அவளது கடைசிப் பயணம் துவங்கியது. ஜெய் ஜெய் சீதாராம் என்ற ஓசையெழுப்பியபடி ஊர் மக்கள் அதன்பின் செல்ல, அந்த ஊர் முழுக்க அவளுக்காக அன்று கடையடைத்து மௌன அஞ்சலி செலுத்தியது.

எப்பேர்ப்பட்ட பெண்மணி! எவ்வளவு திறமைகள்! எவ்வளவு புகழ், பட்டங்கள்! எத்தகைய விஷய ஞானம்! இதனால் மட்டுமா உலகம் இவளை மதித்துக் கௌரவித்தது? கண்டிப்பாக இதுமட்டும் காரணமில்லை. இதற்கெல்லாம் மேலாக அவளிடமிருந்த அந்த அவையடக்கமும், தூய பக்தியும், மேன்மையான வாழ்க்கையும், அவள் செய்த இறைப் பணிகளும் பொதுப் பணிகளும்தான் அவள் உயர்வுக்கும், புகழுக்கும் காரணம்.

ஆத்ம ஞானமும், அறிவும், அனைத்துச் செல்வங்களும், ஆட்சியாளர்களே மதித்துக் கரம் குவித்து வணங்கும் அளவுக்குச் சொல்வாக்கும், செல்வாக்கும் இருந்தும், அவள் ஒரு

சன்யாசினியைப் போல் வாழ்ந்திருக்கிறாள். இவள் வாழ்க்கைச் சரிதம் வாசித்தபோது நான் பிரமிப்பின் உச்சிக்குச் சென்றேன். தன் வாழ்நாளில் ஒரு வினாடிகூட இவள் வீணடிக்கவில்லை. அந்த அளவுக்குப் பல கலைகளைக் கற்பதிலேயே வாழ்வின் பெரும் பகுதியைச் செலவிட்டிருக்கிறாள்.

அந்தக் காலத்தில் தேவதாசி என்ற ஒரு இனம் எவ்வளவு தூய்மையாய், இறைப்பணி செய்திருக்கிறது என்பதை இந்த அம்மையார் மூலம் அறியும்போது வியக்கிறது மனம். 'நாட்டியத்தால் எனை ஒருவன் வணங்கும்போது என் மனம் மகிழ்கிறது, அவன் என்னை மிக நெருங்கி வருகிறான்!' என்று சைவ ஆகமத்தில் சிவபெருமான் கூறியதை இந்த தேவதாசிப் பெண்கள் பரிபூரணமாய் உணர்ந்து கடைப்பிடித்திருக்கிறார்கள். ஆடல், பாடல் ஹரி கதைகள் என்று சகல வித்தையும் கற்று அவற்றால் இறைப்பணி செய்து இறைவனை மகிழ்விப்பதே பிறவிப்பயன் என நம்பினார்கள் இவர்கள்.

இவளது புகழும், உயர்வும் ஒரே நாளில் கிடைத்ததல்ல. புகழ் இந்தப் பெண்மணியின் நோக்கமுமல்ல. அவள் அயராது செய்த தொண்டுகள் அனைத்தும் அவளறியாமலே பெரும் சாதனைகளாகி அவளுக்குப் புகழ் சேர்த்தன என்றுதான் கூறவேண்டும்.

தான் ஈட்டிய பொன்னையும், பொருளையும், புகழையும், இன்னும் சகலத்தையும் அந்த தியாகப் பிரும்மத்திற்கு அர்ப்பணித்து அவரது சமாதிக்குக் கோயிலெழுப்பி, தன் இறுதி மூச்சுவரை அங்கே பாடிப்பாடித் தொண்டாற்றிய இவள் சாதாரணப் பெண்ணல்ல.

திரேதா யுகத்தில் ஸ்ரீராமனுக்கொரு சபரியைப்போல, கலியுகத்தில் ஸ்ரீராம பக்தனான தியாகராஜருக்கு ஒரு நாகரத்தினம். ஆம். இவளைக் கலியுக சபரி என்றுதான் புகழ்ந்தார்கள். அந்த அளவுக்கு அவள் குருபக்தி ஒளி வீசியது.

பக்தியின் உச்சநிலை சரணாகதியும் அர்ப்பணிப்பும்தான். அப்படித்தான் இவள் தன்னை அர்ப்பணித்தாள். அந்த குரு

பக்தியால்தான் அந்த குருவுக்கருகிலேயே இவளுக்கொரு இடம் கிடைத்தது.

இன்றுவரை கூப்பிய கரத்துடன் அந்தத் தியாகப் பிரும்மத்தின் காலடியில் இருக்கிறது இந்த ரத்தினம்.

அடுத்த முறை ஆராதனைக்காகத் திருவையாறு பக்கம் போகும்போது இந்த கலியுக சபரியையும் மறக்காமல் கண்டு வணங்கிவிட்டு வாருங்கள். இவளைப் பற்றி இங்கே நான் எழுதியுள்ளது ஒரு துளிதான். இவளது முழுச் சரிதையும் படித்தால் இன்னும் அதிகமாய்ப் பிரமிப்பீர்கள்.

குரு பக்தி

விடியும் தறுவாயில் அவள் அந்த ஊரைவிட்டுக் கிளம்பத் தயாரானாள். அவள் முகத்தில் இனம்புரியாத உணர்வுகள் கலவையாய்ப் படிந்திருந்தன. தன் உடைமைகள் என்றிருந்த இரண்டு சேலைகளை மட்டும் எடுத்துச் சிறு மூட்டையாக அவற்றைக் கட்டிக் கொண்டாள். கிளம்பும் முன் அதுநாள்வரை தான் வாழ்ந்த வீட்டை ஒருமுறை சுற்றி வந்தாள்.

வீட்டில் அனைத்துச் சாமான்களும் வைத்தது வைத்த இடத்திலிருந்தன. வாசற்பிறையில் வெள்ளி அகல் விளக்கு முதல், கிணற்றங்கரையில் செப்புத் தோண்டிவரை அந்த வீட்டில் எல்லாம் இருந்தும், அவள் எதையும் தன்னுடன் எடுத்துக் கொள்ளவில்லை.

வீட்டைச் சுற்றி வந்தவள் இறுதியாகத் தான் தினமும் பூஜிக்கும் பெருமானின் திருவிக்ரகத்தின் முன்பு வந்து நின்றாள். அவ்விக்ரகத்தை உற்றுப்பார்த்தாள். அவள் கண்கள் பளபளத்தன.

“வைத்த மாநிதிப் பெருமானே, நான் செல்கிறேன். என்னால் உனக்கு ஒரு பயனும் இல்லை. எனக்கு ஒன்றும் தெரியவில்லை. உன்னை எப்படி வணங்க வேண்டும் எனத் தெரியவில்லை. உனக்கு என்னவெல்லாம் செய்ய வேண்டும் எனத் தெரியவில்லை. என் மனதில் உன் மீது ஏராளமான பக்தி இருக்கிறது.

சதாசர்வகாலமும் உன் நினைவாகவே இருக்கிறேன். உன்னைப் பற்றிப் பாடுவதிலும், உன் கதைகள், அவதார மகிமைகள் பற்றிக் கேட்பதிலுமே என் மனம் சந்தோஷமடைகிறது. ஆயினும் என் மனதில் இனம்புரியாத ஏக்கமும், துக்கமும் ஏற்படுகிறதே, ஏன்? ஏதோ ஒரு திருப்தியின்மையும், சஞ்சலமும் என்னை வாட்டுகிறதே, அது எதனால்?

என்னால் உண்ண முடியவில்லை, உறங்க முடியவில்லை, மனம் அலைபாய்கிறது, கை கால்கள் எதற்கோ துடிக்கிறது. பிறகு ஏதோ ஒரு இயலாமையில் அவை அடங்கிக் கற்பாறை போல் இறுகுகின்றன. எனக்கென்ன வேண்டும்? என்னதான் ஆயிற்று எனக்கு? இப்படியே நான் தவித்து மறுக வேண்டியதுதானா? இது என்ன நோய் தெய்வமே! என்னால் முடியவில்லை, பெருமானே. நான் செல்கிறேன். இந்த வீட்டைவிட்டு, இந்த ஊரைவிட்டே செல்கிறேன்.

போகிற போக்கில், என் சஞ்சலங்கள் அடங்க அருள்புரி. என் தவிப்பைத் தீர்த்து வை. எவ்வகையான பக்தியை என்னிடமிருந்து வெளிப்படச் செய்ய வேண்டுமோ அதை வெளிப்படச் செய்து பெற்றுக்கொள். எனக்கு ஒன்றும் தெரியவில்லை. உன் அருளால் மனுஷ ரூபம் பெற்று உலவிக் கொண்டிருக்கும் ஒரு களிமண் பிரதிமை நான். என் பிறப்புக்கு ஒரு அர்த்தம் கொடுப்பது உன் கடமையில்லையா? என்னை என்ன செய்யப் போகிறாய் நீ? என் வாழ்வை மேன்மைப்படுத்த மாட்டாயா...?"

அவள் மௌனமாய்ப் புலம்பினாள். ஏதோ ஒரு படபடப்பும், அமைதியின்மையும் அவளை ஆட்கொண்டிருந்தன. மனதில் மாநிதிப் பெருமானைச் சுமந்துகொண்டு அவள் அவ்வூரைவிட்டுப் புறப்படத் தயாரானாள். ஏன் புறப்படுகிறோம், எங்கு செல்லப் போகிறோம். எதற்காகக் கிளம்புகிறோம் என்று புரியாமலே அவள் திருக்கோளூர் விட்டுக் கிளம்பினாள்.

"அடி பெண்ணே, விடியலில் எங்கே புறப்பட்டு விட்டாய்?" அறிந்த முகமொன்று எதிரில் நின்று கேட்டது. அவள் பதிலெதுவும் கூறாது அவளைக் கடந்து நடந்தாள். கேட்டவள் வினோதமாக இவளைப் பார்த்தாள்.

'என்னாயிற்று இந்தப் பெண்ணுக்கு?' முகவாயில் கை வைத்து வியந்தாள். 'வீட்டை இப்படித் திறந்து போட்டுவிட்டு எங்குதான் கிளம்பிவிட்டாள்?'

அவள் யாருக்கும் பதில் சொல்லவில்லை. மௌனம்தான் அப்போதைக்கு அவள் மொழியாக இருந்தது. அனைத்தும் விடுத்து அவள் எங்குதான் செல்கிறாள்?

ஊர்க் கோடியில் அவள் எதிரில் ஒருவர் வந்து கொண்டிருந்தார். தேஜஸ்வியாய் இருந்த அவரைக் கண்டதும் அவள் மனதுக்குள் பக்தியும், பணிவும் ஏற்பட்டது. அவரை வணங்கி வழிவிட்டு ஒதுங்கி நின்றாள். அவர் கனிவோடு அவளைப் பார்த்தார். கையில் சிறு துணி மூட்டையும், முகத்தில் ஏதோ துயரமுமாய் நின்றிருந்தவளைப் பார்த்து, "நீ யார் பெண்ணே? விடிந்தும் விடியாத இருளில் தனிமையில் எங்கு செல்கிறாய் நீ என அறியலாமா? உன் முகத்தில் ஏனிந்த வாட்டம்?" என்று கேட்டார்.

"எனக்கே தெரியவில்லை, ஸ்வாமி. ஏதோ ஒன்று என்னுள் இருந்து கொண்டு என்னை அலைபாயச் செய்கிறது. இவ்வூரில் காலம் தள்ள என்னால் இயலவில்லை. எனவேதான் ஊரை விட்டுக் கிளம்புகிறேன்."

அவர் அவளை அன்புடன் பார்த்தார்.

உண்ணும் சோறு, பருகும் நீர்
தின்னும் வெற்றிலையுமெல்லாம்
கண்ணன், எம்பெருமான் என்றே
கண்கள் நீர் மல்கி மண்ணினாள்
அவன் சீர் வளம் மிக்க
அவள் ஊர் வினவி
திண்மை என் இளமான் புகும்ஊர்
திருக்கோளூரே.

"பராங்குச நாயகி அனுபவித்த இத்திருக்கோளூர்ப் பெருமானை நாடி நான் இவ்வூர் புக, மிகுந்த ஆவலுடன் வந்துள்ளேன். ஆனால் நீயோ பெருமை மிகு இவ்வூரை விட்டு வெளியேறுகிறாய். அப்படி என்ன ஆதங்கம் உனக்கு? என்னிடம் மனம் திறப்பாய்,

மகளே." - அவர், ராமானுஜர். கனிவுடன் வியப்பும் கலந்து கேட்க, அவள் வாய் திறந்தாள்.

"என்னவென்று சொல்வேன், ஸ்வாமி. இத்திருக்கோளூர்ப் பெருமானுக்கு நான் எந்த விதத்தில் என் பக்தியைக் காட்டிவிட்டேன்?"

அழைத்து வருகிறேன் என்றேனோ
அக்ரூரரைப் போல?
அகமொழித்து விட்டேனோ
விதுரரைப் போலே...
பிஞ்சாய்ப் பழுத்தேனோ
ஆண்டாளைப் போலே...
முதலடியைப் பெற்றேனோ
அகலிகையைப் போலே...
அந்தரங்கம் சொன்னேனோ
திரிசடையைப் போலே...
அவன் தெய்வம் என்றேனோ
மண்டோதரியைப் போலே...
தெய்வத்தைப் பெற்றேனோ
தேவகியைப் போலே...
ஆயனை வளர்த்தேனோ
யசோதையைப் போலே...
பூசக் கொடுத்தேனோ
கூனியைப் போலே...
இருகையும் விட்டேனோ
திரௌபதியைப் போலே...
நீரில் குதித்தேனோ
கணபுரத்தாளைப் போலே...
இனியதொன்று வைத்தேனோ
சபரியைப் போலே...

முயற்புழுக்கை வயலிருந்தென்ன? வரப்பிருந்தென்ன? ஞானமற்ற நான் இங்கிருந்தென்ன எங்கிருந்தால்தான் என்ன?"

அவள் சொல்லச் சொல்ல அவர் கண்கள் விரிந்தன. முகம் மலர்ந்தது. கருணையும், மரியாதையும் பொங்கியது அவள்மீது. அவரையும் அறியாமல் அவர் கரம் அவளை நோக்கிக் கூப்பியது. அவளுடைய ஆதங்கம் என்னவென்பது அவருக்குப் புரிந்துவிட்டது.

'எத்தனை பேர் எத்தனை விதமாகப் பரம்பொருளைப் பக்தி செய்திருக்கிறார்கள். அதனால் அழியாப் புகழும் முக்தியும் அடைந்திருக்கிறார்கள். இது போலவெல்லாம் செய்ய எனக்குத் தெரியவில்லையே. நான் துதிக்கும் பெருமானுக்கு நான் என்ன செய்து என் பக்தியை வெளிப்படுத்துவேன்? எனக்கு ஒன்றும் தெரியவில்லையே... இப்படி உபயோகமின்றி உள்ளேனே...!'

இதுதான் அவள் வேதனை. இதுதான் அவள் சஞ்சலத்திற்குக் காரணம். நிலையின்றி அவள் தவிப்பதற்கு அவள் ஒப்பிட்டவர்களின் தூய பக்திதான் காரணம். தன் பக்தியில் அவள் திருப்தி அடையவில்லை. இது போதாதென்று அவள் நினைத்தாள். இந்தத் தவிப்பு அவள் அமைதியைக் குலைக்க, அவள் அவ்வூரைவிட்டே புறப்பட்டுவிட்டாள்.

ஆஹா..! ராமானுஜர் உருகினார். "இது அல்லவா மேன்மையான பக்தி! நீ எவ்வளவு உயர்வானவளம்மா...! உன் ஒப்பீடும் ஆதங்கமுமே உன் தூய பக்திக்குச் சான்றென்பதை நான் உணர்கிறேன். உணர்ந்ததால் உன்னை வணங்குகிறேன். பெண்ணே, உன் கையால் அமுதுண்பதைப் பாக்கியமாக எண்ணுகிறேன். மிக உயர்வான பக்தி கொண்ட நீ இவ்வூரைவிட்டுச் செல்வது உசிதமல்ல. நீ இங்கேயே இருப்பதுதான் இவ்வூருக்குப் பெருமை. திரும்பிவிடு, மகளே. மனதை மாற்றிக் கொள். உன் பக்தி எவருக்கும் குறைந்ததல்ல."

அவர் புன்னகைத்தார். அவளைத் தன்னுடன் அழைத்துக் கொண்டு ஊருக்குள் வந்தார். அவள் பக்தியோடு அவருக்கு அமுது படைக்க, அவர் அதைப் பெருமானின் பிரசாதமாகவே எண்ணி உண்டார்.

பெருமை மிகு ஸ்ரீராமானுஜர் அவள் கையால் அவள் வீட்டில் அமுதுண்டார் என்றால் அந்தப் பெண்ணின் தூய பக்தி எத்தகையதாயிருந்திருக்கும் என நினைக்கும்போது பிரமிப்பில் என் மனம் ஆழ்ந்தது என்றால் அதைவிடப் பலமடங்கு பிரமிப்பு நாட்டுப்புறக் கவிதைபோல் அவள் ஒப்பீட்டு வரிகளாய் மடை திறந்தாற்போல் கூறிய வரிகள் படித்தபோது ஏற்பட்டது எனலாம். என்ன நாசூக்கு! என்ன நளினம்! தன் புலம்பலிலேயே தன் பக்தியையும், வைணவ மறைப் பொருள்களையும் எவ்வளவு அழகாய் வெளிப்படுத்தியிருக்கிறாள்!

அவள் படித்தவளோ, அல்லது படிக்காத பிறவிக் கவிஞரோ அல்ல. அவளுக்குக் கேட்கப்பிடிக்கும். சிறுவயது முதல் அவள் தான் வணங்கும் பெருமானின் காவியக் கதைகளைக் கேட்பதில் விருப்பமாயிருந்திருக்கிறாள். ஒவ்வொருவர் ஒவ்வொரு விதமாய் அந்த உலகளந்த பெருமானைப் பக்தி செய்து அழியாப்புகழ் பெற்றிருப்பதைக் கண்டு வியக்க வியக்க, அந்த வியப்பினூடேயே அவளுக்குத் தான் அவர்களைப் போலவெல்லாம் எதுவும் செய்யவில்லையே என்ற ஒப்பீடும் ஏக்கமும் ஏற்பட்டிருக்கிறது.

அந்த ஏக்கமும் ஆழமாய் அவளுக்குள் பதிந்துபோன அந்தப் பக்தர்களின் பக்தியும் அவளுக்குள் ஊறி ஊறி அவளையறியாமல் ஸ்ரீராமானுஜரிடம் வாய் திறக்கையில் அழகிய நாட்டுப்புறக் கவிதை வரிகளாய் அவள் ஆதங்கம் வெளிப்பட்டிருக்கிறது. கிட்டத்தட்ட எண்பத்தோரு மகானுபாவர்களின் பக்தியை வியந்து ஒப்பீடு செய்து தன்னைத்தானே தாழ்த்திக் கொண்டு, தான் அவர்கள் செய்ததுபோல் எதுவும் செய்யவில்லையே என ஆதங்கப்பட்டிருக்கிறாள்.

அப்படித் தாழ்த்திக் கொண்டதாலேயே மிகவும் உயர்ந்த நிலைக்குச் சென்றுவிட்டாள் அவள் எனப் புரிகிறது. அவள் புலம்பலில் இன்னும் சில அழகிய வரிகளையும் சொல்லத்தான் வேண்டும்.

ஆழி மறை என்றேனோ
　　வாசுதேவரைப் போலே,
அவல் பொரி ஈந்தேனோ
　　குசேலரைப் போலே,
ஆயுதங்கள் ஈந்தேனோ
　　அகத்தியரைப் போலே,
வைத்த இடத்திருந்தேனோ
　　பரதனைப் போலே,
வழியடிமை செய்தேனோ
　　இலக்குவனைப் போலே,
அக்கரைக்கே விட்டேனோ
　　குகனைப் போலே,
இக்கரைக்கே சென்றேனோ
　　விபீடணரைப் போலே,
இங்கும் உண்டென்றேனோ
　　பிரகலாதனைப் போலே,
கண்டு வந்தேனென்றேனோ
　　திருவடியைப் போலே!

இப்படிச் சொல்லிக் கொண்டே போகிறாள். அடேயப்பா, என நெகிழ்ந்துருகுகிறது மனம்.

இவள் பாடிய ஒப்பீட்டுப் பாடல்கள் திருக்கோளூர்ப் பெண்பிள்ளை ரகசியம் என்றே அழைக்கப்பட்டு வருகிறது. வைணவ ரகசிய கிரந்தங்களுள் ஒன்றாக, வைணவ இலக்கியங்கள் இதைக் கொண்டாடுகிறது.

தன்னையறியாமலே சிலர் பக்தியால் உயர்கிறார்கள் என்பதற்கு இவள் சாட்சி. முயற்புழுக்கை வயலிருந்தால் என்ன வரப்பிருந்தாலென்ன, அதுபோல் ஞானமற்ற நான் எங்கிருந்தால் என்ன என்று இவள் கூறினாலும் இவள் பரமஞானி என்பதை எவராலும் மறுக்க முடியாது.

இனி இவள் ஒப்பீடு செய்து வியந்த சில பெண்மணிகளின் பக்தி பற்றியும் பார்ப்போம்.

இத்திருக்கோளூர்ப் பெண்பிள்ளை ஆண்டாளுடன், யசோதையுடன், தேவகியுடன், அனுசூயையுடன், திரிசடையுடன், மண்டோதரியுடன், திரௌபதியுடன், சபரியுடன் தன்னை ஒப்பிட்டு ஆதங்கப்படுகிறாள். அவர்கள் பக்தியை உயர்ந்ததென்கிறாள். இவர்களைப் பற்றியெல்லாம் அனேகம் பேர் அறிந்திருக்கக்கூடும். 'நீரில் குதித்தேனோ கணபுரத்தாளைப் போலே' என்கிறாள் ஓரிடத்தில். யார் இந்தக் கணபுரத்தாள்? அப்படி என்ன செய்தாள் என்று சற்றுப் பார்ப்போமே.

நம்பூர் வரதர் எனப் பெயரிடப்பட்ட நம்பிள்ளை வைணவ ஆசாரியர்களில் முக்கியமானவர். இவரும் இவருடைய சீடர்களும் தலங்கள்தோறும் சென்று இறைவழிபாட்டில் ஈடுபட்டதோடு வைணவத்தையும் பரப்பி வந்தனர்.

அப்படி ஒருமுறை சீடர்களோடு திருவெள்ளறை சென்று வழிபட்டுவிட்டு மீண்டும் திருவரங்கத்திற்குத் திரும்பிவரும் வழியில் காவிரியில் நீர்ப்பெருக்கு அதிகரித்திருந்தது. இருளும் அதிகரித்தது. மழையும் காற்றுமாய்ச் சேர்ந்து பயணத்தைக் கடுமையாக்கியது. ஆற்றைக் கடக்கப் படகில்லை; வெறும் பரிசல்தான்.

"இந்தக் காற்றிலும் மழையிலும் பரிசலில் சென்றுதான் ஆக வேண்டுமா? இரவு இக்கரையிலேயே தங்கிவிட்டு விடிந்தபின் செல்லலாமே!" சீடன் ஒருவன் நம்பிள்ளையிடம் தயக்கத்துடன் கூறினான்.

"நமக்கு முன் இதே பரிசலில் எத்தனை பேர் ஏறிச் சென்றார்கள்? அவர்களை இப்பரிசில் பத்திரமாகக் கரை சேர்க்கவில்லையா? வாழ்வே பெரும் சாகரம்தானே? புயலுக்கும், காற்றுக்கும் அங்கு மட்டும் பஞ்சமா என்ன? அதற்காக வாழ்வதற்கு அஞ்சுகிறோமா என்ன?" அவர் புன்னகைக்க, சீடன் மௌனமானான்.

நம்பிள்ளை பரிசலில் ஏறினார். அவரைத் தொடர்ந்து அவரது சீடர்களும் ஏறினார்கள். அவர்களில் ஒரு பெண்ணும் இருந்தாள். நம்பிள்ளையிடம் மிகுந்த ஆசாரிய பக்தி கொண்டவள். ஓடக்காரன் மிகுந்த கவனத்தோடு பரிசலைச் செலுத்தினான். நடு ஆற்றில் சோதனை சுழல் வடிவில் காத்திருந்தது. பரிசல் தத்தளித்தது. நான்கு பேர் அமர வேண்டிய பரிசலில் ஓடக்காரனையும் சேர்த்து ஆறு பேர் அமர்ந்திருந்தனர். பாரம் சிறிது குறைந்தால் பரிசலைப் பத்திரமாகக் கரை சேர்த்து விடலாம். ஓடக்காரன் நம்பிள்ளையைப் பார்த்தான்.

"ஓடம் கரை சேருமா?" நம்பிள்ளை கேட்டார்.

"கண்டிப்பாகக் கரை சேர்த்துவிடுவேன். ஆனால்..."

"என்ன பிரச்னை...?"

"பாரம் அதிகமாயுள்ளது. நீச்சல் தெரிந்த யாராவது இருவர் நீரில் குதித்தால் சுழலில் சிக்காமல் பரிசல் மீதமுள்ளவரைப் பத்திரமாய்க் கரை சேர்த்துவிடும்."

சீடர்கள் ஒருவரை ஒருவர் பார்த்துக் கொண்டனர். கணபுரத்தாள் எனும் அந்தப் பெண் சற்றும் யோசிக்காது எழுந்தாள். "உலகுக்கெல்லாம் ஆசானாக இருக்கும் எம் குரு நம்பிள்ளையும் அவரது சீடர்களும் இவ்வுலகில் நீண்டகாலம் வாழ்ந்து முடிக்க வேண்டிய கடமைகள் ஏராளமாக உள்ளன. அவர்களைப் பத்திரமாய்க் கரை சேர்த்துவிடுங்கள் என்னைப் பற்றி வருந்தவேண்டாம். எம் குருவின் உயிர் காக்க மகிழ்வுடன் ஆற்றில் குதிக்கிறேன்!" என்றபடி, இமைக்கும் நேரத்தில் ஆற்றில் குதித்தாள் அவள். யாரும் இதை எதிர்பார்க்கவில்லை. நம்பிள்ளையின் விழிகளில் நீர் படர்ந்தது. ஓடம் கரை சேர்ந்தது. நம்பிள்ளை அந்தப் பெண்ணை அழைத்து அழுதார். அவள் உயிர் பிழைக்க வேண்டினார். ஓடக்காரனை அவளைத் தேடி அழைத்து வரும்படி மீண்டும் அனுப்பினார். பரிசல் ஆற்றில் இங்குமங்கும் அலைந்து அவளைத் தேடியது. கோரைப்புதர் ஒன்றில் புற்களைப் பற்றியபடி அவள் குளிரில் நடுங்கிக் கொண்டிருக்க, அவளைக் காப்பாற்றி அழைத்து வந்தான்.

கணபுரத்தாள் நம்பிள்ளையின் பாதத்தில் விழுந்தாள். "கோரைப் புற்களாய் என்னைக் காத்துவிட்டீர்கள், சுவாமி!" என்றாள். நம்பிள்ளை பேச்சிழந்து போனார். யார் யாரைக் காப்பாற்றியது? "நீயல்லவா அம்மா என்னைக் காத்தாய்!" என்றபடி அவளைப் பார்த்துக் கரம் குவித்தார்.

கணபுரத்தாளின் குரு பக்திக்கு இந்நிகழ்ச்சி ஒரு சான்று. மனிதர்களின் பெருமைகளையும், சிறுமைகளையும் உலகறியச் செய்யக் கடவுள் அவர்களுக்குப் பல சோதனைகளை ஏற்படுத்துகிறார். அந்தச் சோதனைகளை வென்று ஜொலிப்பவர்கள் அழியாப் புகழோடு சரித்திரமாகிறார்கள். வைணவர்கள் இறைவனையும், அவனது அடியார்களையும் மிகவும் உயர்வோடு நினைப்பவர்கள். அந்தப் பக்தியில் உப்பைப் போல் கரைந்து கிடப்பார்கள் என்பதைக் கணபுரத்தாளின் குரு பக்தியில் உணரலாம். இத்தகைய கணபுரத்தாளைக் கண்டு நம் திருக்கோளூர்ப் பெண் பிள்ளை பிரமித்து, தான் இவ்வாறு செய்தேனா என்று ஆதங்கப்பட்டுப் புலம்பியதில் ஆச்சர்யமென்ன இருக்கிறது?

காவிரித் தாயே!

காவிரி அகண்டு ஓடிக் கொண்டிருக்க, அழகிய தாமரையொன்று அதில் நீராடிக் கொண்டிருந்தது. அதன் கருங்கூந்தல் நதியில் மிதக்கும் கார்மேகம் போல் நதி ஓட்டத்தில் பரந்து விரிந்திருந்தது. மீன்களெல்லாம் ஒரு வினாடி குழம்பின. நீருக்கு மேலே எப்படி இரு மீன்கள் துள்ளித் திரியுமென்று. அது அவளது கருவிழிகள் என அவற்றிற்குத் தெரியவில்லை.

அவள் நீராடிவிட்டுக் கரையேறினாள். பணிப்பெண்கள் அவள் கூந்தல் ஈரம் துடைத்து விட்டனர். அவள் மாற்றுடையணிய வசதியாக மறைப்புக் கட்டி நின்றனர். அவள் குதிரையில் ஏறியமர்ந்து அரண்மனைக்குக் கிளம்பினாள்.

ஸ்ரீரங்கப்பட்டினத்தின் சிற்றரசன் திருமலை ராஜனின் மனைவி அவள். விஜயநகர சாம்ராஜ்யத்தின் பிரதிநிதியாக ஸ்ரீரங்கப்பட்டினத்தை ஆண்டு கொண்டிருந்தார். பதினேழாம் நூற்றாண்டின் ஆரம்பம் அது. கணவரிடம் மிகுந்த அன்பு கொண்டவள் ரங்கம்மாள். பேரழகி. விலை மதிப்பற்ற ரத்தினங்கள் இழைத்த அழகிய நகைகள் அவளிடம் ஏராளமாயிருந்தன.

உலகத்தில் அவள் அதிகம் நேசித்த விஷயங்கள் நான்குதான். முதலில் தன் கணவனை, இரண்டாவது பள்ளி கொண்ட பெருமாளை. அடுத்தது தினமும் தான் புனித நீராடும் காவிரித்தாயை. நான்காவதாகத் தன்னிடமிருந்த அழகிய ஆபரணங்களை.

மனதில் சந்தோஷம் மிகுந்தாலும், துயரம் மிகுந்தாலும், அவள் அதை இறக்கி வைப்பது காவிரியன்னையின் மடியில்தான். நீராடியபடி அதோடு மனம்விட்டுப் பேசுவது அவளது வழக்கம்.

“இன்று என்ன பேசிவிட்டு வந்தாய், உன் காவிரித் தாயிடம்?”

குளித்து விட்டு அரண்மனைக்குத் திரும்பியவளிடம் கேட்டார் மன்னர்.

அவள் புன்னகைத்தாள்.

“புதிதாய் என்ன பேசப்போகிறேன்? இந்த ஸ்ரீரங்கப்பட்டினத்து மக்கள் எந்தக் குறையுமின்றிச் சந்தோஷமாக வாழ அருள் செய் என்று கேட்டுக் கொண்டேன்.”

“ஸ்ரீரங்கப்பட்டினத்து மக்கள் மட்டும் சந்தோஷமாயிருந்து விட்டால் போதுமா?”

“வேறு என்ன வேண்டும் நமக்கு?”

“நமது ஆட்சியின் எல்லையைத் தாண்டியும் மனிதர்கள் இருக்கிறார்கள், ரங்கம்மா. எல்லோரும் நன்றாக இருக்க வேண்டும் எனச் சொல்.”

“தவறுதான். நாளைக்கு நிச்சயம் எல்லோருக்காகவும் வேண்டுகிறேன்.”

ரங்கம்மாள் அலங்காரம் செய்வதற்காக நிலைக் கண்ணாடியின் முன் அமர்ந்தாள். அகிற்புகையிட்டு ஆறவைத்த கூந்தலை அழகாய் அள்ளி முடிந்தாள். தன் நேசத்திற்குரிய அழகிய நகைகளை ஆசையுடன் அணிந்து கொண்டாள்.

மைசூர் மன்னர் அவர்கள் இருவரையும் விருந்துக்கு அழைத்திருந்தார். அதற்குத்தான் அவள் அலங்காரமாகக் கிளம்பினாள். நவரத்னங்களிழைத்த இடையணியும், வைரங்களிழைத்த கழுத்தணியும், மரகதக் கல்லைச் சுற்றி வைரங்கள் சுடர்விட்ட அவளது மூக்குத்தியும், குண்டலங்களும் அவள் அழகுக்கு அழகு சேர்க்க, அவளது அழகு காண்பவரைத் திகைக்க வைத்தது.

இப்படி ஒரு அழகை எங்கும் கண்டதில்லை என்ற ஆச்சர்யம் ஒவ்வொருவர் மனதிலும் தோன்றியது. சுடர்விடும் அந்த அழகைக் காண முடியாமல் கண்கள் கூசின. தங்கள் அரசியின் கம்பீரமும் அழகும் கண்டு ஸ்ரீரங்கப்பட்டினத்து மொத்த மக்களும்

பெருமிதப்பட்டார்கள். அழகில் இவளை வெல்ல எவருமில்லை என்று சவால்விட்டு மகிழ்ந்தார்கள்.

ஸ்ரீரங்கப்பட்டினத்து மக்கள் மகிழ்ந்தார்கள் என்றால், மைசூர் மன்னனோ ரங்கம்மாளின் அழகு கண்டு சிலையாய் நின்றுவிட்டான். இப்படி ஓர் அழகா என்று உள்ளுக்குள் மாய்ந்து போனான். அவள் நகைகளைக் கண்டு இன்னமும் அதிகமாய் விரிந்தன அவன் கண்கள். பிறன்மனை நோக்குகிறோம் என்ற கூச்சமேயின்றி அவள் அழகை வெறித்து வெறித்துப் பார்த்தான்.

அத்தனை பேர் விழிகளுமே ரங்கம்மாள் மீது பதிந்திருந்ததால் அரசன் வெறித்துப் பார்ப்பதைக்கூட யாரும் கவனிக்கவில்லை. திருமலைராஜன் தன் மனைவியின் அழகில் மைசூரே மயங்கியது கண்டதும் கர்வத்துடன் அவளுடன் நெருக்கமாக நடந்தான். விருந்து விமரிசையாய் நடந்தது. அது முடிந்ததும் திருமலைராஜனும், ரங்கம்மாவும் ஸ்ரீரங்கப்பட்டினத்திற்குத் திரும்பினார்கள்.

அடேயப்பா... என்ன அழகு...! மைசூர் மன்னன் இன்னும் மயக்கத்திலேயே இருந்தான். அவள் போனதும் மைசூர் அரண்மனை இருண்டு விட்டதுபோல் தோன்றியது. "திருமலை ராஜனுக்கு இப்படி ஒரு பேரழகு மனைவியா?" பொறாமைப்பட்டான். 'இந்த அழகு இந்தப் பேரரசனின் பக்கத்தில் பட்டமகிஷியாய் வீற்றிருக்க வேண்டிய அழகல்லவா? இது மட்டும் எனக்குச் சொந்தமானால்...?'

அவன் மனக்குதிரை கட்டறுத்துக் கொண்டு தறிகெட்டு ஓடத் துவங்கியது.

"என்ன, மன்னா! அந்த மங்கையின் பின்னே உங்கள் மனமும் பறந்து சென்றுவிட்டதா?" மன்னரின் அந்தரங்க நண்பன் ஒருவன் மன்னரின் உள்ளத்தை ஆழம் பார்த்தான்.

"உண்மைதான், நண்பா. கண்களைக் கூச வைக்கும் பேரழகு. அதுவும் அவள் அணிந்திருந்த ஆபரணங்களைக் கண்டாயல்லவா? அவற்றால் அவள் அழகு கூடினாளா? அல்லது அவள் மேனியைத் தொட்டதால் அவை அழகு பெற்று ஜொலித்தனவா?

தெரியவில்லை. இந்த மைசூர் அரண்மனைக் கருவூலத்தில்கூட இவ்வளவு அழகிய விலைமதிப்பற்ற ஆபரணங்கள் இல்லை. விஜயநகரத்தில் ஒரு சாதாரண ராஜப்பிரதிநிதியின் மனைவியிடம் இப்படி ஒரு அபூர்வ ஆபரணங்களா என வியப்பாயுள்ளது."

"தாங்கள் இப்போது எதை வியக்கிறீர்கள்? பொன்னையா? பெண்ணையா?"

"இரண்டையும்தான்."

"அப்படி என்றால்...?"

"எனக்கு இரண்டும் வேண்டும். அபூர்வ நகைகளணிந்த அந்த அபூர்வ அழகி எனக்குச் சொந்தமாக வேண்டும்."

மன்னனின் கண்களில் காமமும், பேராசையும் சுடர்விட்டன.

"தாங்கள் நினைத்தால் அவளைச் சிறைப்பிடித்து வர ஒரு க்ஷணமாகுமா...?"

"கூடாது. சமயம் வரும்போது நான் அவளைச் சொந்தமாக்கிக் கொள்வேன்."

"சமயம் வராவிட்டால்.?"

"வரும். எப்பேர்ப்பட்டவருக்கும் இக்கட்டான சூழல்கள் ஏற்படும். அப்போது என் உதவி நாடித்தான் அவர்கள் வர வேண்டும்."

மன்னன் நரி போல் நகைத்தான்.

சில நேரம் தீயவர்களுக்குச் சாதகமாகவே காற்றடித்துவிடும் போலும். நேரம் மைசூர் மன்னனுக்குச் சாதகமாகவும், ரங்கம்மாளுக்கு எதிராகவும் திரும்பியது சில நாளில்.

திருமலைராஜன் நோய்ப்படுக்கையில் விழுந்தான். அது என்ன வகை நோயென்றே எவருக்கும் கண்டறிய இயலவில்லை. எந்தச் சிகிச்சைக்கும் அது கட்டுப்படவுமில்லை.

ரங்கம்மாள் பெரும் கவலையடைந்தாள். அன்னை காவேரியிடம் தன் துயரத்தைச் சொல்லிப் புலம்பினாள். சற்றுத்

தள்ளி நீராடிக்கொண்டிருந்த ஆன்மிகப் பெரியவர் அவளருகில் வந்தார்.

தன் கரம் உயர்த்தி ஆசீர்வதித்தார். "ஆண்டவன் உன் கணவரைக் காப்பாற்றுவார். தலைக்காட்டில் உள்ள வைத்தீஸ்வரர் கோயிலுக்குச் சென்று அவரை வழிபடச்சொல். அந்த வைத்தியநாதன் உன் கணவரின் நோய்க்கு அருமருந்தளித்துக் காப்பார்."

ரங்கம்மாள் அவரை நமஸ்கரித்து வணங்கினாள். அவரது வாக்கைத் தெய்வ வாக்காகவே ஏற்றாள். காவிரியன்னையே அவர் ரூபத்தில் வந்து சொன்னதாக நம்பினாள். அரண்மனைக்கு வந்து கணவரிடம் விஷயத்தைக் கூறினாள்.

"உடனே நாம் தலைக்காட்டிற்குச் செல்வோம், வாருங்கள்." கணவரை அழைத்தாள்.

"இருவரும் சென்றுவிட்டால் ஆட்சியில் குழப்பம் ஏற்பட்டுவிடும், ரங்கம்மா. நான் மட்டும் காவலர் சிலருடன் செல்கிறேன். நீ இங்கேயே இருந்து நிர்வாகத்தைக் கவனி."

திருமலைராஜன் கட்டளையிட்டுவிட்டுத் தான் மட்டும் கிளம்பிச் சென்றான்.

சில நாட்கள் கடந்ததும் கணவரைக் காணும் துடிப்புடன் அவளும் தலைக்காட்டிற்குச் செல்ல விரும்பினாள். ஆட்சிப் பொறுப்பைத் தற்காலிகமாக மைசூர் மன்னனிடம் ஒப்படைக்கத் தீர்மானித்தாள், அதன்படியே மைசூர் சென்று மன்னனிடம் பொறுப்புகளை ஒப்படைக்கக் கிளம்பினாள்.

இவள் வந்திருப்பது அறிந்ததும் மன்னன் வியப்பும் சந்தோஷமும் அடைந்தான். மிக நல்லவன் போல் அவளிடம் பேசினான். திருமலைராஜன் நோய்வாய்ப்பட்டிருப்பது தெரிந்ததும் உள்ளூர மகிழ்ச்சியும் முகத்தில் துக்கமுமாக நடித்தான்.

"கவலையின்றிச் சென்று வா, பெண்ணே." பொறுப்பை ஏற்றுக்கொண்டான். "என் நண்பன் தலைக்காடு வரை உனக்குத்

துணையாக வருவான்," என்றான். நண்பனைத் தனியே அழைத்துச் சென்று பேசினான்.

"உன்னை எதற்காக அனுப்புகிறேன் எனப் புரிகிறதா?"

"புரிகிறது."

"என்ன புரிந்தது?"

"துணையாக அல்ல, தூதாக அனுப்புகிறீர்கள் என்பது புரிகிறது."

"சபாஷ்."

மன்னன் மகிழ்ந்தான். இருவரையும் அனுப்பி வைத்தான்.

இருவரும் தலைக்காடு வந்தார்கள். திருமலைராஜனின் உடல்நிலை முன்னேறியதாகத் தெரியவில்லை. மிகவும் சோர்வாக இருந்தான். ரங்கம்மாள் சோகமடைந்தாள். மைசூர் மன்னனின் நண்பன் அவளிடம் சாதுர்யமாகப் பேசினான்.

"மனிதர்களின் வாழ்வும் மரணமும் விதிப்படி நிகழும், அரசி. அவற்றை ஏற்றுக்கொள்வதுதான் உங்களைப் போன்ற விவேகிகளுக்கு அழகு."

"நான் தெய்வத்தை நம்புகிறேன். தெய்வம் எனக்கு நல்ல விதியையே தரும்."

"உண்மைதான், அரசி. உங்கள் விதி நன்றாகவே உள்ளது. இல்லையென்றால் உங்களுக்காக ஒரு மாமன்னர் என்னைத் தூதனுப்புவாரா?"

ரங்கம்மாள் புருவம் நெரிய அவனைப் பார்த்தாள்.

"சொல்வது விளங்கவில்லை."

"எங்கள் மன்னன் உங்களுக்கு வாழ்வு தரக் காத்திருக்கிறார். நோயாளிக் கணவருடன் போராடுவதை விட்டுவிட்டு உங்களை நாடிவரும் அதிர்ஷ்டத்தை ஏற்றுக்கொள்வதுதான் உங்களுக்கு நல்லது. அப்படி இல்லாவிடில் உங்கள் நகைகளையாவது கொடுத்து விடுங்கள், அவருக்கு."

"என்ன சொன்னாய்... இன்னொரு முறை இதைச் சொல்லிப்பார். உன் தலை தனியே விழும்."

ரங்கம்மா கண்களில் கனலுடன் தன் இடையிலிருந்த குறுவாளை எடுக்க, நண்பன் வேகமாய் விலகி வந்தவழியே சென்றான். அடுத்த இரண்டாம் நாள் மைசூர் மன்னன் அவளைக் கவர்ந்து செல்லப் படைகளுடன் தலைக்காடு நோக்கிப் புறப்பட்டு வந்தான்.

விஷயமறிந்ததும் ரங்கம்மாள் பதறினாள். வெறும் ஏழெட்டுக் காவலர்களுடன் வைத்தியம் பார்க்க வந்திருக்கும் நிலையில் யுத்தம் சாத்தியமாகுமா? மைசூர் மன்னன் நிச்சயம் அவளைச் சிறைப்படுத்திக் கவர்ந்து சென்றுவிடுவான். கூடாது. அப்படிச் சிறைப்படுவதைவிட உயிர் விடுவது உத்தமம். அவள் கணவனிடம் வந்தாள். விஷயத்தைக் கூறினாள்.

"மன்னனை எதிர்க்கும் படையோ, வலுவோ இப்போது நம்மிடம் இல்லை, ரங்கம்மா. உன் நகைகள்தான் மன்னரது குறி என்றால் அவற்றைக் கொடுத்து விடு. நம்மை விட்டுவிடுவார்."

"மாட்டேன். தீயவன் ஒருவன் என்னை மட்டுமல்ல. என் மேனி தழுவிய இந்த நகைகளையும் தீண்டுவதற்கு நான் அனுமதிக்கமாட்டேன். என்னை நான் காத்துக் கொள்கிறேன். வைத்தீஸ்வரன் உங்களைக் காக்கட்டும்."

ரங்கம்மாள் குதிரையில் தாவி ஏறி அமர்ந்து அதை விரட்டினாள். குதிரை காற்றாய்ப் பறந்தது.

தூரத்தில் மன்னர் தன் படையுடன் அவளைப் பின்தொடர்ந்து விரட்ட, ஒரு நிலையில் முன்னேறிச் செல்ல வழியின்றி அவள் காவிரி நதியால் தடுக்கப்பட்டாள். நதியில் வெள்ளப் பெருக்கு அதிகமாயிருந்தது. அவள் ஒரு வினாடி யோசித்தாள். மறுகணம் தன் உயிரைவிடத் தீர்மானித்தாள்.

"தாயே, காவேரி! வாழ வேண்டும் என்று விரும்பினேன். ஆனால் விதி ஒரு தீயவனின் உருவில் என்னைத் துரத்துகிறது.

அவன் கையில் சிக்குவதைவிட உன் மடியில் மரணமடைவது மேல் என எண்ணுகிறேன். இம்மரணம் நான் விரும்பி ஏற்பதல்ல. நிர்ப்பந்தம். என்னை இதற்குத் தூண்டிய அந்த மன்னன் வாரிசற்றுப் போகட்டும். நான் உயிர்விடும் இந்தப் பூமி மண் மேடாகட்டும். இனி எவ்வுயிரும் வாழ்வதற்குப் பயனற்றுப் போகட்டும். இந்த மண்மேடுகள் அந்த மன்னனைத் தடுத்து நிறுத்தட்டும்."

அவள் கண்கலங்கிச் சபித்தாள். தன் மூக்குத்தியைக் கழற்றி நதியில் வீசினாள். அதேபோல் ஒவ்வொரு ஆபரணமாகக் கழற்றிக் காவிரித்தாய்க்குக் காணிக்கையாக்கினாள். இறுதியாகத் தானும் நதியில் குதித்துத் தன் உயிரையும் காணிக்கையாக்கினாள்.

அவள் சாபம் சாமான்யமானதல்ல. வாழ விரும்பி, அது இயலாமல் மரணத்தைத் தழுவிய அவளிட்ட சாபம் சத்தியமாயிற்று. அதுவரை நன்றாக இருந்த தலைக்காடு அதற்குப் பிறகு மணல்காடாக மாறிற்று. இன்றுவரை அது மணல் பிரதேசமாகவே இருக்கிறது என்றால் வியப்பீர்கள்.

ஆயினும் அதுதான் உண்மை. ஆண்டுதோறும் இந்த மணற்குன்று பெருகி வருகிறது என்கிறார்கள். இந்த மணற்குன்றுகளின் கீழே பல அரிய கோயில்கள் புதைந்துள்ளன.

தொல்பொருள் ஆராய்ச்சியாளர்கள் இவற்றை மீட்கும் முயற்சியில் ஈடுபட்டிருக்கிறார்கள். இதைவிட ஆச்சர்யம், புதிய கோயில்கள் எதுவும் இங்கு கட்ட முடியவில்லை என்பதுதான். வாழ விரும்பி, வாழ இயலாமல் மரணத்தைத் தேடிக் கொண்ட ஒரு பெண்ணின் குமுறல்களுக்குச் சாட்சியாய் அந்த மணற்குன்றுகள் அங்கே மௌனமாய் இருக்கின்றன.

மண்ணோடு மண்ணாய்ப் போகும் உடல் மீது ஆசை கொண்ட ஒரு மன்னனின் ஆணவத்தை அந்த மண்ணில் புதைத்த ரங்கம்மாளை நினைக்கும்போது பிரமிப்புடன் பெருமூச்சும் ஏற்படுகிறதல்லவா?

வாடகை வீடு

செயற்கைப் புனலில் நீராடிக்கொண்டிருக்கும் போதுதான் தோழிகள் அவளிடம் அந்த விஷயத்தைக் கூறினார்கள்.

“உன் தந்தை உனக்கு ஏற்ற மணமகனைப் பார்த்துவிட்டாராம் தெரியுமா? மணமகன் மிகுந்த அழகனாம். பெரும் செல்வந்தனாம். உன் அழகுக்கு மிகப் பொருத்தமானவனாம். கொடுத்து வைத்தவள்தான் நீ!”

அவர்கள் சொல்ல, அவள் முகம் மாறியது. மலர்வதற்குப் பதில் அவளது முக விதானம் சுருங்கியது. அதுவரை தெளிவாயிருந்த விழிகள் கலங்கிச் சிவந்தன. அவற்றை அவர்கள் கண்டுவிடாதவாறு மறைத்தபடி அவள் நீராட்டத்தை முடித்துக்கொண்டு வேகமாய் மேலேறி உடை மாற்றச் சென்றாள்.

அவள் தந்தைக்கு லேவாதேவித் தொழில். அவர்களது மாளிகையின் ஒரு பகுதியைத் தனது அலுவலகமாக அவர் வைத்திருந்தார். அவரிடம் நிறைய இளைஞர்கள் வேலை செய்து கொண்டிருந்தார்கள். அதில் ஒருவனிடம் அவள் மனம் காதல் வயப்பட்டிருந்தது. மிகமிக ரகசியமாய் அந்தக் காதல் இறுகி வளர்ந்து கொண்டிருந்தது.

“உன் அப்பா செல்வந்தர். நான் அவரிடம் ஊழியம் புரிபவன். உன்னை ஒருக்காலும் எனக்கு மணம் செய்து கொடுக்கமாட்டார். நீ உன் மனதை மாற்றிக்கொள்வதுதான் நல்லது.”

அவள் தன் காதல் உரைத்தபோது அவன் கூறிய அறிவுரை இது. அவள் கேட்பதாயில்லை.

“காதல் செல்வம் பார்த்து வருவதில்லை. நீங்கள் என்னை நிராகரித்தால் நான் உயிர் விடுவேனே தவிர வேறு எவனுக்கும் இந்த தேகம் சுகம் தராது.”

அவள் உறுதியில் அவன் நெகிழ்ந்தான், தன்னை இழந்தான். அவர்கள் பரஸ்பரம் நேசிக்க ஆரம்பித்துப் பல மாதங்கள் ஓடியிருந்தன. அது தெரியாமல் அப்பா அவளுக்குத் திருமணம் நடத்தப் பார்க்கிறார். அவள் அவசரமாய் அவனுக்குக் கடிதம் எழுதிக் கணக்குப் புத்தகத்தில் வைத்தனுப்பினாள்.

புத்தகம் தவறுதலாக அப்பாவின் மேஜைக்குச் சென்றது. காதல் கணக்குகள் அவர் கவனத்திற்கு வந்தன. கோபத்திலும் அவமானத்திலும் அவர் கண்கள் சிவந்தன. இருப்பினும் பொறுமையாக மகளிடம் பேசி அவள் மனதை மாற்ற முற்பட்டார்.

மாறியது போல் அவள் நடிக்க, அவர் மனமகிழ்ந்தார். அன்றிரவு அவளும் அவனும் சிராவஸ்தி நகரைவிட்டுக் காணாமல் போன பிறகுதான் மகள் தன்னை ஏமாற்றிவிட்டது அவருக்கு உறைத்தது. அந்த நிமிடம் தன் பெண் மரித்தாள் என எண்ணி அவர் தலை முழுகினார்.

வெகு தூரத்தில் ஒரு கிராமத்தில் அவர்கள் மிக மகிழ்ச்சியுடன் தங்கள் வாழ்வைத் துவக்கினார்கள். அவன் தன் சேமிப்புப் பணத்திலிருந்து வாடகைக்கு வீடு எடுத்துப் பொருட்கள் வாங்கிப் போட்டான். சின்னக் குடிசைதான். அதன் ஓட்டைகள் வழியே நிலவும் சூரியனும், நட்சத்திரங்களும் தெரியும். மழைநீர் சொட்டும்.

அவர்கள் அவற்றை மிகவும் ரசித்தார்கள். தங்களது ஒவ்வொரு நொடியையும் சந்தோஷம் மிக்கதாக மாற்றிக் கொண்டார்கள். அவன் கூலி வேலைக்குச் சென்றான். அவள் அவனுக்குப் பிடித்த உணவுகளைப் பார்த்துப் பார்த்துச் சமைத்து வைத்துக் காத்திருப்பாள். அவன் வந்ததும் இருவரும் சேர்ந்தமர்ந்து ஒருவருக்கொருவர் பரிமாறிக் கொண்டு சிரித்துப் பேசியபடி உண்பார்கள்.

வாழ்க்கை கவிதையாய் உருண்டது. அவள் வயிற்றில் அவனது வாரிசு வளர்ந்தது. அவர்களது சந்தோஷத்தின் அடையாளம் அது. அடேயப்பா! தாய்மை இத்தனை சிலிர்ப்பான விஷயமா...? அவள் பிரமித்தாள்.

என்னைக் கருவில் சுமந்தபோது என் தாயும் இப்படித்தான் சிலிர்த்திருப்பாளோ! என் தந்தையும் இதோ இவனைப் போல்தான் பெருமையும் மகிழ்ச்சியும் அடைந்திருப்பாரோ! தன் உயிரின் உயிரைக் காணத் தவிப்புடன் நாட்களை எண்ணியிருப்பாரோ...!

தன் அப்பாவும், அம்மாவும் பற்றி நினைத்ததும் அவள் முகத்தில் மெல்லிய ஏக்கம் படர்ந்தது. எப்படியெல்லாம் அவளை வளர்த்தார்கள். அவள் விரலில் சிறு கீறல் ஏற்பட்டாலும் எப்படித் துடித்துப் போவார்கள்! மகாராணி போலல்லவா அந்த வீடு அவளை வைத்திருந்தது! அவர்கள் மனதை நோகடித்து விட்டேனா? பாவம்! எப்படியெல்லாம் துடித்தார்களோ? அவமானப்பட்டார்களோ...?

அவளுக்கு அழுகை வந்தது. உடனே அவர்களைக் காணவேண்டும் போலிருந்தது. கர்ப்ப காலத்தில் ஒரு பெண்ணின் மனம் தாய் மடியில் தலை சாய்க்கவே விரும்பும். அவளும் அதற்கு விதிவிலக்கல்ல. காலம் காயங்களை ஆற்றியிருக்கும் என நம்பினாள் அவள். புருஷனிடம் தன் விருப்பத்தைக் கூறினாள்.

"என்னாயிற்று உனக்கு? அவர்களைத் துறந்துதானே என்னுடன் வந்தாய்?"

"உண்மைதான். அதற்காகப் பாசத்தை வேரோடு அறுத்துவிட வில்லையே."

"அறுக்கவில்லையெனில் அறுத்துவிடு. அவர்கள் உனக்குத் தலை முழுகி விட்டார்கள். உன் முகத்தில்கூட விழிக்க விரும்பமாட்டார்கள். நீ அங்கு சென்றால் அவமானம்தான் மிஞ்சும். அவர்கள் உன்னை வேதனைப்படுத்தினால் நான் துடித்துப் போவேன். என் அன்பைப் புரிந்துகொள். இங்கு உனக்கு ஒரு குறையுமில்லை எனில் அவர்களை மறந்துவிடு." அவன் அவளை அணைத்துக் கொண்டான். அந்த அன்பில் அவள் தற்காலிகமாக அவற்றை மறந்தாள்.

அடுத்த சிசுவைக் கருக்கொண்டபோது மீண்டும் அந்த ஏக்கம் மேலெழும்பியது. இம்முறை அவள் அழுதாள். பட்டினி கிடந்தாள். தன் தாய் தந்தையைப் பார்த்தே ஆக வேண்டும் என்று பிடிவாதம்

பிடித்தாள். அவளது உண்ணா நோன்பு அவன் உறுதியைக் குலைத்தது.

ஒரு வழியாய் அவன் சம்மதித்தான். மூன்று வயதுக் குழந்தையை அவன் தோளில் சுமக்க, வயிற்றுச் சிசுவை அவள் சுமக்க, அவர்கள் நடைவழியாய்ப் பயணித்தார்கள். நடந்து நடந்து சோர்ந்தார்கள்.

ஒரு காட்டு வழியில் அவளுக்குத் திடீரெனப் பிரசவ வலி கண்டது. அவன் அவளுக்கு மறைவிடம் ஏற்படுத்தத் தென்னம் ஓலைகளும் செடி, கொடிகளும் தேடி ஓடினான். மூன்று வயதே ஆன மூத்த பாலகன் தாயின் அருகில் கவலையோடு அமர்ந்து அவள் வயிற்றைத் தொட்டுத் தொட்டுப் பார்த்தது. அவன் எங்குதான் சென்றானோ, அவள் வலி நேரமாக ஆகக் கூடியது. வயிற்றுச் சிசு மண்ணை முத்தமிடத் தயாராயிற்று.

அந்த வனாந்திரத்தில் அவளே அவளுக்குப் பிரசவம் பார்த்துக் கொண்டாள். தன் வலியும் சோர்வும் பொருட்படுத்தாது பிறந்த குழந்தையின் தொப்புள் கொடி அறுத்து அதைச் சுத்தப்படுத்தி, தன் புடவைத் தலைப்புக் கிழித்துச் சுற்றிக் கிடத்தினாள்.

நஞ்சுக் கொடி விழுந்ததும் அதைப் புதைத்துவிட்டுப் பச்சிலைகள் சிலவற்றைப் பறித்துச் சாறெடுத்துப் பத்தியத்திற்கு உண்டாள். இன்னும் திரும்பி வராத கணவனைக் குறித்து அவள் மனம் கவலைப்பட்டது. உடம்பெல்லாம் பூட்டுப் பூட்டாக வலி. இருப்பினும் பிறந்த குழந்தையைச் சுமந்து கொண்டு, மற்றொன்றைக் கையில் பிடித்தபடி தன் கணவனை அங்குமிங்கும் தேடியலைந்தாள்.

ஓரிடத்தில் அவன் கிடந்தான் நீலமாய். நச்சுப் பாம்பின் விஷம் அவன் உயிர் குடித்திருந்தது. அவள் கதறியழுதாள். கானகத்தில், பிறந்த குழந்தையும், பச்சை உடம்புமாய் உயிரற்ற கணவனின் உடலுடன் என்ன செய்வதெனப் புரியாமல் பெரிதாய் அழுதாள்.

ஆண்டாண்டு காலம் அழுதாலும் மாண்டவன் மீண்டு விடுவானா என்ன? அவள் தன் கண்ணீர் துடைத்துக் கொண்டு

கணவனின் உடலைத் தன் மகனைக் கொண்டு எரித்தாள். பிறகு தன் குழந்தைகளோடு தன் தாய் வீடு நோக்கி நடந்தாள். வழியில் காட்டாறொன்று குறுக்கிட்டது. இரண்டு குழந்தைகளுடனும் அதைக் கடப்பது கடினம் எனப் புரிய, யோசித்தாள்.

“குழந்தாய்! நீ இங்கேயே இரு. நான் உன் தம்பியை அந்தக் கரையில் கொண்டு போய்ப் பத்திரப்படுத்தி விட்டுத் திரும்பிவந்து உன்னை அழைத்துச் செல்கிறேன். சரியா?”

குழந்தை தலையசைத்தது. அவள் பிறந்த சிசுவோடு ஆற்றில் இறங்கினாள். ஆழம் அதிகமாகத் தெரிய குழந்தையைத் தலைக்கு மேல் உயர்த்திப் பிடித்துக் கொண்டாள். பாதி ஆற்றைக் கடக்கும்போதுதான் அந்த ஆபத்தைக் கண்டாள் அவள். பருந்தொன்று அவள் சிசுவைக் கொத்திச் செல்லத் தயாராக மேலே வட்டமிட்டுக் கொண்டிருந்தது. அவள் முகம் வெளிறியது. ஒரு கையால் குழந்தையை இறுகப் பற்றியபடி இன்னொரு கையால் பருந்தை விரட்டினாள்.

அவள் கையசைப்பதைக் கரையிலிருந்த குழந்தை அவள் தன்னை அழைப்பதாகத் தவறாக நினைத்து அவசரமாக நீரில் இறங்கிய அதே நேரம் அவள் கையிலிருந்த சிசுவைப் பருந்து பறித்துச் சென்றது. அவள் அலறினாள்.

மேலே ஒரு கண்ணும், கரையில் ஒரு கண்ணுமாக எந்தக் குழந்தையையும் காப்பாற்ற இயலாதவளாக நட்ட நடு ஆற்றில் அனாதையாய் நின்றாள். மயங்கி விழுந்தவளை நதியோட்டம் உயிரோடு கரை சேர்த்தது. அவள் உயிரையும் அந்த நதி பறித்திருந்தால் அவள் சோகத்திற்கு முற்றுப்புள்ளியாகியிருக்கும். ஆனால் அப்படி நடக்காதது அவள் துரதிருஷ்டமா அதிர்ஷ்டமா என்பது கடவுளுக்கே வெளிச்சம்.

நினைவு வந்ததும் அவள் மீண்டும் அழுதாள். நடைபிணமாகப் பயணம் தொடர்ந்து தாய் வீட்டை அடைந்தவளுக்கு அங்கும் பெரிய அதிர்ச்சி காத்திருந்தது. முதல்நாள் பெய்த பேய் மழையிலும் புயலிலும் அவர்களது மாளிகை இடிந்து விழுந்திருந்தது. அப்பா, அம்மா, சகோதரன் என அனைவரும் ஜீவ சமாதியடைந்திருந்தனர்.

அவள் விக்கித்து நின்றாள். உலகம் சுழல்வது போலிருந்தது. அழ வேண்டியவள் அசட்டுச் சிரிப்புச் சிரித்தபடி இடிந்து கிடந்த மாளிகையைப் பார்த்தாள். பிறகு கால் போன போக்கில் நடந்தாள். கிழிந்திருந்த ஆடைகளும் விரிந்த கூந்தலும் தெளிவற்ற பார்வையுமாய் இலக்கின்றி நடந்தாள், ஏதாவது குழந்தை அழும் சத்தம் கேட்டால் உடனே அருகில் ஓடினாள்.

"இதோ வந்துவிட்டேன், ராஜா. பசிக்கிறதா? இதோ பால் தருகிறேன்." அவள் குழந்தையை எடுக்க வருவதைக் கண்டு அந்தக் குழந்தையின் தாய் பெரிதாய் அலறினாள்.

"ச்சீ! போ, பைத்தியம்!" என்று விரட்டியடித்தாள். ஊரார் அவளைக் கல்லால் அடித்து விரட்டினார்கள். அவள் ஆற்றங்கரைக்குப் போய் அடிக்கடி நின்றாள்.

"இங்க என்ன செய்யற பைத்தியமே?" ஊர்க்காரர்கள் கேட்டால் சிரிப்பாள்.

"எம் பையன்க ஒதுங்கறாங்களான்னு பாக்கறேன்."

அவள் வானத்தில் ஒரு பறவையைப் பார்த்தாள்.

"அதோ அதுதான் அதுதான்... ஏய்... எங்குழந்தையைக் குடு. நா அதுக்குப் பால் தரணும். சீக்கிரம் தா..." கை தட்டிப் பறவையிடம் பேசினாள்.

ஊர் சிரித்துவிட்டு அவளை விரட்டியது. அவள் அழுதபடி ஓடினாள். எதிரில் சிலர் வருவது கண்டு அவர்களும் கல்லால் அடிப்பார்களோ என்று பயந்து வேறுபுறம் ஓட முயன்றாள். வேறு பக்கம் பாதையில்லாததால் தயங்கி நின்று அவர்களைப் பார்த்தாள். அவர்களில் நடுநாயகமாக நின்றவர் அவளைக் கருணையுடன் பார்த்தார்.

"யாரிந்தப் பெண்?" உடன் இருந்தவர்களிடம் கேட்டார்.

"இந்த ஊரில் பிறந்து வளர்ந்த பெண்தான். காதற்திருமணம் செய்தவள். அவன் இவளைக் கை விட்டுவிட்டான் போலும். தாய் வீடு வந்தாள். இங்கு அவள் தாய் வீடும் மழையில் இடிந்து

விழுந்து அவர்கள் மரித்து விட்டனர். அந்த அதிர்ச்சியில் இவளது சித்தம் கலங்கிவிட்டது."

அவர் அவளை இரக்கத்துடன் பார்த்தார்.

கலங்கிய சித்தம் தெளியட்டும் எனப் பிரார்த்தித்தார். என்ன அதிசயம்! அவள் சட்டெனத் தெளிந்தாள். அரைகுறை ஆடையில் தன்னைத் தானே கண்டவள் அதிர்ச்சியும் நாணமுமாகக் கைகளால் தேகம் மறைத்துக் கூனிக்குறுகி அமர்ந்தாள். அவரைக் கண்ணீர் மல்கப் பார்த்தாள்.

"என்ன நடந்ததம்மா?"

அவர் புன்னகை மாறாமல் கேட்டார்.

"அனைத்தையும் இழந்துவிட்டேன். என் கணவரை, என்னிரண்டு குழந்தைகளை, என் பெற்றோரை, உடன் பிறந்தவரை என்று அனைத்து உறவுகளையும் இழந்துவிட்டேன். ஏன் இப்படி...? ஒருவேளை என் கணவர் பேச்சைக் கேட்டிருந்தால் அவரையும் குழந்தைகளையும் இழந்திருக்க மாட்டேனோ...? என் தாய் தந்தையின் மரணம்கூடத் தெரியாமலே சந்தோஷமாக இருந்திருப்பேனோ என்னவோ?"

அவள் கலங்கினாள். அவர் புன்னகைத்தார்.

"சொல்லுங்கள். நான் குற்றவாளியா அல்லது என் விதி குற்றவாளியா... எதனால் எனக்கு இத்தனை இழப்புகள்?"

"தாய் தந்தை மரணம் தெரியாமலே இருந்தால் சந்தோஷமாயிருந்திருப்பேன் என்றா சொன்னாய்?"

"ஆம்."

"ஆக, தெரிந்ததனால்தான் துக்கம் அல்லவா?"

"உண்மைதானே?"

"எதனால் துக்கம்?"

"எப்படித் துக்கம் ஏற்படாமல் இருக்கும்? மாண்டது என் கணவரும் குழந்தைகளும், பெற்றோரும் சகோதரனுமல்லவா? இடிந்தது என் தாய் வீடல்லவா? துக்கப்படாமல் சந்தோஷமாகவா இருக்க முடியும்?"

"உன் வார்த்தைகளிலேயே உனக்கான பதிலும் இருக்கிறது, பெண்ணே."

"புரியவில்லை."

"நான் எனது என்ற எண்ணம்தான் அனைத்துத் துன்பங்களுக்கும் மூல காரணம். இறந்தவர்கள் உனக்குச் சொந்தம் எனில் எத்தனை ஜென்மமாக உனக்கு அவர்களைத் தெரியும்? போன ஜென்மத்திலும் இவர்களே உன் தாய், தந்தை, கணவன், குழந்தைகளாக இருந்தார்கள் என்று நிச்சயமாய்க் கூற முடியுமா?"

அவள் விழித்தாள்.

"போன ஜென்மம் பற்றி எனக்குத் தெரியாது. ஆனால் இந்தப் பிறவியில் எப்படி அவர்களை மறக்க இயலும்?"

"மறக்க வேண்டாம். ஆனால் உனது உனது என்று ஏன் நினைக்கிறாய்? எனது என்ற எண்ணம் பந்த பாசத்தை வளர்க்கும். பாசம் பிரிவுக்குச் சம்மதிக்காது. பிரிவு துயரத்திற்கு வித்திடும். எனவே பற்றறுத்து விடு, பெண்ணே. குழந்தைகள் உன் மூலம் பிறந்தனவேயொழிய உனதல்ல என்பதை உணர்ந்து கொள். அதேபோல் நீயும் உன் தாய் மூலம் பிறந்தவள். இதுவரை உனக்கு எத்தனை தாய், தந்தை, குழந்தைகள் என்று உனக்கு நினைவிருக்கிறதா?"

அவள் இல்லையெனத் தலையசைத்தாள்.

"எதுவும் நினைவில் இல்லையல்லவா? நினைவில் இல்லாத ஒன்றைப் பற்றி நீ துயரப்படுகிறாயா என்ன? மாட்டாய் அல்லவா? அதேபோல் இவற்றையும் மறந்துவிடேன். துக்கமிருக்காது."

அவர் புன்னகையுடன் கூற அவள் திகைத்தாள்.

“எப்படி மறப்பது? அதற்கு என்ன வழி?” அவரிடமே கேட்டாள்.

“இந்த உலகம் எவருக்கும் நிரந்தரமல்ல. அனைவருக்கும் இது வாடகை வீடு போலத்தான். ஒரு நாள் அனைவரும் மரணமென்ற பெயரில் இங்கிருந்து காலி செய்யத்தான் வேண்டும். கண் மூடிக் கண் திறக்கும் கால அளவுதான் வாழ்க்கை. இக்குறுகிய வாழ்வில் நான் எனது என்ற பற்றுகள் எதற்கு? அனைத்தையும் துறந்து விடு. உன் மனம் நிர்வாணமடையட்டும். உலகத்தின் அனைத்து ஜீவராசிகளிடத்தும் அவை இருக்கும்வரை, நீ இருக்கும்வரை அன்பு காட்டு. அதே நேரம் அவற்றை இழக்கத் தயாராக இரு. தண்ணீருக்குள்தான் தாமரையிலை மிதக்கிறது, தன் மீது நீர் எதுவும் ஒட்டாமல் என்பதை மறந்துவிடவேண்டாம். அதுபோல் இருந்து விடு.”

அவர் தன் கையுயர்த்தி அவளை ஆசீர்வதிக்க, அவள் தெளிந்தாள். அந்த க்ஷணம் அனைத்தும் துறந்தாள். அவர் பாதங்களில் விழுந்து நமஸ்கரித்தாள்.

“நீங்கள் யார், சுவாமி? யாராயினும் என்னை உமது சிஷ்யையாக ஏற்க வேண்டும். உங்கள் முன் ஞானம் பெற்ற நான் உங்கள் காலடியிலேயே கடைசிவரை இருக்க விரும்புகிறேன்.”

“சித்தார்த்தன் என்பது என் அன்னையிட்ட பெயர். தற்போது கௌதம புத்தர் என்கிறார்கள். பின்னர் எப்படியோ...? ஒரு போதிமரத்தின் கீழ்தான் நானும் ஞானம் பெற்றேன். அதற்காக அதனடியிலேயே இருந்துவிட முடியுமா?”

அவர் சிரித்தார். “ஊரெங்கும் சுற்றி உன் கடமைகளைச் செய், பெண்ணே.”

அவர் நடந்தார். அவள் கை கூப்பி நின்றாள். பின்னர் அவள் பௌத்த சங்கத்தில் சேர்ந்து பிட்சுணியாகத் துறவறம் மேற்கொண்டாள். அவளிடம் முப்பது பிட்சுணிகள் உருவாகிப் பெருநிலையடைந்தார்கள். அவளை மக்கள் படாசாரா என்று மரியாதையாக அழைத்தார்கள்.

படாசாரா என்றால் நல்லொழுக்கம் கொண்டவள், கடமைகளைச் சரிவர முழுமையாக ஆற்றியவள், துறவறத்தில் பரிபூரண நிலையை அடைந்தவள் என்பது அர்த்தம்.

பௌத்தம் அத்தகையவர்களை அர்ஹத் என்கிறது. நான் எனது என்ற உணர்வுகளிலிருந்து படாசாரா விடுபட்ட பின்னர்தான் அவள் பரிபூரணமும் மேன்மையும் அடைந்தாள்.

விஷ்ணு துளசி

அவன் மூவுலகங்களையும் வென்றுவிடத் துடித்தான். அவன் பிறப்பே விசித்திரமானது. அவன் ஆசைகளும் விசித்திரமானவை. அவன் சிவபெருமானின் நெற்றிக் கண்ணிலிருந்து பீறிட்ட தீக்கதிர்கள் கடலில்பட்டுக் குழந்தையாய் மாறியவன். பிரும்மனின் மடியில் சமுத்திரராஜனால் கிடத்தப்பட்டவன். பிரும்மனின் ஜாலம் (தாடி) பற்றியிழுத்ததால் ஜாலந்தரன் என்று பெயரிடப்பட்டவன்...

சமுத்திரத்தில் பிறந்த அவன் தன் பலம் கண்டு தானே அகங்காரம் கொண்டான். இந்தப் பலத்திற்கு மூவுலகங்களும் தனது காலின் கீழிருக்க வேண்டும் என்று நினைத்தான். சுற்றியிருந்த அசுரக் கூட்டமும் அவனுக்குத் தூபம் போட்டது.

"உன்னால் முடியும், ஜாலந்திரா. உன்னை வெல்வாரும் ஈரேழு லோகங்களிலும் உண்டா, என்ன! இருப்பினும் யுத்தத்திற்கு என்ன காரணம் என்று கேட்டால் என்னவென்று கூறுவாய்?"

"கூறிவிட்டால் போகிறது. நான் யார்? சமுத்திர குமாரனல்லவா? பாற்கடலும் எனக்குச் சொந்தம்தானே. பாற்கடல் கடையப்பட்டபோது தோன்றிய அமிர்தம், ஐராவதம், காமதேனு, திருமகள் மற்றும் சூரியன் சந்திரன், சிந்தாமணி எல்லோருமே எனது உடன் பிறப்புக்களல்லவா? அவர்கள் மீது எனக்கும் உரிமை உண்டு என்று கூறிவிட்டால் போகிறது."

"பலே ஜாலந்திரா. அப்படியானால் உடனே யுத்தத்தைத் துவங்கிவிட வேண்டியதுதான். முதலில் எங்கு செல்லப் போகிறோம்? கயிலாயமா, வைகுந்தமா? சத்யலோகமா?"

"பிரும்மாவையும் விஷ்ணுவையும் பிறகு பார்த்துக்கொள்வோம். முதலில் கயிலை. நெற்றிக்கண் திறந்து என்னை உருவாக்கிய முக்கண்ணனையே முதலில் வெற்றிகொள்ள விரும்புகிறேன்."

அவன் கயிலாயத்திற்கு அசுர சேனையுடன் கிளம்பினான். கயிலையில் சிவனுக்கருகில் பேரழகுடன் அமர்ந்திருந்த பார்வதி தேவியைக் கண்டதும் பிரமித்துப் போனான். ‘இப்படி ஒரு அழகா...? கேவலம் சுடலைச் சாம்பல் பூசிக் கொள்கிறவனுக்கு இப்படி ஒரு அழகிய மனைவியா? மூவுலகுக்கும் அதிபதியாகப் போகிற என்னருகில் இருக்க வேண்டிய அழகல்லவா இது...!’

அவன் சித்தம் கிறங்கினான். சிவபத்தினியை அடையும் மார்க்கம் குறித்து யோசித்தான். ஒரு விதத்தில் தன் அன்னை அவள் என்பதையும் மறந்து போனான்.

தன் அரண்மனை திரும்பினவன் அடுத்த நாள் தன் தோற்றம் மாற்றிக்கொண்டு கயிலாயம் கிளம்பினான். அவன் வேடம் கண்டு அவன் மனைவி பிருந்தை பதறினாள்.

“இதென்ன வேடம், ஸ்வாமி?”

“சாட்சாத் சிவபெருமான் மாதிரியே உள்ளேன் அல்லவா?”

“எதற்கிந்த வேடம் எனப் புரியவில்லையே?”

“அந்தச் சிவனின் இடபாகமாய் இருப்பவளைக் கவர்வதற்கு என்று வைத்துக் கொள்ளேன்.”

பிருந்தை அதிர்ந்து போனாள்.

“இது அடாத செயல், சுவாமி. அண்ட சராசரத்திற்கும் அன்னை அவள். அவளைப் போய்... சிவ சிவ... என்ன அபச்சாரம் இது! இப்படி ஒரு துர்ப்புத்தி எங்கிருந்து வந்தது உங்களுக்கு...? வேண்டாம்... சிவகோபத்திற்கு ஆளாக வேண்டாம்.”

ஜாலந்திரன் அவளை ஒதுக்கிவிட்டு அஹங்காரச் சிரிப்புடன் வெளியேறினான்.

சிவ வேடத்துடன் கயிலாயம் வந்தான். பார்வதி தேவியாலும் வந்திருப்பது போலி என்றுணர இயலவில்லை. நந்தியும், தேவியும் அவனைச் சிவனென நினைத்துப் பூஜித்தனர்.

அதே நேரம் மகாவிஷ்ணுவின் விழிகள் சிவந்தன. திருமகளைக் கோபத்துடன் பார்த்தார் அவர்.

"அப்போதே இவனை அழித்திருப்பேன், தேவி. நீதான் அவன் உடன் பிறப்பென்று கூறி அவனைக் கொல்லவிடாமல் தடுத்துவிட்டாய். இப்போது பார், அவன் அட்டகாசம் அதிகரித்துவிட்டது. சிவரூபம் கொண்டு பார்வதிதேவியின் பூஜைக்குரியவனாகி இருக்கிறான். இனியும் அவனைவிட்டு வைப்பது சரியன்று."

"மும்மூர்த்திகளின் சக்தியும் ஒன்று சேர்ந்தால் அல்லவா அவனை அழிக்க முடியும்..."

"அதுமட்டும் போதாது, தேவி. அதற்கு முன் மற்றொரு காரியமும் பாக்கியுள்ளது. அது முடிந்த பின்தான் இது முடியும். அதை முடித்துவிட்டு வருகிறேன்."

மகா விஷ்ணு மாயமானார்.

"உங்கள் கணவர் வந்துவிட்டாரம்மா!" சேடிப்பெண் சொல்ல, பிருந்தை புருஷனைப் பூஜித்து வரவேற்கத் தயாரானாள். ஜலபாத்திரமும், பூக்கூடையுமாய் வாயிலுக்கு வந்தாள். சிவபெருமானின் கோபத்திற்கு அவன் ஆளாகாமல் இருக்க வேண்டுமே என்று அவள் பட்டபாடு கொஞ்ச நஞ்சமல்ல. நல்ல காலம் அவன் மனம் மாறித் திரும்பிவிட்டான். இதுபோதும்.

அவள் மலர்ந்த முகத்தோடு அவன் பாதம் கழுவிப் புஷ்பங்களால் அர்ச்சித்து நமஸ்கரித்தாள். அவள் முகம் அவன் பாதங்களில் பட்ட க்ஷணம் அவள் அதன் வித்தியாசம் உணர்ந்து திடுக்கிட்டு நிமிர்ந்தாள். கண்டிப்பாக இவன் அவள் கணவனல்ல. யாரிவன்?

அவள் பதைபதைப்புடன் அந்த உருவத்தை உற்று நோக்கினாள். அவள் கண்ணுக்குள் திருமாலின் உருவம் தெரிய, அவள் விழிகளில் பக்தியும் கோபமும் ஒருங்கே படர்ந்தன.

"இது நியாயமா?" கோபத்தை அடக்கிக் கொண்டு கேட்டாள்.

"உன் கணவன் சிவரூபமெடுத்துச் சென்றது நியாயமெனில் இதுவும் நியாயம் என்றே எண்ணுகிறேன்."

"அவர் அசுர வம்சம், ஸ்வாமி. நீங்கள் காக்கும் கடவுள். அதே தவறை நீங்களும் செய்தால் அவருக்கும் உங்களுக்கும் என்ன வித்யாசம்? என் கற்பு நெறியைக் குலைப்பதில் உங்களுக்கென்ன ஆனந்தம்?"

"ஆனந்தமல்ல, பெண்ணே. அவஸ்தை. உன் கற்பல்லவா அவனுக்கு அரணாக இருந்து அவனைக் காத்துக் கொண்டிருக்கிறது. இந்தக் கற்பு நெறியிலிருந்து நீ வீழ்ந்தால்தான் அவனை வீழ்த்த முடியும். அதற்குத்தான் இந்த நாடகம். ஒரு க்ஷணம் என்னைக் கணவனென்று நினைத்துப் பூஜித்தாயல்லவா? அதுபோதும். இனி உன் கணவனை வீழ்த்துவது சுலபம். ஒன்று புரிந்து கொள். அதர்மத்தின் உச்சகட்டம் அழிவுதான்."

மகாவிஷ்ணு தன் சுயரூபத்திற்கு மாறினார்.

"ஆயிரம் சமாதானங்கள் சொன்னாலும், நீங்கள் ஆண்டவனேயானாலும் தவறு தவறுதான். என்னால் உம்மை மன்னிக்க முடியாது. என் புருஷன் அசுரன்தான். இருப்பினும் நான் என் கற்புநெறியைக் கைவிடாது தர்மபத்தினியாய் வாழ்ந்திருந்தேன். அந்த நெறியைக் குலைத்த நீ உன் அடுத்த அவதாரத்தில் மனைவியைப் பிரிந்து அலைவாய். அவள் கற்புநெறியைச் சோதிக்க அக்னிப் பரிட்சை வைத்து உன் பெயருக்கு இழுக்குத் தேடிக் கொள்வாய்."

பிருந்தை திருமாலென்றும் பாராமல் சபித்தாள். அவர் கண்ணெதிரிலேயே அக்னி மூட்டி அதில் விழுந்து மாண்டாள். திருமால் கண்கலங்கி நின்றார். பிருந்தையின் சாம்பலில் அவர் கண்ணீர்பட்டுக் கலந்தது. அந்த ஈரச்சாம்பலில் செடியொன்று துளிர்த்தது.

'இனி நீ துளசி என்றழைக்கப்படுவாய். விஷ்ணு துளசி.' மெல்ல முணுமுணுத்தார்.

துளசிச் செடி துளிர்த்த வரலாறு இதுதான். துளசி இதழ்களால் தான் அர்ச்சிக்கப்படுவதையே மிகவும் விரும்புவேன் என்பது விஷ்ணுவின் வாக்கு. தெய்வமென்றாலும் தவறு தவறுதான் என்று தெய்வத்திற்கே சாபம் அளித்துப் பிரமிக்க வைத்த பெண்மணி பிருந்தை.

துளசியாக மாறிய பின் திருத்துழாய் தேவி என்றழைக்கப்பட்டவள். திருமாலின் விருப்பத்திற்குரிய தெய்வீகப் பொருளாய் மாறியவள். இதோடு இவள் பெருமை முடிந்து விடவில்லை. இவள் மேலும் பெருமையடைய வேண்டும் என்பது திருமாலின் விருப்பமாயிருந்தது. அவர் அவளை எவ்விதம் பெருமைப்படுத்தினார் என்பதையும் அறிந்துகொள்ள வேண்டாமா?

திருமகள் பூமிதேவியாக அவதரிக்க வேண்டிய நேரம் வந்தது. மார்க்கண்டேய முனிவரின் விருப்பம் அது. திருமகளை மகளாகவும் திருமாலை மருமகனாகவும் பெற வேண்டும் என்று தவம் செய்து வரம் பெற்ற மகாமுனிவர் அவர்.

கொடுத்த வரத்தை நிறைவேற்றத் திருமகள் திருத்துழாய்க் காட்டில் (துளசிக்காடு) குழந்தையாய் அவதரித்தாள். வீறிட்டழுதாள். அதே திருத்துழாய்க் காட்டில் தவம் செய்து கொண்டிருந்த மார்க்கண்டேய முனிவர் அழுகுரல் கேட்டு வந்து அவளை வாரியணைத்து மகளாய் ஸ்வீகரித்து உச்சி முகர்ந்தார். பூமியில் புரண்டழுததால் பூமிதேவி என்று பெயரிட்டார். தாயும் தந்தையுமாய் மாறி அவளைக் கண்ணின் மணியாய் வளர்த்தார்.

அவளுக்குக் கல்வி கற்பித்தார். வேதத்தின் உட்பொருளை விளக்கினார். அவள் அறிவும் வளர்ச்சியும் கண்டு அக மகிழ்ந்தார். கூடவே கவலையும் அடைந்தார். இந்த அழகுக்கும் அறிவுக்கும் ஏற்ற மணவாளன் இந்தப் பூமியில் கிடைப்பானா என்ற கவலை. உலகத்திலேயே மிகவும் சிரமமான காரியம் அறிவும் அழகும்

கொண்ட கன்னியொருத்திக்குத் தந்தையாயிருப்பதுதான் என்று நினைத்தார் அவர்.

ஒரு நாள் அவரது ஆசிரமத்திற்கு வயது முதிர்ந்த அந்தணர் ஒருவர் வந்தார். முனிவர் அதிதியாய் வந்த அந்தணருக்குப் பாத பூஜை செய்து வரவேற்று நமஸ்கரித்தார்,

"என் குடில் தேடி வந்ததற்குப் பாக்கியம் செய்திருக்கிறேன். தங்களுக்கு ஏதேனும் பரிசளிக்க விரும்புகிறேன். என்னிடமிருப்பதைக் கேட்டுப் பெறுங்கள்."

முனிவர் சொல்ல, முதியவர் புன்னகைத்தார்.

"கேட்கிறேன். தருவாயா...?"

"இருப்பதைக் கேட்டால் தருவதிலென்ன? கேளுங்கள்."

"உன் மகளை மணமுடித்துத் தருவாயா?"

முதியவர் கேட்க, முனிவர் திடுக்கிட்டார். துடிதுடித்துப் போனார். இப்படி ஒரு பரிசையும் யாராவது கேட்பார்களா என்ன? அதுவும் இம்முதிய வயதில்... மனிதருக்குச் சற்றேனும் ஈவிரக்கமிருந்தால் தன் பேத்தியின் வயதொத்த சிறுமியை மணமுடித்துத் தரக் கேட்பாரா? இருப்பினும் அந்தணரிடம் கோபம் கொள்வது தர்மமல்ல. மென்மையாய்ப் பேசிப் பார்ப்போம்.

முனிவர் முதியவரைப் பார்த்தார்.

"என் மகள் சின்னஞ்சிறுமி, அந்தணரே. தாங்களோ மரணத்தை நெருங்கிக் கொண்டிருக்கிறீர்கள். மலைக்கும் மடுவுக்கும் மணமா? சற்றே யோசியுங்கள், முதியவரே."

"மரணத்திற்கு வயதில்லை, மகனே. என் உடல் மூப்படைந்திருந்தாலும் உள்ளத்தால் நான் இன்னும் இளைஞன்தான். எனக்கென்று யாருமில்லை. என் ஈமக்கிரியைகள் செய்ய ஒரு வாரிசு வேண்டுமே. அதற்காகத்தான் தங்கள் மகளைக் கேட்கிறேன். எது கேட்டாலும் தருகிறேன் என்று வாக்களித்துவிட்டுத் தடுமாறினால் எப்படி?"

"தவறுதான், முதியவரே. இருப்பினும் இது நான் மட்டும் சம்பந்தப்பட்ட விஷயமல்லவே. என் மகளும் இதற்கு மனப்பூர்வமாகச் சம்மதித்தால் அல்லவா இது நடக்கும்?"

"தாராளமாக. உங்கள் மகளிடம் கேட்பதில் எனக்கொன்றும் ஆட்சேபமில்லை."

முனிவர் வயிறு கலங்க உள்ளே சென்றார். பூமிதேவி முதியவருக்குத் தட்டுத்தடுமாறி விருந்து சமைத்துக் கொண்டிருந்தாள்.

"அப்பா! இதன் சுவை சரியாக உள்ளதா என்று பாருங்கள்."

"அதிருக்கட்டும், மகளே. முதியவர் பேசியதைக் கேட்டாயல்லவா? உன்னை மணமுடித்துத் தர வேண்டுமாம் அவருக்கு. நீ என்ன சொல்கிறாய்?"

"இம்முதியவருடன் மணவாழ்வா? அதைவிட என்னைக் கண்டெடுத்த பூமியில் ஒரு பள்ளம் தோண்டி என்னை உயிருடன் புதைத்துவிட்டால் மகிழ்வேன், அப்பா."

முனிவர் கலங்கினார். இதை எப்படிச் சொல்வது. அந்தணர் சபித்து விடுவாரோ...? அவர் தயங்கி நடந்தார்.

"அப்பா! இதன் சுவையைப் பார்க்கச் சொன்னேனே."

அவள் கறியமுது எடுத்து அவரிடம் கொடுத்தாள். அவர் வாயிலிட்டுச் சுவைத்தார்.

"லவணம் (உப்பு) போட மறந்துவிட்டாய், மகளே."

"ஆம், அப்பா. மறந்துதான் போய்விட்டது."

முனிவர் வெளியில் வந்தார்

"என்ன சொன்னாள் மகள்?"

"திருமணமென்றால் என்னவென்று கேட்கிறாள். சிறு பெண் அவள். அவளுக்குச் சமையல் பக்குவம்கூடத் தெரியாது. அவளை மணந்து கொண்டால் தாங்கள் உணவுக்கு கஷ்டப்படுவீர்கள். உணவில் லவணம் (உப்பு) சேர்க்கக்கூடத் தெரியாது அவளுக்கு.

உப்பின்றி உணவு எப்படி உண்ண முடியும். சுவையற்ற உணவு உண்ணும்போது தாங்கள் கோபம் கொண்டு அவளை அடிக்கக் கூடும். என் மகள் அடிபட்டால் என் மனது தாங்காது. நான் உங்களைச் சபிப்பேன். நீர் எம்மைச் சபிப்பீர். எதற்கு இத்தனை சிரமங்கள்? தங்கள் வயதுக்கேற்ற துணையைத் தேடிக் கொள்வதுதான் தங்களுக்கழகு."

"உப்பின்றி உண்ண நான் தயார், முனிவரே. உங்கள் மகளுக்காக எதுவும் செய்யத் தயார். கேவலம் உப்பின்றி உண்ணமாட்டேனா என்ன? கண்டிப்பாய் அவளைத் துன்புறுத்தமாட்டேன். நம்புங்கள். இதற்கும் நீங்கள் மறுத்தால் உயிர் விடுவதைத் தவிர எனக்கு வேறு வழியில்லை."

முதியவர் சொல்ல, முனிவர் மேலும் கலங்கினார். கண்களை இறுக மூடிக்கொண்டு ஆண்டவனைத் துணைக்கழைத்தார். "நான் என்ன செய்யட்டும், தெய்வமே! கொடுத்த வாக்கா, மகளா...? எதைக் காப்பாற்றுவேன். உன்னை நம்பி மகளை அளிக்கட்டுமா...? ஆம். அதுதான் சரி. தெய்வத்தை நம்புபவன் எதற்குக் கலங்க வேண்டும்? நீயே பார்த்துக்கொள். நான் சம்மதிக்கிறேன்."

கடைசி வார்த்தையை மட்டும் முனிவர் சத்தமாகச் சொன்னார். சொல்லிவிட்டுக் கண் திறந்தார். என்ன ஆச்சர்யம். எதிரிலிருந்த கிழவருக்குப் பதிலாக மேனி பிரகாசிக்கும் அழகிய இளைஞன் நின்றிருந்தான். அவன் கைகளில் சங்கும் சக்கரமும். தலையில் ஒளி வீசும் கிரீடம்.

முனிவர் சப்த நாடியும் ஒடுங்கினார். அவர் மேனி சிலிர்த்தது. திருமாலா...? எம்பெருமானா?

அவர் சாஷ்டாங்கமாய் விழுந்து சேவித்தார்.

"இதென்ன சோதனை, தெய்வமே?" கதறினார்.

"சோதனையல்ல, மார்க்கண்டேயரே! இதற்கும் காரணமுள்ளது. உமது விருப்பப்படி உனது மருமகனாகி விட்டேன். திருத்துழாய் தேவியின் பெருமை கலியுகத்திற்கும் தெரிய வேண்டுமென

எண்ணினேன். கலியுகம் முடியும்வரை இப்பூவுலகில் திருமகளோடு இங்கு எழுந்தருள விரும்பினேன். என்ன... உன் மகள் உப்பின்றிச் சமைத்துப் போடுவாள் என்று சொல்லிவிட்டீர். அப்படியே ஆகட்டும். உப்பின்றியே உண்கிறேன். நான் உண்ட பிரசாதம் உப்பின்றியே அனைவருக்கும் சுவைக்கட்டும். இந்த இடத்தில் உப்பின்றி எனக்குப் பிரசாதம் படைத்து, துளசியால் என்னை அர்ச்சிப்பவருக்குச் சகல நன்மைகளும், என் அருளும் பரிபூரணமாய்க் கிட்டும். இந்த க்ஷேத்திரம் உம்பெயரால் மார்க்கண்டேய க்ஷேத்திரமென்றும், துளசிவனமென்றும் திருவிண்ணகரென்றும் அழைக்கப்படும். கலியுக மக்களின் ஒவ்வொரு வீட்டிலும் துளசி பூஜிக்கப்படுவாள். நான் உப்பிலியப்பன் என வணங்கப்படுவேன்."

திருமால் மார்க்கண்டேயரை ஆசீர்வதித்தார். துளசியின் வரலாறும் பெருமையும் பிரமிக்க வைக்கிறதல்லவா?

✧ ——— ✧

ஞானம்

மாலை மாற்றும் போதுதான் மனைவியை நன்றாகக் கவனித்தான் துளசி. அவன் விழிகள் இமைக்க மறந்தன. அடேயப்பா, எவ்வளவு அழகு! அவன் மனம் துள்ளியது. வட்ட முகம், சுருண்ட கூந்தல், அழகிய கண்கள், இளநகை படிந்த இதழ்கள், துருதுருவென்று ஒரு நாசி, வாளிப்பான உடல், தங்கம்போல் ஒரு நிறம், இந்தப் பிரமிக்க வைக்கும் அழகு இனி எனக்கு மட்டுமே சொந்தமா...?

அவன் வியந்து போனான். மகிழ்ச்சியில் திக்குமுக்காடிப் போனான். அவள் தங்கக் கழுத்தில் தாலி கட்டினான். அந்தத் தங்கச்சிலையோடு தனித்திருக்கப்போகும் இரவுக்காக அவன் மனம் ஏங்கியது.

“துளசி!” தாயின் குரல் அவனைத் தனியே அழைத்துச் சென்றது.

“என்னம்மா?”

“வந்தவர்கள் எல்லோரும் உங்கள் ஜோடிப் பொருத்தத்தைப் பாராட்டிய வண்ணமிருந்தார்களப்பா!”

“அப்படியா! உண்மைதானம்மா. மமதாதேவிதான் என்ன அழகு! நல்ல பெண்ணைத்தான் நீங்கள் எனக்குக் கட்டி வைத்திருக்கிறீர்கள்.”

“அவள் நல்ல பெண் என்று நீ சொல்வதுபோல், உன்னை நல்ல கணவன் என்று அவளும் கூறும்படியாக நீயும் நடந்துகொள்ள வேண்டுமே என்பதுதான் என் கவலை.”

அம்மா சொல்ல, துளசி அவள் என்ன சொல்ல வருகிறாள் என்பதை உணர்ந்து புன்னகைத்தான்.

“புரிகிறதம்மா. நீ கவலையேபட வேண்டாம். வீட்டிலேயே ஒரு அழகுச் சிலை இருக்கும்போது நான் ஏன் வேசியர் வீட்டில் பழி கிடக்கப் போகிறேன்? இனி நான் புதுத் துளசியம்மா. மமதாதேவியைத் தவிர, இனி வேறொரு பெண்ணை ஏறெடுத்தும் பார்க்கமாட்டேன் என்று சத்தியம் செய்யட்டுமா?”

“தேவையில்லையப்பா. நான் நம்புகிறேன். இனி நீ பொறுப்போடு இருக்க வேண்டும். அதுதான் எங்கள் விருப்பம். சரி. தயாராக இரு. அக்பர் பாதுஷாவைக் கண்டு ஆசி பெற உன்னையும் மமதாவையும் உன் தந்தை அழைத்துச் செல்லப் போகிறாராம். அரண்மனையிலிருந்து உத்தரவு வந்ததும் கிளம்ப வேண்டும். சரியா?”

அன்னை சொல்ல, துளசி உற்சாகமாக அரண்மனைக்குச் செல்லத் தன்னை ஆயத்தப்படுத்திக் கொண்டான்.

சற்று நேரத்தில் அப்பா ஆத்மாராமோடு அவனும் மமதாதேவியும் அக்பர் பாதுஷாவை வணங்கி ஆசி பெறக் கிளம்பிச் சென்றார்கள்.

“உன் தந்தையைப் போல நல்லொழுக்கமும் ஞானமும் கொண்டவனாய் நீ நீடூழி வாழ வேண்டும், துளசி.” அக்பர் பாதுஷா ஒரு தங்கத் தாலம் நிறையப் பொன்னும் பொருளும் கொடுத்து வாழ்த்தினார்.

“நீ புறப்படு, மகனே. எனக்குச் சிறிது வேலை உள்ளது. பிறகு வருகிறேன்.” அப்பா அவனையும் மமதாவையும் அனுப்பிவிட்டு அக்பரிடம் வந்தார்.

“உங்கள் பிள்ளை முகத்தில்தான் எத்தனை சந்தோஷம்! அழகான மனைவியைத்தான் மணமுடித்துள்ளீர்கள், அவனுக்கு.” அக்பர் பாராட்ட, ஆத்மாராம் ஏதோ யோசனையோடு பதில் சொல்லாது அமர்ந்திருந்தார்.

“என்னாயிற்று? உம் முகத்தில் ஏன் இவ்வளவு யோசனைகள்? மருமகள் வந்துவிட்ட சந்தோஷத்தையே காணோம்.”

"கவலைதான்."

"என்ன கவலை?"

"இனியாவது என் மகன் மாறுவானா என்ற கவலைதான்."

"அவனுக்கென்ன? உம்மைப்போல் அவனும் கல்வி கேள்விகளில் சிறந்தவன்தானே... அதுவும் உம்மோடு அரண்மனைக்கு வந்து பல வாத விவாதங்களில் கலந்துகொண்டு புத்தியில் உங்களுக்குச் சற்றும் தான் குறைந்தவனல்ல என்று நிரூபித்துக் கொண்டுதானே இருக்கிறான்."

"இருக்கலாம். ஆனால் வேசியர் வீட்டில் விழுந்து கிடக்கிறானே...? சிற்றின்ப நாட்டம் கொண்டவனாக அவன் இருப்பதுதான் என் கவலை."

"அதற்குத்தானே உடனடியாய் அவனுக்குத் திருமணம் செய்து வைக்கச் சொன்னேன். நீங்களும் உடனடியாய் நல்லதொரு பெண்ணை அவனுக்கு மணமுடித்துவிட்டீர்கள். இனி மாறி விடுவான், பாருங்கள். கவலையை விடுங்கள்." அக்பர் அவரைத் தேற்றினார்.

"மாறினால் சந்தோஷம்தான். அதற்காகவே நான் ஒரு முடிவுக்கு வந்துள்ளேன்."

"என்ன அது?"

"ஊருக்கு ஒதுக்குப்புறமாய் தாங்கள் எனக்களித்துள்ள மரங்களும் பூஞ்செடிகளும் சூழ்ந்த சோலையில் அவனுக்கென்று அழகிய வீடொன்று கட்டி அவனை அதில் குடித்தனம் வைக்கலாம் என்று நினைத்திருக்கிறேன். தனிமையில் தன் மனைவியோடு ஏகாந்தமாய் அவன் இருக்கட்டும். அப்போதுதான் வேசியர் நினைவு அவனுக்கு வராது."

"நல்லது, ஆத்மாராம். இந்த ஒரு கெட்ட பழக்கம்தான் துளசியிடம் உள்ளது. அதிலிருந்து அவனை மீட்டுவிட்டால் அவனைவிட ஞானி வேறு யாரும் இருக்கமாட்டார்கள். எனக்கு நம்பிக்கையிருக்கிறது."

“உங்கள் நம்பிக்கையை அவன் காத்தால் என்னைவிட யார் மகிழ்ச்சியடையப் போகிறார்கள்?”

ஆத்மாராம் பெருமூச்சு விட்டார். அக்பர் மிகச்சிறந்த மன்னன். அதைவிட, மிகச்சிறந்த மனிதன். இந்துக்களிடம் அன்பும் பரஸ்பர மரியாதையும் கொண்ட உயர்ந்த மனிதன். இல்லையென்றால் ஒரு முகலாய மன்னனிடம் ஒரு இந்து மந்திரியாய், அவன் அன்புக்கும் நட்புக்கும் உரியவனாயிருக்க முடியுமா? ஒரு தகப்பனாய்த் துளசியிடம் தனக்கு இருக்கும் அன்பைக் காட்டிலும் அக்பருக்குத் துளசியிடம் இருக்கும் அன்பும் நம்பிக்கையும் அவரை நெகிழச் செய்தன.

சொன்னபடியே சோலைக்குள் ஒரு அழகிய வீடு கட்டி அவர்களை அங்கு குடியேற்றினார். நான்கைந்து மாதங்கள் சொர்க்கவாசமாய்க் கழிந்தது. நான்கு மாதத்திற்குப் பிறகு மமதா மெல்லக் கணவனிடம் கேட்டாள்.

“எப்போதும் வீட்டிலேயே இருந்து என்னையே சுற்றிச் சுற்றி வந்தால் எப்படி? உங்கள் தந்தையின் உழைப்பில் நாம் உண்ணுவது சரியல்லவே.”

“யார் அப்படிச் சொன்னார்கள்?”

“நான்தான்”

“என்ன திடீரென்று?”

“உங்கள் அறிவும், ஞானமும், ஆரோக்கியமும் வீணாகப் போகிறதே என்ற கவலைதான். அரசவையில் உங்கள் அறிவுக்கேற்ற வேலை கிடைக்காதா என்ன? பாதுஷா உங்கள் மீது ஒரு தந்தையைப் போலப் பாசம் வைத்திருப்பவர்தானே.”

“உண்மைதான். ஆனால் எனக்கு அதெல்லாம் சரிப்படாது.”

“பின்...?”

“இதோ இந்த அழகுச் சிலையுடன் கால நேரமின்றிக் கட்டுண்டிருப்பதுதான் எனக்குச் சுகம்.” அவன் அவளை இழுத்து அணைத்துக் கொண்டான்.

“எப்போதும் இந்த நினைப்புதானா?” அவள் அவனை உதறிவிட்டு நகர, அவன் முகம் சுருங்கியது...

அன்று மட்டுமல்ல, அடுத்து வந்த நாட்களிலும் அவள் அவனிடம் நெருங்கவில்லை. அவன் கெஞ்சிப்பார்த்தும் அவள் மனமிரங்கவில்லை. அவன் கோபம் தலைக்கேறியது.

ஆத்திரத்தோடு அவன் வெளியில் செல்கிறான் என அவள் நினைத்தாள். இரண்டு நாளாகியும் அவன் வீடு திரும்பாமல் போக, அவள் பதறிப்போய் மாமியாரின் இல்லத்திற்கு வந்தாள். நடந்ததைக் கூறினாள்.

“கழுதை கெட்டால் குட்டிச் சுவர்!” ஆத்மாராம் முணுமுணுத்துவிட்டு வெளியில் கிளம்பினவர் நின்றார். மமதாவைக் கருணையோடு பார்த்தார்.

“என் பிள்ளையிடம் இந்த அஸ்திரம் சரிப்படாது, பெண்ணே. உன் அறியாமையால் மீண்டும் அந்த வேதாளம் மரமேறிவிட்டதே, அம்மா.”

“என்ன சொல்கிறீர்கள்?”

“முதலில் அவனை அழைத்து வருகிறேன். உனக்கு எல்லாம் தானாய்ப் புரியும்.” அவர் வெளியேறினார்.

வேசி ஒருத்தியின் வீட்டிலிருந்து அவனை அழைத்து வந்தார்.

“வெட்கமாக இல்லை, உனக்கு?”

“இதில் என்ன வெட்கம்? ராஜாக்கள் தங்கள் அந்தப்புரத்திலேயே வேசியர்களை வைத்திருக்கிறார்களே, அதற்கென்ன சொல்கிறீர்கள்?”

“பிறரைச் சொல்லித் தப்பிக்கப் பார்க்காதே. அழகான பெண் ஒருத்தி மனைவி என்ற பெயரோடு உன் வீட்டில் இருக்க, வெளியில் அலைகிறாயே... உன் செயல்கள் என் கௌரவத்திற்குக் கேடு விளைவிக்கும் என்று நினைக்கவில்லையா நீ? அப்படி என்னதான் குறை கண்டாய் உன் மனைவியிடம். அவளைவிட

அந்த வேசிகளிடம் என்ன அழகைக் கண்டுவிட்டாய் அல்லது குணத்தைக் கண்டுவிட்டாய்?"

"அழகும் குணமும் மட்டும் போதுமா? அவளால் நான் சுகப்பட வேண்டாமா?"

"ஆணுக்கழகு பொருளீட்டுதல். பிழைப்புக்கு வழி தேடிக்கொள் என்று அவள் சொன்னதில் என்ன தவறு? படுக்கையறையே கதி என்று கிடப்பவனை எந்த மனைவி மதிப்பாள்?"

அவர் நாவென்ற சாட்டை சுழற்றியும் அவன் துளியும் அசையவில்லை. நான் இப்படித்தான் இருப்பேன் என்பதுபோல் அலட்சியமாய் நகர்ந்தான்.

அன்றிரவு முழுக்க அவர் உறங்கவில்லை. "திருமணமானால் இவன் திருந்தி விடுவான் என்று தப்புக்கணக்கு போட்டுவிட்டேன்!" என்று மனைவியிடம் புலம்பினார்.

"இவனைத் திருத்தும் பொருட்டு ஒரு சின்னப் பெண்ணின் வாழ்க்கையை அல்லவா பாழடித்துவிட்டேன். இந்தப் பாவத்தை எங்கே சென்று கரைக்கப் போகிறேன்...! இவன் விஷயத்தில் நான் தோற்றுவிட்டேன். இனி நீயாயிற்று அவனாயிற்று. நான் தீர்த்தாடனம் செல்வதெனத் தீர்மானித்துவிட்டேன். நீ இவனையும் உன் மருமகளையும் அழைத்துக்கொண்டு இந்த டில்லியைத் தாண்டிச் சென்றுவிடு. இங்கிருக்கும்வரை இவன் திருந்துவான் என்று தோன்றவில்லை எனக்கு. எனவே ரஜாப்பூருக்குச் சென்றுவிடு. முடிந்தால் அவனைத் திருத்தப் பார். அதுவே எனக்குச் சந்தோஷம் தரும்."

அவர் தன் வேதனையையும் இயலாமையையும் வெளிப்படுத்திவிட்டு மறுநாள் நைமிசாரண்யம் கிளம்பிச் செல்ல, அவர் சொற்படி, மகனையும் மருமகளையும் அழைத்துக் கொண்டு ரஜாப்பூர் கிளம்பினாள் அவர் மனைவி. அங்கு போன பிறகு சிக்கல் வேறு விதமாயிற்று.

மறுபடியும் அவன் வேசிகளிடம் போய்விடக் கூடாதென்பதற்காக மமதா அவனிடம் தான் கொண்டிருந்த கோபத்தைத் துறந்து அவனுடன் அன்பாக நடந்துகொள்ள, துளசி தன் ரோஷத்தைக் கைவிட்டு மீட்டும் சிற்றின்ப வெறியோடு மனைவியைச் சுற்றிச் சுற்றி வந்தான். அவன் படுத்திய பாட்டில் மமதா தேவி மனதாலும் உடலாலும் சொல்ல முடியாத வேதனைகளை அனுபவித்தாள். வலி வலி வலி உடம்பெல்லாம் பூட்டுப் பூட்டாய் வலி.

எந்த வேலையும் செய்ய முடியவில்லை. வெட்கமும் வேதனையும் பிடுங்கித் தின்றது. மருமகளின் அவஸ்தைகள் புரிய, அதிலிருந்து அவளை மீட்கும் வழி தெரியாது அவன் தாய் உடைந்து போனாள். பிள்ளை மீது வெறுப்பு பலமடங்காகியது. இனியும் தாள முடியாது என்ற நிலையில் வேறு வழியின்றி அக்பர் பாதுஷாவுக்குச் செய்தி அனுப்பினாள்...

அக்பர் முகம் சுழித்தார். 'ச்சே! என்ன பிள்ளை இவன்! ஏன் இப்படிச் சிற்றின்ப நாட்டத்திலேயே வாழ்நாளை வீணடிக்கிறான். ஆத்மாராம் எப்பேர்ப்பட்ட மனிதர். அவருக்கு இப்படி ஒரு மகனா...? இல்லை. இவனை இப்படியே விட்டுவிடக் கூடாது. ஆத்மாராம் என் மரியாதைக்குரியவர். அவருக்காகவாவது நான் இதில் தலையிட்டாக வேண்டும்.'

அவர் தன் காவலன் ஒருவனை உடனடியாக ரஜாப்பூருக்கு அனுப்பினார்.

"துளசியைக் கையோடு அழைத்து வா." கட்டளையிட்டார்.

அவன் ரஜாப்பூர் விரைந்தான்.

"பாதுஷா அழைக்கிறாரா? எதற்கு?" துளசி முகம் சுழித்தான்.

"தெரியவில்லை. கையோடு அழைத்து வரவேண்டுமென்று உத்தரவு"

அழைத்திருப்பது டில்லி பாதுஷாவாயிற்றே. அதை மீற முடியாமல் அரை மனதோடு டில்லிக்குக் கிளம்பினான். அவன்

சென்ற மறுநிமிடம் மாமியார் மருமகளிடம் வந்து பரிவோடு அவள் கேசத்தை வருடினாள்.

“அரண்மனையில் அவனுக்கு ஏதாவது உத்யோகம் கொடுக்கலாம் என்றுதான் மன்னர் அழைத்திருக்கிறார். கவலைப்பட வேண்டாம். நீயும் சிறிது காலம் உன் தாய் வீட்டிற்குச் சென்று சுகமாக இருந்துவிட்டு வா, பெண்ணே.”

“அவர் வந்து கேட்டால்...?”

“நான் சமாளித்துக் கொள்கிறேன். புறப்படம்மா. போய் உன் தாயின் மடியில் தலை வைத்து உறங்கு... எல்லாத் துக்கமும் வடிந்து விடும்.”

அவளைத் தக்க துணையுடன் அவள் பிறந்த வீட்டுக்கு அனுப்பி வைத்தாள்.

டில்லிக்குச் சென்ற துளசி அரண்மனை உத்தியோகம் என்றதும் மிரண்டு போனான்.

அவன் மனம் முழுக்கக் காமம் மட்டுமே சிலந்தி வலையாய்ப் படர்ந்திருந்தது. முழுசாய் ஒரு நாள்கூட டில்லியில் இருக்க முடியவில்லை. எங்கு திரும்பினாலும் மமதாதேவியின் முகம் மட்டுமே தெரிந்தது. உண்ண முடியவில்லை. உறங்க முடியவில்லை. அவளைக் காணாமல் இருப்பது கடினம் என்று புரிய, பாதுஷாவிடம்கூடச் சொல்லிக் கொள்ளாமல் இரவோடிரவாக ரஜாப்பூருக்குக் கிளம்பினான்.

மழை கொட்டிக்கொண்டிருந்தது. யமுனையில் வெள்ளம் கரைபுரண்டோடியது. மனைவியின் மீதிருந்த மயக்கத்தில் வெள்ளம் ஒரு பொருட்டாகவே தெரியவில்லை. மடமடவென்று ஆற்றில் இறங்கினான். நீரோட்டம் அவனைப் புரட்டிப்போட்டும் அவன் கலங்கவில்லை. எப்படியாவது மமதாவை அடைந்துவிட வேண்டும். அது ஒன்றுதான் அவன் லட்சியமாயிருந்தது.

சற்றுத் தூரத்தில் கட்டை ஒன்று மிதப்பது மசமசவென்று தெரிய, பாய்ந்து சென்று அதைக் கெட்டியாய்ப் பிடித்துக் கொண்டு

கரை நோக்கி மிதந்தான். கட்டை கரையில் ஒதுங்கியபோதுதான் அவன் அதைக் கவனித்தான். அவன் முகம் பயத்தில் உறைந்தது. அது கட்டையல்ல, ஏதோ ஒரு பிரேதம். அவன் ஓடினான். ஓட ஓடப் பிரேதம் மறைந்து மீண்டும் மமதாவின் முகம் மனதை ஆக்ரமித்துக் கொண்டது.

வீட்டுக் கதவைத் தட்டினான். கதவைத் திறந்த தாய் அதிர்ந்தாள்.

“நீயா...?”

“எங்கே மமதா...?” அவன் தங்கள் படுக்கையறைக்கு ஓடினான். அது காலியாக இருந்தது.

“எங்கே அவள்?”

“அவள் இல்லை.”

“எங்கே?”

“தாய் வீட்டுக்குச் சென்றிருக்கிறாள்.”

“யாரைக்கேட்டு அனுப்பினாய்?” அவன் சீறினான்.

“யாரைக் கேட்க வேண்டும்? நீ இல்லையென்பதால் நான்தான் அனுப்பினேன்.”

“சரி. நான் அங்கேயே போகிறேன்.”

“இப்போது நீ அங்கு செல்வது அழகல்ல. பொறுமையாயிரு. பத்து நாளில் அவள் திரும்பி விடுவாள்.”

“முடியாது. இந்த க்ஷணம் வேண்டும் அவள் எனக்கு.”

அவன் இருளில் காணாமல் போனான்.

நள்ளிரவு. அடை மழை. இடி மின்னல், மழையின் சப்தம். அவன் ஓடினான். எதை எதையோ மிதித்தான். மேடு பள்ளம், பாம்பு பழுதை என்று எந்த ஆபத்தும் அவனுக்குப் பெரிதாய்த் தெரியவில்லை. ஒரு வழியாய் மமதாவின் வீட்டை அடைந்தான்.

மழை சப்தத்தில் அவன் கதவு தட்டிய சப்தம் கேட்காமல் போக, அவன் மரத்தில் ஏறினான். விழுதென்று நினைத்து ஒரு

சர்ப்பத்தைப் பற்றிக் கொண்டு சுவர் தாண்டிக் குதித்தான். அரைத் தூக்கத்தில் வேலைக்காரன் ஒருவன் திருடன் திருடனென்று அலற வீடு இரண்டுபட்டது. யாரோ விளக்கேற்றினார்கள். கொத்தாய் அவனை யாரோ பிடித்தார்கள்.

"திருடனல்ல, விடுங்கள் என்னை." அவன் கத்தினான். அந்தக் குரல் கேட்டுத் திடுக்கிட்டாள் மமதா. வந்திருப்பவன் தன் புருஷனென்று புரிய ஓடிப்போய் அவனை விடுவித்தாள். தன் அறைக்கு அவனை அழைத்துச்சென்றாள்.

"அப்பாடா. ஒரு வழியாய் உன்னை அடைந்துவிட்டேன், மமதா. நீயின்றி ஒரு நிமிடம்கூட என்னால் இனி இருக்க இயலாது. எத்தனை ஆபத்துகள் கடந்து வந்துள்ளேன் தெரியுமா? யமுனையில் வெள்ளம் கரைபுரண்டோடியும் நான் அஞ்சவில்லை. உன்னை அடைய வேண்டும் என்பது மட்டுமே என் லட்சியமாயிருந்தது. கட்டையென்று நினைத்து ஒரு பிரேதத்தைப் பற்றிக்கொண்டு யமுனையைக் கடந்து வந்தேன். தெரியுமா உனக்கு. அதுமட்டுமா? என் வீட்டில் நீ இல்லையென்றதும் இங்கு ஓடி வந்தேன். என் கால்களைப் பார். கல்லும் முட்களும் குத்தி ரத்தம் பீறிட்டு ரணமாகிவிட்டன. உன் வீட்டுச் சுவரை எப்படித் தாண்டினேன் என்கிறாய். ஏதோ விழுதென்று எண்ணிப் பாம்பொன்றைப் பிடித்துக் கொண்டு ஏறிக் குதித்திருக்கிறேன். குளிரில் என் உடலே விரைத்துவிட்டது தெரியுமா...?"

அவன் நிறுத்த அவள் கண்ணீரோடு அவனைப் பார்த்தாள்.

"இவ்வளவு வெறியா இந்த உடல் மீது? சுவாசம் நீங்கினால் நானும் பிரேதம்தானே, அன்பரே. இந்த இளமையும் அழகும் நிலையானதென்றா இத்தனை வெறிகொண்டு ஓடி வந்தீர்கள்? வாருங்கள் அன்பரே. இந்த எலும்பும் சதையும்தானே உங்கள் லட்சியம். வந்து பசியாறுங்கள். சற்று நேரம் பிரேதமாய்க் கிடப்பதில் எனக்கொன்றும் ஆட்சேபணையில்லை. வாருங்கள். உங்கள் வெறியைத் தணித்துக் கொள்ளுங்கள். அதற்காவது இந்த மாமிச உடல் உபயோகப்படட்டும். நாளையே நான் இறந்துவிட்டாலும் இந்த உடலைப் பத்திரமாக வைத்துக்கொள்ளுங்கள். உபயோகப்படுவேன்."

அவள் தன் சேலை களைய, அவன் சிலையாய் நின்றான். உச்சந்தலையில் யாரோ ஆணியறைவது போல் தோன்ற, அந்த வலியில் அவன் கண்கள் பெருகின. கரங்கள் தன்னை மறந்து அவளை நோக்கிக் குவிந்தன. எல்லா மனிதருக்கும் ஏதோ ஒரு இடத்தில் ஞானம் பிறக்கிறது. அவனுக்குத் தன் மனைவியின் எதிரில், அவள் வார்த்தைகளில் பிறந்தது.

"புரிந்துவிட்டது, பெண்ணே. புரிந்துவிட்டது. இது புரிவதற்காகத்தான் இத்தனை வெறி என்பதும் புரிந்துவிட்டது."

அவன் நெடுஞ்சாண்கிடையாக அவள் பாதத்தில் விழுந்து நமஸ்கரித்தான். "இந்த கணம் முதல் நீயே என் சத்குரு. என்னுள் எரிந்து கொண்டிருந்த சிற்றின்ப நெருப்பு அணைந்துவிட்டது, தேவி. எது பேரின்பம் என்பதையும் நீயே சொல்லிவிடு." அவன் கைகூப்பிக் கெஞ்சினான். அவள் சிலிர்த்துப் போனாள். அவனை மரியாதையோடு பார்த்தாள்.

"உங்களைப் புண்படுத்த வேண்டும் என்பது என் நோக்கமல்ல. கேவலம் இந்த மாமிச உடலை உங்கள் லட்சியமாகக் கொள்வதற்குப் பதில் இறைவனின் திருவடியையும், ஆத்ம ஞானத்தையும் உங்கள் லட்சியமாய்க் கொண்டால் எவ்வளவு நன்றாக இருக்கும். இந்த மோகத்தை இறைவன் மீது திருப்புங்கள். அவன் தரிசனத்திற்காகக் கஷ்டப்படுங்கள். பிரேதம் பற்றுங்கள், பாம்பைப் பயமின்றிப் பிடித்துத் தாவிச் செல்லுங்கள். உங்கள் சிரமங்கள் உயர்வானதை நோக்கி இருக்க வேண்டாமா...?"

துளசி ஞானமடைந்தான். மனைவியை வணங்கிவிட்டுப் புறப்பட்டான். காசிக்குச் சென்றான். இறைவன் திருவடியும் திருநாமமும் மட்டுமே அவன் லட்சியமாயிற்று. இறை தரிசனத்திற்காகப் பல கஷ்டங்கள் பட்டான்.

பல்வேறு சோதனைகளுக்குப் பிறகு அவன் வணங்கிய ஸ்ரீராமன் தன் மனைவியோடும் தம்பிகளோடும் அவனுக்குத் தரிசனம் தர, துளசியின் புண்ணியத்தில் ஒரு ஊரே ராமனைத் தரிசித்துப் பேறு பெற்றது. என் காவியம் நீ எழுது. தெய்வம்

அவனிடம் உத்தரவிட அவன் எழுதினான். துளசி ராமாயணம் என்று அது புகழப்பட்டது.

அவன் துளசிதாசர் என்று மரியாதையாக அழைக்கப்பட்டான்... இல்லை. அழைக்கப்பட்டார்.

சற்று யோசியுங்கள். என்னடா இன்றைய காலக்கதை போலிருக்கிறதே என்று தோன்றுகிறதா?

காலம் மாறினால் என்ன? மனிதர்கள் ஒரு போலதான் எப்போதும். எல்லோருக்கும் கஷ்டங்களும் வேதனைகளும் உண்டு.

இல்லறத்தில் பிரச்சினை என்றால் உடனே பிரிவுதான் தீர்வென்பது இன்றைய தீர்ப்பு. பிரச்சினை தீருமா, தீர்க்க வழியுள்ளதா என்று யோசிக்க எவருக்கும் இன்று பொறுமையில்லை.

மமதாதேவியும் அப்படி ஒரு அவசர புத்தி கொண்ட பெண்ணாயிருந்தால் துளசி ராமாயணம் எழுதப்பட்டிருக்குமா? துளசிதான் துளசிதாசராய் மாறியிருப்பாரா? மதிக்கப்பட்டிருப்பாரா?

பெண் என்பவள் பெரும் சக்தி. அதைப் பெண்ணும் உணர வேண்டும். ஆணும் உணர வேண்டும். இருவரும் உணரும்போது உலகம் உயர்வடையும். இனித் துளசி ராமாயணம் படிக்க நேரிட்டால் மமதாதேவியையும் நினைத்துக் கொள்ளுங்கள்.

தானாய்க் கிடைத்த தரிசனம்

அடுப்பில் பூனை தூங்கிக் கொண்டிருந்தது. நான்கைந்து நாட்களாய் அது அங்குதான் தூங்குகிறது. தூங்கும் பூனையைக் கமலாபாய் வேடிக்கை பார்த்தாள். அதை எழுப்பி விரட்ட மனமின்றி நின்றாள். இதற்காவது அந்த அடுப்பு உபயோகப்படுகிறதே! மெல்லிய பெருமூச்சு உஷ்ணமாய் வெளிப்பட்டது அவள் நாசியிலிருந்து.

“இன்றாவது சமைப்பாயா, அம்மா?” குரல் கேட்டுக் கமலா திரும்பினாள். மூத்தாளின் மூத்த புதல்வன்தான் கேட்டது. பசியின் சோர்வு அவன் முகத்தில் அப்பியிருந்தது.

“தினமும் அறுசுவை விருந்து சமைத்துப் போட வேண்டும் என்பதுதான் என் விருப்பம், குழந்தாய். ஆனால் நான் என்ன செய்யட்டும்? வியாபாரத்திற்காகச் சென்ற உன் தந்தையைக் காணவில்லையே...? கை நிறையப் பணத்துடன் அவர் வந்து விடுவார் என்றுதான் தினமும் நம்பிக்கையோடு எழுகிறேன். மனிதர் எங்கே சென்றார் என்ன ஆனார் என்றே தெரியவில்லையே. மார்வாடியிடம் கடனாகப் பணம் வாங்கி வியாபாரத்திற்குப் பொருட்கள் வாங்கக் கொடுத்தனுப்பிய பணத்தை வேறு ஒரு வாரத்தில் திருப்பித் தர வேண்டும். வீட்டில் மணியரிசி இல்லை. மார்வாடிக்கு என்ன பதில் சொல்லுவதென்றும் புரியவில்லை. நான் எதை நினைத்துக் கவலைப்பட...? உங்கள் பசியை நினைத்தா? மார்வாடியிடம் பட்ட கடனை நினைத்தா? புருஷனை நினைத்தா?”

கமலாபாய் துக்கத்தோடு அமர்ந்தாள்.

“மன்னித்து விடுங்களம்மா. உங்கள் கஷ்டம் தெரியாமல் சிறுபிள்ளைத்தனமா பசி என்று கூறிவிட்டேன். அதனால் என்ன?

தோட்டத்தில் இன்றும் கீரைகள் இருக்கின்றன. அவற்றை வேக வைத்துக் கடைந்து சாப்பிட்டால் போயிற்று."

கமலாபாய் மகனைக் கண்ணீரோடு அணைத்துக் கொண்டாள். எத்தனை நாள்தான் இந்தக் குழந்தைகள் கீரையில் உயிர் வாழும்? புருஷன் மீது கோபம் கோபமாக வந்தது அவளுக்கு. என்றைக்குதான் அவருக்குப் பொறுப்பு வரும்?

பக்தி இருக்க வேண்டியதுதான். அதற்காக இப்படியா? வீட்டில் மனைவி குழந்தைகள் இருக்கிறார்கள், அவர்களுக்கு வயிறு என்று ஒன்றிருக்கிறது. பசி என்ற ஒன்றிருக்கிறது. இந்தப் பசியைத் தீர்க்கும் கடமை தனக்கிருக்கிறது என்ற எண்ணம் ஏதுமில்லாமல் எப்போதும் பாண்டுரங்கா பாண்டுரங்கா என்று பாடிக் கொண்டிருந்தால் பசி தீர்ந்துவிடுமா...?

அப்படி இப்படி புத்தி சொல்லி, மார்வாடியிடம் நூறு வராகன்கள் கடன் வாங்கிக் கொடுத்து வியாபாரத்திற்கு அனுப்பினால் ஆளையே காணவில்லை. வழக்கம் போல எல்லாவற்றையும் தான தர்மத்திற்கு வாரியிறைத்துவிட்டு எங்கே பக்தி மயக்கத்தில் அமர்ந்திருக்கிறாரோ?

"அம்மா! கீரை."

கமலாபாய் எழுந்தாள். பிள்ளை பறித்துக்கொண்டு வந்த இளம் கீரைகளை ஆய்ந்து நறுக்கினாள். சில நிமிடங்களில் கீரைக்கடைசல் தயாராயிற்று. வாசலில் மார்வாடியின் குரல் கேட்டது. கமலாபாய் பயத்துடன் வாசற்புறம் வந்தாள்.

"நேற்றே பணத்தை திருப்புவதாகச் சொன்னாயே!" மார்வாடி வாசலில் நின்று கேட்டார். சர்வ நாடியும் ஒடுங்கியது கமலாவுக்கு. அக்கம் பக்கம் வேறு எட்டிப் பார்க்க, கூச்சத்தில் வாயடைத்தது.

"மன்னித்து விடுங்கள். வியாபாரத்திற்குச் சென்ற அவரை இன்னும் காணவில்லை. இன்று இரவுக்குள் நிச்சயம் திரும்பிவிடுவார். நாளை நானே பணத்துடன் வருகிறேன். பொறுத்துக் கொள்ளுங்கள்."

"உன் புருஷனாவது வருவதாவது... எங்காவது பாண்டுரங்க பஜனை செய்து கொண்டிருப்பான். அங்கேயே பணத்தையும் வாரி இறைத்திருப்பான். வழக்கமாக நடப்பதுதானே! உதவாக்கரைப் புருஷனுக்காகக் கடன் வாங்கிக் கோட்டை விட்டுவிட்டாயே, அம்மா. நீ ஏமாந்தது போதாதென்று என்னையும் வேறு அலைய வைக்கிறாயே."

"கண்டிப்பாக நாளை அசலையும் வட்டியையும் திருப்பி விடுகிறேன். நம்புங்கள்." கமலாபாய் உடலெல்லாம் கூச, துக்கத்தை அடக்கியபடி கூறினாள்.

"நாளை வரை கெடு. நீ வராவிட்டால் நான் கடுமையாக நடந்துகொள்ள வேண்டிவரும்." மார்வாடி எச்சரித்துவிட்டுச் சென்றார்.

கமலா பூஜையிலிருந்த பாண்டுரங்கன் சிலையை வெறித்துப் பார்த்தாள்.

"உனக்கு வேறு ஆளா கிடைக்கவில்லை? என் புருஷன்தானா கிடைத்தான்? அவனுக்கென்று குடும்பமும் குழந்தைகளும் இருப்பது உன் கண்ணுக்குத் தெரியவில்லையா? எங்களைப் பட்டினி போடுவதில் உனக்கென்ன அப்படி ஒரு சந்தோஷம்? என் புருஷனைப் பித்தாக்கியே தீருவதென்று முடிவு செய்துவிட்டாயா? என் கோபம் அதிகரிக்கும் முன் அவரைத் திரும்பி வரச் செய்துவிடு. சொல்லிவிட்டேன். இப்படி எல்லோருக்கும் பதில் சொல்லிச் சமாளித்துக் கொண்டிருக்க என்னால் முடியாது. புரிந்ததா? எனக்கு உன்னைவிட என் குழந்தைகளின் பசிதான் முக்கியம். அவர்களின் பசி தீராவிட்டால் நீ தீர்ந்தாய்!"

பொருமியபடி எழுந்து வாசலுக்கு வந்தாள். புருஷன் வரும் சுவடே இல்லை.

பகல் கரைந்து அந்திசாயும் நேரம். வண்டி மாடுகளின் சலங்கை ஒலி கேட்டது. கமலாபாய் துள்ளி எழுந்தாள். கணவர் ஓட்டிச் சென்ற வண்டிதான்.

முகம் மலர வாசலுக்கு வந்தாள்.

துக்காராம் வண்டி நிறையப் பொருட்களோடு, கம்பீரமாக மாடுகளை ஓட்டிக்கொண்டு வந்தார்.

"அடேயப்பா! வியாபாரம் நன்றாக நடந்ததா? நல்ல லாபம்தானே?" கமலாபாய் பொருட்களை இறக்கியபடி கேட்டாள்.

"மிக நல்ல லாபம்தான். இது நிறையப் பணம் உள்ளது. பத்திரமாக வை. எனக்குக் களைப்பாக உள்ளது. நதிக்கரையில் நீராடிவிட்டு வருகிறேன். அதற்குள் குழந்தைகளுக்குச் சமைத்துப் போடு."

அவர் பணப்பையை அவளிடம் கொடுத்துவிட்டு வண்டி மாடுகளைக் கொட்டிலில் கட்டிவிட்டுக் குளிக்கச்சென்றார்.

கமலாபாய் மகிழ்ச்சியோடு சமையலில் ஈடுபட்டாள்.

கையில் கொஞ்சம் பணம் இருந்துவிட்டால் எவ்வளவு தெம்பும் உற்சாகமும் ஏற்படுகிறது. வெகு நாட்களுக்குப் பின் அறுசுவை உணவு. குழந்தைகள் ஆசை தீர ருசித்து உண்டார்கள்.

அவர்கள் சாப்பிட்ட பிறகு கமலாபாய் மார்வாடியின் கடனை அடைத்துவிட்டு வந்துவிடலாம் என்ற எண்ணத்தோடு பணத்தை எடுத்துக் கொண்டு கிளம்பினாள்.

மார்வாடி புன்னகையோடு அவளை வரவேற்றார்.

"ஆனாலும் உன் புருஷனுக்கு ரோஷம் அதிகம்தான். கடனை அடைத்துவிட்டாரே! ரொம்ப சந்தோஷம். அம்மா. இனி எப்போது கேட்டாலும் நம்பிக்கையோடு கடன் தருவேன்."

கமலாபாய் திகைத்தாள். கடன் அடைத்தது போக அவ்வளவு பணமா? அப்படியானால் ரெட்டை லாபம்தான்.

இன்னும் அதிகச் சந்தோஷத்தோடு வீட்டுக்கு வந்தாள்...

"குழந்தைகளா! அப்பா இன்னுமா குளித்துவிட்டு வரவில்லை?"

"இல்லையே."

"இவ்வளவு நேரமாகவா குளிப்பார்?"

அவள் கவலையோடு வாயிற்புறம் நின்றாள். ஊர் அடங்கிய பிறகும் புருஷன் வரவில்லை என்றதும், பதற்றம் அதிகரித்தது. வேகமாய் ஆற்றங்கரைக்கு வந்தாள். அங்கே ஒருவரும் இல்லை. எங்குதான் போனார்?

கவலையோடு வீட்டுக்கு வந்தாள். இரவு முழுக்க அவன் வராமல் போகக் கவலை கூடியது. மறுபடியும் பாண்டுரங்கப் பித்து அதிகரித்துவிட்டதா? பசி, தாகம் அனைத்தும் மறந்து எங்காவது போய்விட்டாரா?

மறுநாள் அவனைத் தேடியலைந்து ஊரைவிட்டு வெகு தூரம் வந்துவிட்டாள். காட்டுக்குள்ளும் புகுந்து தேடினாள். ஓரிடத்தில் கற்பாறை ஒன்றின் மேல் கவலையே வடிவாக அமர்ந்திருந்தார் துக்காராம்.

மூச்சிரைக்க எதிரில் வந்து நின்ற மனைவியைக் கண்டதும். அவர் முகம் வேதனையில் வாடியது...

"நன்றாயிருக்கிறது. குளித்துவிட்டு வருவதாகச் சொன்னவர் இங்கே வந்து உட்கார்ந்து விட்டால் என்ன அர்த்தம்? உங்களுக்காக ஆசை ஆசையாய்ச் சமைத்து வைத்துவிட்டுக் காத்திருக்கிறேன். இப்படியா சொல்லாமல் கொள்ளாமல் காட்டுக்கு வருவீர்கள்?"

அவர் கண்களில் குழப்பம் படர்ந்தது.

"என்ன சொல்கிறாய் நீ? நான் எப்போது வீட்டுக்கு வந்தேன்? சொல்லப் போனால் உன் முகத்தில் விழிக்கக்கூட இயலாத நிலையில் அல்லவா நான் இருக்கிறேன்."

"என்னாயிற்று உங்களுக்கு? நேற்று வீட்டுக்கு வந்த விஷயமே உங்களுக்கு மறந்துவிட்டதா என்ன?"

"நான் வரவில்லை, கமலா. நீ கொடுத்தனுப்பிய பணத்தில் பொருட்கள் வாங்கி வியாபாரத்திற்குச் சென்றேன். பக்தி மயக்கத்தில் வியாபாரத்தைக் கவனிக்க மறந்தேன். பாதிப் பொருட்களைத் தானம் செய்துவிட்டேன். மீதிப் பொருட்கள் மழையில் நனைந்து வீணாகிவிட்டன. வெறுங்கை வீசியபடி உன் முகத்தில் எப்படி

விழிப்பது என்று புரியாமல் நாலைந்து நாட்களாக இங்குதான் அமர்ந்திருக்கிறேன்."

"அப்படியானால் வீட்டுக்கு வந்தது...?"

"பாண்டுரங்கா!" அவர் கண் மூடினார்.

"ஆம். அவனாகத்தான் இருக்க வேண்டும். இப்போது புரிகிறது. கொட்டிலில் கட்டியிருந்த மாடுகளும் அல்லவா மாயமாய் மறைந்துவிட்டன. பரவாயில்லையே, நான் திட்டிய திட்டில், வைத்த கெடுவில் உங்கள் பாண்டுரங்கன் ஓடி வந்துவிட்டானே, உங்கள் சார்பில் உங்கள் ரூபத்திலேயே!" அவள் சிரித்தாள். அவர் வியந்துபோய் அவளை விழி பிதுங்கப் பரவசத்துடன் பார்த்தார்.

"சரி, வாருங்கள். வீட்டுக்குப் போவோம்." அவள் எழுந்தாள்.

"என்ன கமலா, பாண்டுரங்கன் வந்தான் என்று சர்வ சாதாரணமாகச் சொல்லுகிறாய்...!? எந்த தெய்வத்தை நினைத்து நான் பித்தாக அலைந்து கொண்டிருக்கிறேனோ அந்த தெய்வமே உன் எதிரில் வந்து உனக்குத் தரிசனம் அளித்திருக்கிறது என்றால் அது எவ்வளவு பெரிய விஷயம்! உன் தேகம் சிலிர்க்கவில்லையா? எனக்குக் கிடைத்ததா பார் இப்பெரும் பேறு!"

"தரிசனம் தந்தது எனக்கென்றாலும், வந்தது உங்களைக் காப்பாற்றத்தானே! அந்த வரைக்கும் உங்கள் பாண்டுரங்கனுக்கு என்னிடம் பயமுள்ளதே. வாருங்கள், போவோம்." அவள் சிரித்தபடி நடந்தாள்.

பாண்டுரங்கன் கொடுத்துவிட்டுப் போன பணப்பையைப் புருஷனிடம் கொடுத்தாள். அவர் அதை மார்போடு அணைத்துக் கொண்டார். கண்களில் ஒற்றிக் கொண்டார்.

"சிறிது காலம் இதை வைத்துப் பசியாறலாம். எப்போதும் தெய்வம் இப்படிக் காசு கொடுத்துக் கொண்டிருக்காது. இனிமேலாவது பிழைக்கும் வழியைப் பாருங்கள். நாம் உண்ண நாம்தான் உழைக்க வேண்டும்."

“புரிகிறது, கமலா. இனிமேல் பார். நான் புதுப்பிறவி எடுக்கப் போகிறேன். நான் உழைத்து உங்களைக் காப்பாற்றுகிறேன். தெய்வம் கொடுத்த இப்பணத்தை நாம் மட்டுமே உபயோகிப்பது தவறு. அவன் பக்தர்களுக்கும் பகிர்ந்து கொடுப்பதுதான் சரி. என்ன சொல்கிறாய்?”

“நான் என்ன சொல்ல? எனக்குப் பணத்தின் மேல் மோகம் எதுவும் கிடையாது. நாம் வாழத் தேவையான பணம் கிடைத்தால் போதும்.”

“அப்படியானால் தினமும் அன்ன தானம் செய்வோம், இப்பணத்தில். சரியா?”

“உங்கள் இஷ்டம். ஆனால் உடனடியாக நீங்கள் ஒரு பிழைப்புத் தேடிக்கொள்ள வேண்டும்.”

“கண்டிப்பாக.”

அவள் அவர் வார்த்தைகளை நம்பினாள். அந்த நம்பிக்கையை விரைவிலேயே அவர் சுக்குநூறாய் உடைத்தெறிந்தார்.

“நீங்கள் மாறவே மாட்டீர்களா? எங்களைப் பட்டினிபோட்டே கொல்வதென்று தீர்மானித்து விட்டீர்களா?”

துக்கம் பொங்கக் கேட்டாள் கமலா. அவர் தலை குனிந்து அமர்ந்திருந்தார்.

அப்படி இப்படி என்று ஒரு விவசாயியின் நிலத்தில் கதிர்களைக் காவல் செய்யும் வேலை கிடைத்தது. பறவைகளைக் கவண் கல் எறிந்து விரட்டியடிக்க வேண்டும். இதுதான் வேலை. விவசாயி சொன்னதும் சந்தோஷமாகத்தான் ஒப்புக்கொண்டார் அவர்.

கவண் கல்லுடன், கதிர்களுக்கு நடுவே அமைந்திருந்த உயரமான மூங்கில் மேடையில் அமர்ந்தார். விதம் விதமான சப்தங்களுடன் பறவைகள் சிறகு விரித்துக் கதிர்களின் மீது வந்து அமர, அந்தப் பறவைக் கூட்டத்தின் அழகில் மனதைப் பறிகொடுத்தார்.

"ஆஹா எவ்வளவு அழகு...! இந்தச் சிறிய ஜீவன்கள் கொத்தியா இந்தக் கதிர்கள் காலியாகிவிடும்! எல்லாம் ஆண்டவன் படைப்புதானே! பசியாற அவற்றிற்கு உரிமையில்லையா என்ன!"

அவர் தன் வேலையை மறந்து அவை கதிர் தின்னும் அழகை ரசித்தார். நிலச்சொந்தக்காரர் விழி சிவக்க ஓடி வந்தார்.

"உம்மை வேலைக்கு வைத்தேன், பாரும். வேண்டும் எனக்கு."

"இல்லை... பாவம்! பசியோடு வந்துள்ளன. நான், நீங்கள், இந்தக் கதிர்கள், அந்தப் பறவைகள் எல்லாம் ஆண்டவன் படைப்புதானே! அவை தின்றா, நாம் குறைந்து விடுவோம்?"

"அதுசரி. உமக்கு நிலமிருந்தால் அதில் விவசாயம் செய்து பறவைகளுக்குக் கருணை காட்டுங்கள். சென்று வாருங்கள். நான் வேறு ஆள் பார்த்துக் கொள்கிறேன், காவலுக்கு. குடியைக் கெடுக்கப் பார்த்தீரே, ஸ்வாமி."

அவர் வீட்டிற்கு வந்து பாவமாக அமர்ந்தார். விஷயம் தெரிந்ததும் கொதித்துப் போனாள் கமலா. இப்படியும் ஒரு புருஷனா? எப்போதுதான் இவன் மாறுவான்?

"பக்தி தேவைதான். ஆனால் அது பிழைப்பைக் கெடுத்து விடக்கூடாது. மனைவி குழந்தைகளைக் காப்பாற்ற முடியாது, பாண்டுரங்கன்தான் முக்கியம் என நினைக்கிறவர் எதற்குத் திருமணம் செய்து குழந்தைகள் பெற்று எல்லோரையும் துன்புறுத்த வேண்டும்? பிரம்மசாரியாகவே இருந்திருக்க வேண்டியதுதானே?

குழந்தைகளைப் பட்டினி போடு. என்னையே நினைத்துக் கொண்டிரு என்று அந்தப் பாண்டுரங்கன் உங்களுக்குக் கட்டளையிட்டிருக்கிறானா என்ன? காசு கிடைத்தால் உடனே தானதர்மம். இல்லாவிட்டால் பட்டினி. கிடைத்த வேலையிலும் நிலைத்து நிற்பதில்லை. இன்னும் எத்தனை காலம் இந்தக் கஷ்டம்?" அவள் வாய்விட்டு அழுதாள்.

அன்றிரவு அவர் வீட்டைவிட்டு வெளியேறினார். தன்னால் மனைவிக்கு ஒரு பயனும் இல்லை என்பது அவருக்கு வெட்கத்தை

ஏற்படுத்தியது. பயன் இல்லாதபோது எதற்கு அவளுக்குப் பாரமாய்...? அவர் போய்விட்டார். ஊர் ஊராய்ப் பாண்டுரங்கன் மீது பக்திப் பாடல்கள் பாடியபடி சென்றார்.

போகும் வழியில் தன் பக்தியால் பல அற்புதங்கள் நிகழ்த்தினார். சிறிது காலம் கழித்து ஊர் திரும்பினாலும்கூட வீட்டிற்கு வராமல் பண்டரிபுரம் கோயிலிலேயே இருந்தார். ஊரார் கமலாபாயிடம் அவர் வந்துள்ளதைச் சொல்ல, அவள் கோயிலுக்கு ஓடினாள். அவர் காணாமல் போவதும், அவள் கண்டுபிடித்து அழைத்து வருவதும் புதியதா என்ன? இது எத்தனாவது முறையோ!

“வீட்டிற்கு வாருங்கள்.”

“என்னால் உனக்கு ஒரு பயனும் இல்லை. எதற்கு அழைக்கிறாய்?”

“பயனில்லை என்று யார் சொன்னார்கள்? பக்தியைக் கொஞ்சம் குறைத்துக் கொண்டால் போதும். நம் நான்கு பேர் வயிற்றுப் பசி தீரும் அளவுக்குச் சம்பாதித்தால்கூடப் போதுமே. நான் என்ன பொன்னும் பீதாம்பரமுமா கேட்டேன் உங்களிடம்?”

அவர் மனம் கனிந்தது.

“புரிகிறது, கமலா. இந்த நிமிடம் முதல் நான் மாறிவிட்டேன். வா போவோம்.”

அவர் கிளம்பினார். இருவரும் வீடு வந்தார்கள்.

“நீங்கள் இருங்கள். நான் போய் ஏதாவது பிட்சை கிடைக்கிறதா என்று பார்த்து வருகிறேன்.”

“இன்று ஏகாதசியாயிற்றே. எதற்குப் பிட்சை?”

“எங்களுக்கு நாள்தோறுமே ஏகாதசிதானே. உணவு கிடைத்தால்தான் துவாதசி!” அவள் வெளியேறினாள். அவள் சென்ற சிறிது நேரத்தில் அம்மாவென்ற தீனமான பெண் குரலொன்று வாயிற்பக்கம் கேட்டது. துக்காராம் வாசலுக்கு வந்தார். ஏழைப் பெண்மணியொருத்தி குளிரில் நடுங்கியபடி நின்றிருந்தாள்.

"என்ன வேண்டுமம்மா...? பசிக்கின்றதா?"

"இல்லை. மிகவும் குளிர்கிறது. கந்தல் உடையில் வாடுகிறேன். உடம்பில் சுற்றிக்கொள்ள ஒரு புடவை கொடுத்தால் உபகாரமாக இருக்கும்."

அவர் உள்ளே வந்தார். கொல்லையில் கமலாபாயின் பழைய புடவையொன்று காய்ந்து கொண்டிருந்தது. அதை எடுத்துக் கொண்டு வந்து அந்தப் பெண்ணிடம் கொடுத்தார்.

"மிக்க நன்றி!" அவள் வாழ்த்தியபடி புடவையோடு நடந்தாள். எதிரில் கமலாபாய் வந்தாள். அந்தப் பெண்ணின் உடலில் சுற்றியிருந்த தன் சேலையைப் பார்த்தாள். வாசலில் நின்றிருந்த கணவனையும் பார்த்தாள்.

"பாவம்! குளிர்கிறது என்றாள். நான்தான் உன் புடவையைக் கொடுத்தேன்."

"இருந்த ஒரே ஒரு மாற்றுப் புடவையையும் தானம் செய்யவா, மறுபடியும் வீட்டுக்குத் திரும்பி வந்தீர்கள்? நாளை எனக்குக் குளிருமே. எங்கிருந்து எனக்குப் புடவை வாங்கித் தருவீர்கள்? நீங்கள் திருந்தவே மாட்டீர்களா? எதற்காக என்னை இப்படித் துன்புறுத்துகிறீர்கள்? நீங்கள் கால்காசு சம்பாதிக்காவிட்டாலும் போகிறது. இருப்பதைத் தானம் பண்ணாமலிருந்தாலே போதுமானது."

கமலாபாய் பொருமினாள்.

"பாவம், கமலா. சாட்சாத் பாண்டுரங்கனே குளிரில் நடுங்கினாற்போலிருந்தது. அவன் திருவடியாய் நினைத்துத்தான் அவள் திருக்கரங்களில் அதைக் கொடுத்தேன்."

"பாண்டுரங்கன். பாண்டுரங்கன்! அந்தத் திருவடிகளைக் கட்டியழுது எங்களைப் பட்டினி போடுவதுதான் பக்தியா? அந்தத் திருவடியால் எத்தனை கஷ்டங்கள்! போதுமடா சாமி போதும். இனிப் பொறுப்பதற்கில்லை. அந்தத் திருவடிகளை இன்று இந்த அம்மிக் குழவியால் நசுக்கி விட்டுத்தான் மறுவேலை."

கமலாபாய் பல்லைக் கடித்தபடி, விழி சிவக்க, அம்மிக் குழவியைத் தூக்கிக் கொண்டு கோயிலை நோக்கி ஓடினாள்.

“வேண்டாம், கமலா... வேண்டாம். இனி உன் மனதை வருத்தமாட்டேன். உன் விருப்பப்படி குடும்பத்தைக் கவனிக்கிறேன். பாண்டுரங்கனை விட்டுவிடு.”

துக்காராம் அவள் பின்னால் பதறியபடி ஓடினார். தெரு முழுக்க இந்தக் காட்சியை வியப்புடனும், நமுட்டுச் சிரிப்புடனும் வேடிக்கை பார்த்தார்கள்.

கோயிலுக்குள் வேகமாக அவள் நுழைந்ததும், கதவுகள் தாமாகச் சாத்திக்கொள்ள, துக்காராமும் மற்றவர்களும் வெளியில் திகைத்து நின்றார்கள்.

“வா, தோழி! நீ கோபமாக வருவாய் என்று எனக்குத் தெரியும்.”

கோயிலில் ஒரு பெண் இவளை எதிர் கொண்டழைத்தாள்.

“நகரு. உன்னிடம் எனக்கென்ன பேச்சு! எனக்கு வேறு வேலை இருக்கிறது.”

“நசுக்குவதானால் என்னை நசுக்கு, இந்தக் குழவியால். புடவை வாங்கிக் கொண்டது நான்தானே. எதற்குப் பாண்டுரங்கனைக் கோபிக்கிறாய்?”

“நீ யார்?”

“பாண்டுரங்கனின் மனைவி. ருக்மிணி என்று பெயர்.” அந்தப் பெண்மணி கூற, கமலாபாயின் கையிலிருந்த குழவிக் கல் நழுவிக் கீழே விழுந்தது. பாண்டுரங்கன் ருக்மிணியோடு ஜோதிமயமாய் அவள் எதிரில் நின்று சிரித்ததும், அவள் கரங்கள் தலைக்கு மேல் உயர்ந்து குவிந்தன.

“தெய்வத்தின் உடல் தழுவ என் புடவையா? என்ன தாயே, விளையாட்டு இது!” கண்கள் பொங்கி வழிந்தன, அவளுக்கு.

“விளையாட்டல்ல. அன்பு.”

"உன்னைப் போய்க் குழவிக் கல்லால்... கடவுளே! மன்னித்து விடு என்னை..."

பாண்டுரங்கன் புன்னகைத்தபடி ருக்மிணியோடு மறைந்தான். கமலா கோயிலை வலம் வந்து வணங்கிவிட்டு வெளியில் வரும்போது நிறைய மாறியிருந்தாள். அவள் உடலில் பட்டாடையும் நகைகளும் ஜொலித்தன.

துக்காராம் வியந்தார்.

"உங்களிடம் புடவை வாங்கிக் கொண்டது ருக்மிணி தேவியாம். மீண்டும் அவர்கள் தம்பதி சமேதராக என் முன் தோன்றி என்னைச் சமாதானப்படுத்தினார்கள்."

"இரண்டாம் முறையா...? பாக்யவதி கமலா நீ! எனக்குக் கிடைத்ததா பார் தரிசனம்! பித்தாக அலைந்தும் அவன் மனம் இரங்கவில்லையே. அதுசரி. தெய்வத்திடம் கேவலம் பட்டாடையும், பொன் நகைகளுமா கேட்பார்கள்? மோட்சம் கேட்கத் தோன்றவில்லையா உனக்கு?"

"தானாகக் கிடைத்தவை இவை. நான் எதுவும் கேட்கவில்லை, மோட்சம் உட்பட."

"ஏன் கமலா?"

"எதற்கு? இந்தப் பூமியில் முறைப்படி வாழ்ந்து நம் கடமைகளைச் செய்து கொண்டிருந்தால் மோட்சம் தானாகக் கிடைத்துவிட்டுப் போகிறது!"

அவர் திகைத்து நின்றார். இருமுறை தெய்வ தரிசனம் பெற்றும் அவள் இயல்பாக வீடு நோக்கி நடந்தாள். குழந்தைகளின் பசி தீர்க்கும் வழி பற்றி யோசித்தபடி.

கமலாபாய்க்குத் தெய்வ பக்தி இல்லையா என்ன? தாராளமாக இருந்தது. ஆனால் பக்தியில் பித்தாகித் தன் கடமைகளை ஒருவர் மறப்பதை அவள் ஒருபோதும் விரும்பவில்லை. கடவுளை நம்பினாலும், உழைத்துத்தான் உண்ண வேண்டும் என்ற அவள்

கொள்கைதான் தெய்வம் அவளுக்கு இருமுறை தரிசனம் தந்ததற்குக் காரணம்.

தெய்வம் நினைத்திருந்தால் அவள் சிரமத்திலிருந்து அவளை விடுவித்து அவளுக்கு என்றும் தீராத செல்வங்களை வாரி வழங்கிப் பசியின்றி அந்தக் குடும்பத்தை வைத்திருக்கலாம். ஆனால் அப்படியும் அந்த தெய்வம் செய்யவில்லை. ஆகத் தெய்வமும் அதை விரும்பவில்லை.

தன் கடமைகளைப் பக்தியைக் காரணம் காட்டி மனிதன் மறந்துவிடக்கூடாது என்றுதான் தெய்வமும் விரும்புகிறது என்று கமலாபாயின் வாழ்வின் மூலம் தெரியும்போது பிரமிப்பு ஏற்படுகிறதா இல்லையா?

என்னை என்ன செய்யப் போகிறாய்?

பண்டரிபுரம்!

அவள் தன்னை மறந்து பண்டரிநாதன் மீது பாடலொன்று பாடிக்கொண்டிருந்தாள். அவளது கானம் அனைவரையும் ஸ்தம்பித்து நிற்க வைத்தது. இப்படி ஒரு இனிய குரலா...? கோயிலின் மூலைமுடுக்கெல்லாம் அந்தக் குரல் காற்றில் மிதந்து வர, கேட்டவர்கள் எல்லாம் வியந்தனர். யார் இப்படிப் பாடுவதென்றறியும் ஆவல் கொண்டு பலர் பண்டரிநாதனின் சந்நிதியை நோக்கி விரைந்தனர்.

அவள் பாடியபடியே தன்னை மறந்து ஆடவும் ஆரம்பித்திருந்தாள். மின்னலொன்று பெண்ணுருவம் கொண்டு ஆடுவது போலிருந்தது. அழகிய பெண் சும்மா நின்றாலே ஆடவர் கண்கள் மயங்கும். அவள் ஆடிப்பாடவும் செய்தால்...?

அவர்கள் கள்ளுண்ட மந்திகளாய் அவளைச் சுற்றிச் சுற்றி வந்தார்கள். அவள் அழகை விழிகளால் அள்ளிக் குடித்தார்கள். அவளோ பண்டரிநாதனை மட்டுமே தன் சிந்தையில் நிறைத்திருந்தாள். அவனே அவள் காதலன். அவனில் இரண்டறக் கலப்பதே அவள் லட்சியம். அதற்காகவே அவளின் ஜீவன் துடித்துக் கொண்டிருக்கிறது.

“யாரிந்தப் பெண்?”

தெய்வ தரிசனத்திற்காக வந்த அரசன் அந்த மங்கையின் ரூப தரிசனத்தில் மயங்கித் தன் மெய்க்காப்பாளனிடம் கேட்டான்.

“விசாரித்து வருகிறேன், மன்னா.”

மெய்க்காப்பாளன் அடுத்த பத்து நிமிடத்தில் அவளைப் பற்றிய தகவல்களோடு வந்தான்.

"பெயர் கானோபாத்திரையாம். ஊர் மங்கள்பட்டாம். சியாமா எனும் கணிகையின் மகளாம். ஆடல் பாடலே தொழிலாம்."

"சந்தோஷம். அவளை உடனே என் அந்தப்புரத்திற்கு அழைத்து வர ஏற்பாடு செய்."

அரசன் தெய்வ தரிசனத்தை முடித்துக்கொண்டு விரைந்து அரண்மனை சென்றான்.

அரசனின் ஆட்கள் கானோபாத்திரையை நெருங்கினார்கள். பாடலும் ஆடலும் முடிந்து அவள் பக்திப் பரவசமாய்ப் பாண்டுரங்கனைத் தரிசனம் செய்து கொண்டிருந்தாள்.

"பெண்ணே..."

பின்னால் அதிகார த்வனியோடு அழைப்புக் கேட்க, திடுக்கிட்டுத் திரும்பினாள்.

"என்னையா?"

"உன்னைத்தான். உன்னை உடனே அரண்மனைக்கு அழைத்து வரும்படி உத்தரவு."

"எதற்காக...? யார் உத்தரவிட்டுள்ளது?"

"எமது அரசன்."

"நான் ஒன்றும் குற்றம் செய்யவில்லையே."

"குற்றவாளி என்று நாங்களும் கூறவில்லையே."

"பின் எதற்கு...?"

"அதைப் பற்றி நீ அரசனிடம்தான் கேட்க வேண்டும்." அவன் நமுட்டுச் சிரிப்போடு சொல்ல, கானோபாத்திரை ஒரு வினாடி திகைத்தாள். உள்ளே ஒரு அபாயச் சங்கு அலறியது.

ஒரு கணிகையை அரசன் எதற்கு அழைக்கப் போகிறான்? 'பண்டரிநாதா...! இதற்கா நான் இங்கு வந்தேன். உனை அடைய வந்த என்னை அடைய அரசன் ஆட்களை அனுப்பியுள்ளான். இந்த இன்னலிலிருந்து எப்படித் தப்பிக்கப்போகிறேன்...?'

கலங்கினாள் அவள்.

மங்கள்பட் அரசனுக்கு முன் அவளது நாட்டிய அரங்கேற்றம் நடக்க வேண்டும் என்று அவளது அம்மா மிகவும் ஆசைப்பட்டாள்.

“ஆண்டவனுக்கு முன் ஆடச் சொல். ஆடுகிறேன். அரசன் முன் ஆடுவதற்கு எனக்கு விருப்பமில்லை.” அம்மாவிடம் கண்டிப்பாகக் கூறினாள்.

“நாம் கணிகையர் என்பதை மறந்துவிடாதே, கானோபாத்திரை. நம் கடமை அரசனை மகிழ்விப்பதுதான்.”

“கணிகையர் குலத்தில் பிறந்துவிட்டதாலேயே எனக்கென்று தனிப்பட்ட விருப்பு வெறுப்புகள் இருக்கக் கூடாது என்கிறாயா?”

“அப்படித்தானே உலகம் நினைக்கிறது! இந்தக் குலத் தொழிலிலிருந்து விடுபட்டு எல்லோரையும் போல வாழ வேண்டும் என்றுதான் நானும் விரும்பினேன். ஆனால் யார்விட்டார்கள்? நாம் அரசவை ஆண்களின் கைப்பாவைகள், பெண்ணே. விரும்பியோ, விரும்பாமலோ அவர்களுக்குக் கட்டுப்பட்டுத்தான் ஆக வேண்டும்.”

“அப்படியிருக்க என்னால் முடியாதம்மா. என் உள்ளத்தில் நிறைந்திருப்பவன் பண்டரிநாதன் மட்டுமே. அவனுக்குப் பாடுவேன். அவனுக்கு ஆடுவேன். அவனுக்காக உயிரையும் விடுவேன். அவனைத் தவிர வேறு ஆண், அவர் அரசனாயிருந்தாலும் சரி, நான் மகிழ்விக்க மாட்டேன்.”

“தெய்வ பக்தி தவறில்லை. அதே நேரம் அரசனும் தெய்வத்திற்குச் சமமானவன்தான் என்பதை மறந்துவிடக் கூடாது.”

“கணிகைப் பெண் ஒருத்தியை அவள் விருப்பத்திற்கு மாறாக நெருங்க நினைப்பவரைத் தெய்வத்திற்குச் சமமானவன் என்று நீ சொல்வது கேட்டுச் சிரிப்புதான் வருகிறது. தயவு செய்து தெய்வத்தைக் கேவலப்படுத்த வேண்டாம்.”

“அப்படியானால் அரசவையில் நாட்டியமாட மாட்டாயா நீ?”

“நாளை பண்டரிபுரம் நோக்கி ஒரு பஜனைக்குழு செல்கிறது. அவர்களோடு நானும் செல்ல விரும்புகிறேன். பண்டரிநாதன் முன் ஆடுவேன், பாடுவேன், அவனோடு இரண்டறக் கலப்பது மட்டுமே என் லட்சியம்.”

அவள் கண்கள் கிறங்கச் சொல்ல, அவள் தாய் கவலையோடு பெண்ணைப் பார்த்தாள், ‘ஒரு கணிகையைத் தெய்வம் ஏற்குமா? இந்தப் பெண்ணுக்கு ஏன் இது புரியமாட்டேன் என்கிறது.’

மறுநாள் பஜனைக்குழுவோடு கிளம்பிய மகளை அவளால் தடுத்து நிறுத்த முடியவில்லை

“பண்டரிநாதனை அடைய வேண்டும் என்ற லட்சியத்தோடு புறப்பட்டுவிட்டாய். உன் லட்சியத்தில் நீ வென்றுவிட்டால் உன்னால் நானும் உயர்வடைவேன். ஒருவேளை தோற்றுவிட்டால்... நீ ஒரு கணிகை என்பதை நீ கசப்போடு ஏற்க வேண்டிவரும். சென்று வா. என் ஆசி உனக்கு எப்போதும் உண்டு.”

அம்மா, வெற்றி தோல்வி இரண்டின் முடிவு பற்றியும் கூறி அவளை வழியனுப்பி வைத்தாள்.

அரசவையில் ஆடுவதைத் தவிர்த்துக் கோயிலுக்கு வந்தால், இங்கேயும் ஒரு அரசன் அவளைத் துரத்துகிறான்!

கானோபாத்திரை இதிலிருந்து எப்படித் தப்பிக்கப் போகிறோம் என்ற குழப்பத்தோடும், பயத்தோடும் அரசனின் ஆட்களைப் பார்த்தாள்.

“ம்... நட....” அவர்கள் அதட்ட, அவள் மரம்போல் நடந்தாள். கோயிலைவிட்டு வெளியில் வந்ததும் ஏக்கத்துடன் கோயிலைத் திரும்பிப் பார்த்தாள்.

“உள்ளே வா, கானோபாத்திரை!” காதுக்குள் மிகச் சன்னமாக ஒரு குரல் ஒலிக்க, அவள் சட்டென்று நின்றாள்.

“சற்று நில்லுங்கள், வீரர்களே. உங்கள் அரசனை வெறும் கையோடு காண எனக்கு மனமில்லை. பண்டரிநாதனை இன்னொருமுறை தரிசனம் செய்துவிட்டுப் பிரசாதத்தோடு வந்து

விடுகிறேன். அதுவரை காத்திருங்கள்." அவள் அவர்களது அனுமதிக்காகக் காத்திராமல் விறுவிறுவென்று கோயிலுக்குள் நுழைந்தாள். அவர்கள் கோயிலுக்கு வெளியில் காத்திருந்தார்கள்.

அவள் பண்டரிநாதன் முன் நின்றாள். கண்ணீர் பொங்கி வழிந்தது. "நீ அழைத்தாய். நான் வந்துவிட்டேன். என்னை என்ன செய்யப் போகிறாய்? நான் உன் பிரசாதம். உன்னைத் தவிர வேறு எவர் கையும் இந்த மேனியில் படாது காத்து என்னை ஏற்றுக்கொள்வாய், தெய்வமே."

அவள் உள்ளுக்குள் கதறினாள். நேரம் நகர்ந்து கொண்டேயிருந்தது. அரசனின் ஆட்கள் உள்ளே எந்நேரமும் வந்து அவளைக் கட்டியிழுத்துக் கொண்டு செல்லலாம்.

'அவர்களிடமிருந்து என்னைக் காக்க, உன்னால் மட்டுமே முடியும் சுவாமி. இன்னும் ஏன் என்னைச் சோதிக்கிறாய்? ஒன்று நான் மரிக்க வேண்டும் அல்லது நீ என்னை ஏற்க வேண்டும். இரண்டில் ஒன்று செய்.'

அவள் அழுகை கூடியது. அழுதபடியே மயங்கிச் சரிந்தபோதுதான் அந்த அற்புதம் நிகழ்ந்தது. அவள் ஆத்மா ஒரு ஒளிப் பந்தாக அவள் மேனியிலிருந்து விடுபட்டுப் பண்டரிநாதன் சந்திநிதிக்குள் சென்று இறைவனோடு கலந்தது. அந்த அற்புதத்தைக் கண்டவர்கள் கரங்கள் தலைக்கு மேலே பரவசத்தோடு உயர்ந்து கூப்பிக் கொண்டன.

"இப்போது ராஜசேவகர்கள் உள்ளே வந்தால் என்ன செய்வது?" அர்ச்சகர் ஒருவர் தலைமை அர்ச்சகரிடம் கேட்டார்.

"நடந்ததைச் சொன்னால் அவர்கள் நம்பமாட்டார்கள். நாம் கொன்றுவிட்டோம் என்றுதான் எண்ணுவார்கள். அவர்களது கண்களில் இவளது தேகம் படுவதற்கு முன் தெய்வத்தின்மீது பாரத்தைப் போட்டுவிட்டு இந்தத் தெய்வப்பெண்ணின் உடலைச் சகல மரியாதையோடும் கோயிலுக்குள்ளேயே குழித்து மூட வேண்டும். இவளைக் காத்த தெய்வம் நம்மையும் காக்கும்."

தலைமை அர்ச்சகர் ஆட்களை அழைத்து உத்தரவிட, தெற்குப் பிராகாரத்தில் அவசர அவசரமாக ஒரு குழி வெட்டப்பட்டது. அவளது சரீரம் அதில் வைக்கப்பட்டது. மலர் மாலைகளும், துளசி மாலைகளும் அவள் மேனியில் சாத்தப்பட்ட பின் அந்தக் குழி மூடப்பட்டது. குழி மூடிய மண்ணின் மீது புனித தீர்த்தங்கள் விடப்பட்டன.

சூரியன் அஸ்தமித்த பிறகும் கானோபாத்திரை கோயிலிலிருந்து வெளிவரவில்லை என்றதும், ராஜசேவகர்கள் கோயிலுக்குள் வந்து அவளைத் தேடினார்கள். அர்ச்சகர்களை அழைத்து அவளைப்பற்றி விசாரித்தார்கள்.

தெய்வ சந்நிதியில் பொய் கூற விரும்பாத அர்ச்சகர், நடந்தவைகளை அப்படியே கூறினார்.

“பொய்...! நீங்கள் அவளை ஒளித்துவைத்துவிட்டுக் கதை திரிக்கிறீர்கள். உங்களை விலங்கிட்டு அழைத்துச் சென்று அரசன் முன் நிறுத்துகிறோம். அவரிடமும் இதே பொய்யைக் கூறிப் பாருங்கள். மரண தண்டனைதான் உங்களுக்குக் கிடைக்கும்.”

அவர்கள் அர்ச்சகர்கள் அனைவரையும் விலங்கிட்டு அழைத்துச் செல்ல, வெகுண்டெழுந்த மக்கள் அவர்களுக்குப் பின்னால் அரண்மனைக்குச் சென்றார்கள். “அர்ச்சகர் உண்மையைத்தான் கூறினார். அதற்கு நாங்கள் சாட்சி. சந்தேகமிருந்தால் அந்தக் குழியில் இன்னமும் கானோபாத்திரையின் உடல் இருக்கும். வந்து பார்த்துக் கொள்ளுங்கள்,” என்று அரசனிடம் கத்தினார்கள்.

“பார்க்கிறேன்.”

அரசன் தன் அமைச்சர்கள் புடைசூழப் பண்டரிபுரம் கோயிலுக்குப் புறப்பட்டான். கானோபாத்திரையைப் புதைத்த இடத்தில் அபூர்வச் செடி ஒன்று முளைத்திருந்தது.

“குழியைத் தோண்டி அவளை வெளியில் எடுங்கள்.” உத்தரவிட்டான். குடுமி வைத்த ஒரு ஆள் அரசன் முன் வந்தான்.

"தவறு செய்கிறாய் மன்னா. அர்ச்சகர் கூறுவது உண்மைதான். உன் மனதை மாற்றிக்கொள். என் மனைவியைத் துன்புறுத்தாதே."

"நீ யார்...? இவள் உன் மனைவியா? என்ன உளறுகிறாய்? இவள் கன்னிப் பெண், கணிகையர் குலத்தில் பிறந்தவள் என்பதை நான் அறிவேன். அப்படியிருக்க அவளை உன் மனைவி என்றா கூறுகிறாய்? இதை நான் எப்படி நம்புவது?"

"நீ பண்டரிநாதனை நம்புகிறாயா?"

"நம்புவதற்கு நீ என்ன பண்டரிநாதனா?"

"அப்படித்தான் வைத்துக்கொள்ளேன்." குடுமி வைத்தவர் பண்டரிநாதன் விக்ரகத்தோடு கலந்து மறைய, அரசன் ஆடிப்போனான். தெய்வ தரிசனம் தனக்கு இப்படிக் கிட்டும் என அவன் கனவிலும் நினைக்கவில்லை.

தெய்வப் பெண் ஒருத்தி மீது ஆசைப்பட்டுக் குற்றம் புரிய இருந்தவன் என்றாலும் தெய்வம் அவனை மன்னித்துத் தரிசனம் தருகிறது என்றால்...? அவன் மனம் சிலிர்த்தது.

குழியிலிருந்து புதுசாய் முளைத்திருந்த செடியைக் கண்டவன் மும்முறை அதனை வலம் வந்து வணங்கி, அதனிடம் மானசீகமாய் மன்னிப்புக் கேட்டான். 'என் உயிர் பிரியும் வரை பாண்டுரங்கனுக்கும் உனக்கும் சேவகம் செய்வேன்.' முணுமுணுத்தான்.

அவள் இன்றும் பண்டரிபுரத்தின் தெற்குப் பிராகாரத்தில் 'தாட்டி' எனும் விருட்சமாக இருக்கிறாள். அதன் இலைகளைப் பிரசாதமாக எடுத்துச் செல்கிறார்கள்.

விருட்சத்திற்கருகில் சாளிகிராம் சிலா ரூபம் ஒன்றும் பிரதிஷ்டிக்கப்பட்டுள்ளது.

இறைவன் குலமகள், விலைமகள் என்றெல்லாம் பார்ப்பதில்லை, அப்பழுக்கற்ற பக்தி மட்டுமே அவன்

விரும்புவதெல்லாம். பக்தியோடு தன்னை அர்ப்பணிப்பவரை அவன் ஏற்றுக்கொள்கிறான் என்பதற்குக் கானோபாத்திரை ஒரு உதாரணம். பண்டரிபுரம் சென்றால் அவளையும் தரிசித்துவிட்டு வர மறக்காதீர்கள்.

தேகம் துறந்தவள்

வாயிற்கதவு தட்டப்பட்ட ஓசை கேட்டதும், புனிதவதி பரபரப்பாய் எழுந்தாள். புருஷன்தானோ? மகிழ்ச்சியும், வெட்கமும் முகத்தில் நிறைய, வேகமாய் வாசற்பக்கம் நடந்தாள். வாணிபத்திற்குச் சென்றிருந்தவன் ஒரு மாதம் கழித்து வருகிறான்.

அவனுக்காகத்தான் அவள் அன்று விடியற்காலமே எழுந்து விருந்து சமைக்கும் ஏற்பாடுகளில் ஆழ்ந்தாள். தோட்டத்தில் பச்சைப் பசேல் என்று வளர்ந்திருந்த இளம் கீரைகளைப் பறித்து வந்து கீரைக்கூட்டு வைத்தாள். பரமதத்தனுக்குக் கீரை என்றால் உயிர். ஒரு மாதம் கழித்துத் தன் வீட்டில் உணவுண்ணுபவன் பசியோடு சாப்பிடுவான். அவள் பார்த்துப் பார்த்து அவனுக்குப் பிடித்தவைகளாய்ச் சமைத்துக் கொண்டிருந்தாள்.

அப்போதுதான் வாயிற்பக்கம் சத்தம் கேட்க அவனோ என எண்ணி ஓடினாள். ஓடியவள் முகம் ஏமாற்றத்தில் மாறியது. கணவனல்ல. வேறு யாரோ ஒரு ஆள் நின்றிருந்தான்.

"யாரது. என்ன வேண்டும்?"

அவள் ஏமாற்றத்தை மறைத்தபடி கேட்டாள்.

"தங்கள் கணவர் அனுப்பினாரம்மா."

"அவர் அனுப்பினாரா...?"

அவள் முகம் மீண்டும் பிரகாசித்தது.

"என்ன விஷயம்? அவர் எங்கிருக்கிறார் இப்போது?"

"நண்பர் ஒருவர் வீட்டில் ஏதோ ஒரு வேலையாக இறங்கியுள்ளார். இன்னும் அரை நாழிகையில் இங்கு வந்துவிடுவதாகத் தெரிவிக்கக் கூறினார். அதோடு இந்த

மாங்கனிகளையும் உங்களிடம் கொடுக்கச் சொன்னார். உயர்தரக் கனிகளாம்."

அவன் மிகப்பெரியதாயிருந்த இரண்டு மாங்கனிகளை அவளிடம் கொடுத்துவிட்டுக் கைகூப்பி வணங்கிவிடை பெற்றுச் சென்றான்.

'இன்னும் அரை நாழிகையில் வந்துவிடுவாரா?' அவள் உள்ளம் துள்ள மாங்கனிகளோடு உள்ளே சென்றாள். கனிகளைப் பூஜையறையில் சிவலிங்கத்தின் முன்பிருந்த வெள்ளித்தட்டில் வைத்துவிட்டு, மிகுதிச் சமையலையும் முடித்து வீட்டைச் சுத்தப்படுத்திவிட்டு வியர்வை நீங்க மற்றொரு முறை குளித்து, கணவனுக்குப் பிடித்த ஆடைகளை அணிந்து கொண்டு அவன் வருகைக்காகக் காத்திருந்தாள்.

மீண்டும் வாயிற்பக்கம் ஏதோ சத்தம் கேட்க, விரைந்து அங்கு சென்றாள்.

"ஓம் நமச்சிவாய...!"

சிவனடியார் ஒருவர் சிவநாமம் சொல்லியபடி கை உயர்த்தி அவளை ஆசீர்வதித்தார்.

அவள் முகம் மலர்ந்தது.

"வாருங்கள், சுவாமி." அவள் வரவேற்றுவிட்டு உள்ளே சென்று செம்பில் நீர் கொண்டு வந்து அவர் பாதம் கழுவி நமஸ்கரித்தாள்.

"பிட்சை ஏற்க வந்திருக்கிறேன்."

"பாக்கியம் சுவாமி. அமருங்கள்." அவள் மனை ஒன்று போட்டு அவரை அமரச் செய்துவிட்டுக் கொல்லைப்புறம் சென்று நீண்டு அகன்ற வாழையிலை ஒன்றை நறுக்கிச் சுத்தம் செய்து எடுத்து வந்து பணிவோடு அவருக்கு முன் போட்டு நீர் வைத்தாள்.

நல்லகாலம் புருஷனுக்காக விருந்து சமைத்திருந்ததால் அவருக்குத் தாராளமாகப் பரிமாற முடிந்தது. அவர் பசியோடு உண்டார்.

"உன் கைப் பக்குவம் மிகவும் அருமையாக உள்ளதம்மா. ஆனால் ஒரே ஒரு குறை." அவர் புன்னகையோடு சொல்ல, அவள் முகம் பதறியது.

"குறையா... சொல்லுங்கள், சுவாமி. எதில் குறை...?"

"ஒன்றே ஒன்றை இவ்விலையில் வைக்க மறந்துவிட்டாய் என நினைக்கிறேன்."

"என்ன சுவாமி...?"

"உள்ளிருந்து மாம்பழ வாசனை வருகிறது. அதைத்தான் கூறினேன்."

அவர் சொல்ல அவளுக்கு அப்போதுதான் பூஜையறையிலிருந்த கனிகள் நினைவுக்கு வர உடனே உள்ளே சென்று கனிகளில் ஒன்றை எடுத்து வந்து அன்போடு அவர் இலையில் வைத்தாள்.

"மன்னித்து விடுங்கள், சுவாமி. மறந்துவிட்டேன்."

"பரவாயில்லை. அதுதான் கேட்டு வாங்கிக் கொண்டேனே." அவர் மாம்பழத்தை முழுவதுமாகச் சுவைத்து உண்டார்.

"நல்ல கனி. நல்ல சுவை. என் வயிறு உன்னை வாழ்த்துகிறதம்மா!" அவர் எழுந்தார். அவள் நீர் ஊற்றக் கை கழுவினார். விடை பெற்றுச் சென்றார்.

அவள் அவர் சாப்பிட்ட இலையைப் பசுவுக்குப் போட்டுவிட்டு, இடத்தைச் சுத்தம் செய்தாள். வாசலில் குதிரை வண்டி ஒன்று வந்து நின்றது.

அவள் கணவன் பரமதத்தன் அதனின்றும் கம்பீரமாக இறங்க, புனிதவதி காதலும் நாணமுமாக முகமெல்லாம் சிவந்து மலர அவனை நோக்கினாள்.

"ஒரு மாத காலத்தில் இப்படியா இளைத்துப் போவாய்?" அவன் கவலையோடு அவளைப் பார்த்தான்.

"தாங்களும் இளைத்துத்தான் போயிருக்கிறீர்கள்."

"அப்படியா தோன்றுகிறது, உனக்கு? நன்றாகத்தான் உண்டேன். அதை விடு. இங்கு எல்லாம் நலம்தானே? உன் சிவபூஜை நன்கு நடக்கிறதா? நானும் ஊரில் இல்லை. சதா சர்வ காலமும் பூஜையிலேயே மூழ்கியிருந்தாயோ?"

"வேறென்ன செய்வது? தாங்கள் இருந்தாலாவது சமைப்பது அது இது என்று வேலைகள் இருக்கும். இல்லாவிட்டால் பூஜையைத் தவிர வேறெதிலும் சிந்தை செல்வதில்லை."

"சிறிய வயதிலிருந்தே சிவன் மீது உனக்கு மாளாத பக்தியாம். யார் சொல்லிக் கொடுத்தது உனக்கு, சிவனை வணங்கு என்று?"

"தெரியவில்லை. எந்த வயதிலிருந்து இந்தப் பூஜை ஆரம்பித்தேன் என்று எனக்கு நினைவில்லை. அதைப்பற்றி இப்போது என்ன? உண்ண வாருங்கள். உங்களுக்காகப் பார்த்துப் பார்த்துச் சமைத்து வைத்திருக்கிறேன்."

"பரவாயில்லையே. சிவபூஜைக்கு நடுவில் என் மீதும் கரிசனம் இருக்கிறதே."

"கடவுளே ஆனாலும், கணவனுக்கு அடுத்தபடிதான். நீங்கள்தான் என் முதல் கடவுள். அதிலென்ன சந்தேகம்? போய்க் குளித்துவிட்டு வாருங்கள். நான் இலை போடுகிறேன்."

அவன் குளிக்கச் செல்ல, அவள் இலை நறுக்கப் போனாள்.

அவன் குளித்து வந்ததும் உணவு பரிமாறினாள். பாசமும் காதலும் பக்தியும் கலந்து அவன் இலையில் அனைத்தையும் வைத்தாள்.

"அடேயப்பா... நல்ல உணவுதான்." அவன் சுடச்சுட உருண்டை பிடித்து அதன் நடுவில் கீரை வைத்து விழுங்கினான்.

"புனிதா! மறந்துவிட்டேனே. அந்த மாம்பழங்களைக் கொண்டு வா. என் நண்பர் கொடுத்தார். மிகவும் சுவையாயிருக்குமாம். உயர்தரமான கனியாம்."

அவள் பூஜையறைக்கு ஓடினாள். இருந்த ஒரு கனியைக் கொண்டு வந்து அவன் இலையில் வைத்தாள். பெரிய கனி. கனிந்து மணம் வீசியது.

அவன் கையிலெடுத்துக் கடித்து உறிஞ்சினான். ஆஹா...! என்ன சுவை... உண்மையிலேயே உயர்தரக் கனிதான். அவன் ரசித்து ருசித்து முழுக் கனியையும் சுவைத்து உண்டு கொட்டையை இலையின் ஓரம் வைத்தான்.

“அற்புதம்.! இந்தச் சுவைக்கு இன்னொன்றும் கேட்கிறது நாக்கு. அந்த இன்னொரு கனியும் கொண்டு வா, புனிதா.”

அவன் உத்தரவிட, அவள் முகத்தில் பதற்றமும் பயமும் படர்ந்தது. இப்படி ஒரு இக்கட்டான சூழல் இதுவரை ஏற்பட்டதில்லை. ஒன்றுக்கே வயிறு நிரம்பிவிடும். இன்னொன்றைக் கேட்கமாட்டார் என்று நினைத்தவளுக்குச் சோதனை ஆரம்பித்தது.

“என்ன யோசனை? காதில் விழுந்ததா நான் கூறியது...?” அவன் கேட்க அவள் பூஜையறைக்கு ஓடினாள். சிவலிங்கத்தின் முன் வியர்த்து விறுவிறுக்க உட்கார்ந்தாள்.

‘காப்பாற்று, தெய்வமே...! என் புருஷன் இன்னொரு கனி கேட்கிறார். அதைச் சிவனடியாருக்குக் கொடுத்துவிட்டேன் என்று நான் உண்மையைச் சொல்லிவிட்டால் அவர் ஒன்றும் கூறப்போவதில்லை. இருப்பினும் ஆசையோடு இன்னொரு கனி கேட்கும் என் புருஷனுக்கு, இல்லையென்று சொல்வதற்கு என்னால் இயலாது. அவர் விருப்பத்தைப் பூர்த்தி செய்தாலொழிய என் மனம் ஆறாது. அவர் திருப்தியும் சந்தோஷமும் எனக்கு முக்கியம். எனக்கு உதவு, தெய்வமே! எவ்வித அதிருப்தியும் அவருக்கு ஏற்படாமலிருக்க உன் பக்தைக்கு உதவு. இன்னொரு கனி எனக்கு நீ கொடுத்துவிட்டால் இப்பிரச்சனை சுமுகமாகத் தீர்ந்து விடும்!’

அவள் வேண்டிக்கொண்ட க்ஷணம் சிவலிங்கத்தின் முன்பு வைத்திருந்த வெள்ளித்தாலத்தில் ஒரு மாங்கனி தோன்றியது.

புனிதவதி சிலிர்த்துப் போனாள். என்ன கருணை! என்ன கருணை! குழந்தையின் சிணுங்கல் கேட்டதுமே முலைப்பால் அளிக்க அன்னை ஓடி வருவதைப்போலப் பக்தையின் சின்னப் பிரச்னைக்கும் உதவ ஓடி வந்திருக்கும் இறைமையின் கருணையை என்னவென்று சொல்ல...! புனிதவதி விழிநீரைத் துடைத்தபடி கனியைக் கையிலெடுத்துக்கொண்டு எழுந்தாள். கடவுள் தந்த கனி கையில்...! அவள் தேகமே புதுச் சக்தி பெற்றுவிட்டாற்போல் பொலிவடைந்தது. முகத்தில் அசாத்திய ஒளி.

"இன்னொரு கனி எடுத்துவர இவ்வளவு நேரமா? என்ன செய்து கொண்டிருந்தாய் பூஜையறையில்?"

"அது... ஒன்றுமில்லை. முதல் கனியை நிவேதனம் செய்யாமல் அளித்துவிட்டேன். இதையாவது நிவேதனம் செய்யலாம் என்றுதான்."

"சரி, கொடு." அவன் கனியை வாங்கிக் கடித்தான். "ஆஹா.. என்ன சொல், நீ நிவேதனம் செய்ததும் கனிக்குச் சுவை கூடித்தான்விட்டது."

அவள் மனதின் உணர்வுகளை வெளிப்படுத்தாமல் மரம் மாதிரி நின்றாள்.

திடீரென்று அவன் முகம் மாறியது.

"இந்தக் கனியின் சுவை முதல் கனியைவிட வெகு அலாதியாய் உள்ளது, புனிதா. இரண்டும் ஒரே மரத்தின் கனிகள்தானே! ஆனால் சுவையில் எவ்வளவு வித்தியாசம். இப்படி ஒரு சுவையை என் நாவு இதுவரை ருசித்ததில்லையே. இந்தக் கனியை உண்ணும்போதே என் உடல், மனமெல்லாம் ஏதோ செய்கிறதே. நானே லேசாகிப் பறப்பதுபோல் தோன்றுகிறது. இது இந்தப் பூமியில் விளைந்த கனியாகவே தோன்றவில்லை. நான் கொடுத்தனுப்பிய கனிதானா இது? தயவுசெய்து கூறு...!"

புருஷனுக்குச் சந்தேகம் ஏற்பட்டுவிட்டது என்பது புரிந்ததும் புனிதவதியின் உடல் நடுங்கியது. இனியும் அவனிடம் எதையும்

மறைக்கும் சக்தியின்றி, சிவனடியாருக்கு ஒரு கனி கொடுத்ததையும், இப்போது அவன் உண்ணும் கனி இறைவன் அவள் கேட்டுத் தந்ததென்றும் உண்மையைக் கூறிவிட்டு அவன் காலில் விழுந்து மன்னிப்புக் கேட்டாள் உண்மைகளை மறைத்ததற்காக.

பரமதத்தன் நம்ப முடியாமல் அவளைப் பார்த்தான். பெண்டாட்டி சிறந்த சிவபக்தை என்பது அவனுக்குத் தெரியும். ஆனால் இவள் கனி கேட்டால் உடனே அவன் கொடுத்து விடுவானா...? அவனால் நம்ப முடியவில்லை.

"நீ சொல்வது நிஜமா, புனிதா?"

"அந்த இறைவன் மீது ஆணையாக உண்மைதான்."

"எனக்கு இன்னும் ஒரு கனி வேண்டும். உன் இறைவனிடம் எனக்காக இன்னும் ஒரு கனி கேட்பாயா, என் முன்னால்?"

புனிதவதி சங்கடத்தோடு இறைமையிடம் உதவி கேட்டால் நிச்சயம் ஓடி வந்து உதவும். ஆனால் அதையே நாம் சோதிக்க நினைத்தால்...? அது குற்றமாகாதா...? இதை எப்படிக் கணவருக்குப் புரியவைப்பது? கட்டளையிடும் கணவரும் கடவுளுக்குச் சமானமாகவல்லவா அவள் உள்ளத்தில் இடம் பிடித்திருக்கிறான். இப்படியொரு சிக்கல் ஏற்படும் என்று அவள் கனவிலும் நினைக்கவில்லை. மீண்டும் ஒரு சோதனை அவளுக்கு ஏற்பட்டிருக்கிறது. எனில் இச்சோதனையிலிருந்தும் காப்பாற்றும்படி இறைவனிடம் மன்றாடத்தான் வேண்டும். ஒரு பக்கம் கணவன், மறுபக்கம் கடவுள். நடப்பது நடக்கட்டும். ஒன்று கனி தந்து கடவுள் காப்பாற்றட்டும். அல்லது ஏமாற்றிவிட்ட குற்றத்திற்காகக் கணவர் தண்டிக்கட்டும். எதுவாயினும் ஏற்றுக்கொள்ளத் தயாராக அவள் மீண்டும் பூஜையறைக்கு வர, பரமதத்தனும் அவள் பின்னே அங்கு வந்து நின்றான். அவள் கண் மூடி மௌனமாய்க் கதறினாள்.

"நீ கனி கொடுத்ததாக நான் கூறியது பொய் என்று ஆகிவிடாமல் என்னைக் காத்து ரட்சிப்பாய், தெய்வமே! உனை நான் சோதிக்கவில்லை. என் கணவர் நிலையில் எவராயிருப்பினும்

அவர்களுக்கு இது வியப்பாகவே தோன்றும். இந்த அதிசயம் தன் கண்முன் நடக்க வேண்டும், தாங்களும் அதைக் காண வேண்டும் என்றே விரும்புவர். என் கணவர் மனதிலும் அப்படி ஒரு ஆசைதான் ஏற்பட்டிருக்க வேண்டும். என் கணவருக்கு முன் மற்றொரு முறை எனக்கு நீ உதவ வேண்டும்."

அவள் விழிகளில் கண்ணீர் பெருகி வழிந்த அதே நேரம் தாலத்தில் மற்றொரு மாங்கனி தோன்ற பரமதத்தனின் விழிகள் வியப்பில் நிலைகுத்தின. அவன் கால்கள் தாமாகப் பின் வாங்கிப் பூஜையறையிலிருந்து வெளியில் வந்து நின்றன. புனிதவதி கனியை எடுத்து வந்து அவன் கையில் கொடுக்க, அவன் கரங்கள் நடுங்கின. புனிதவதியைப் பார்க்கக்கூட விழிகள் கூசின. அவன் கனியைப் பார்த்த மறு க்ஷணம் கனி அவன் கையிலிருந்து மறைந்தது.

"என் மீது இப்போது நம்பிக்கை ஏற்பட்டதா?" புனிதவதி கேட்டவாறு அவன் அருகில் வர, அவன் பதறி விலகினான். அவளை நோக்கிக் கை கூப்பியபடி பின்னால் நடந்தவாறு வேகமாய்த் தன் அறைக்குச் சென்றான். புனிதவதி திகைத்து நின்றாள். என்ன ஆகிவிட்டது இவருக்கு என்று வியந்தாள்.

அன்றிரவு தன் அருகில் வந்து அமர்ந்த மனைவியை அவன் பார்த்த பார்வையில் காதலுக்குப் பதிலாய்ப் பயமும் பக்தியும் மட்டுமே நிறைந்திருந்தது.

"உடல் நிலை சரியில்லையா?" அவள் அவன் நெற்றியில் கை வைக்க முயல, அவன் விலகி அமர்ந்தான். ஒன்றுமில்லை என்றபடி எழுந்து போனவன், இரவு முழுக்க வீட்டுக்கே வரவில்லை. மறுநாள் காலையில் அவன் மீண்டும் பயணத்திற்குத் தயாராக, அவள் குழப்பத்தோடு அவனைப் பார்த்தாள்.

"இன்று உடனே புறப்பட வேண்டும் என்று நீங்கள் சொல்லவே இல்லையே?"

"திடீர்ப் பயணம்தான் இது. கவலை வேண்டாம்." அவன் இரத்தினச் சுருக்கமாகக் கூறிவிட்டுக் கிளம்பிச் சென்றான். அதன்

பிறகு அவன் திரும்பி வரவேயில்லை. அவள் ஒவ்வொரு நாளும் அவனுக்காகக் காத்திருந்தாள்.

வருடங்கள் கரைந்தனவேயொழிய அவன் வரும் சுவடே காணவில்லை. உறவுகள் எல்லாம் நாலாபக்கமும் அவனைத் தேடிக்கொண்டு சென்றன. அவள் தந்தை பெண்ணின் நிலைகண்டு துடித்தார். பாண்டிய நாடு சென்ற ஒரு உறவு நற்செய்தியோடு திரும்பி வந்தது.

அவள் "உன் கணவன் சௌக்யமாயிருக்கிறானம்மா!" என்று கூறி அவள் வயிற்றில் பால் வார்த்தது. உறவுகள் புடைசூழ அவள் தந்தையோடு பாண்டியநாடு கிளம்பினாள். சுற்றம் சூழ வீட்டு வாசலில் வந்து நின்ற புனிதவதியைப் பார்த்ததும் பரமதத்தன் திகைத்துப் போனான்.

விரைந்து உள்ளே சென்று ஒரு பெண்ணையும் குழந்தையையும் அழைத்து வந்தான். மூவருமாகப் புனிதவதியின் காலில் விழ, புனிதவதி நெருப்பை மிதித்தாற்போல் துள்ளி விலகினாள்.

"தெய்வமே! என் காலில் நீங்கள் விழுவதா! என்ன பாவம் செய்தேன் நான்?" அவள் கண்ணீர்விட்டு அழ, உறவுகள் அவனிடம் அவளோடு வாழும்படி மன்றாடின.

"மன்னித்து விடுங்கள். இவளோடு வாழ்வது இனி இயலாது."

"ஏன்... ஏன் பரமதத்தா?"

"தெய்வப் பெண் இவள். இவளோடு எப்படி...? நான் சாதாரண மனிதப் புழு. இவள் முன் நிற்பதற்குக்கூட அருகதையற்றவன். எனவேதான் எனக்கேற்ற ஒரு மானுடப் பெண்ணை மறுமணம் புரிந்தேன். என் மகள் இவள். இவளுக்கு இந்தத் தெய்வத்தின் பெயரைத்தான் வைத்திருக்கிறோம். இறைவன் இவள் மீது வைத்திருக்கும் பாசத்தை நேரடியாகக் கண்டவன் நான். அந்த க்ஷணம் முதல் இவளைத் தெய்வமாக மட்டுமே காண முடிகிறது. இன்று எங்கள் குலதெய்வமாக இவளை வணங்குகிறோம். தாயாக நினைத்து விழுந்து வணங்கப்பட வேண்டியவளைத் தாரமாக

நினைப்பது எவ்வளவு பெரிய பாவம்! அதை என்னால் எப்படிச் செய்ய இயலும்?”

பரமதத்தன் கேட்கக் கேட்க, அனைவருமே புனிதவதியை நோக்கிக் கைகூப்பித் தொழ ஆரம்பிக்க, அவள் இன்னும் அதிகமாய் வருந்திக் கண்கலங்கினாள். இனி இவன் என்னை மனைவியாய் நினைக்க மாட்டானா? கடவுளாக நான் இவனை நினைத்திருக்க, இவனும் என்னை அப்படியே நினைத்தால் எப்படி? தனக்கென்று மனைவி குழந்தை என்று வாழத் துவங்கிவிட்டவனை இனி எப்படி வா என்று அழைப்பது?

ஆக இனி இவன் எனக்குக் கணவனில்லையா?

பின் யாருக்காக இந்த தேகத்தை ஜோடனை செய்து வைத்திருக்கிறேன். புருஷன் தொடுவதற்கல்லாத தேகம் எதற்கு...? இந்தச் சுமை இனியும் எனக்குத் தேவையா? இந்த மினுமினுக்கும் தோலும், தோல் போர்த்திய தசையும், தசைக்குள் என்பும் எதற்காக...? லௌகீக வாழ்வு வாழ்வதற்கல்லவா இந்த தேகம் தேவை? அத்தகைய வாழ்வு இனிக் கிடைக்கப் போவதில்லை என்றான பிறகு எதற்கெனக்கு இந்த அழகிய தேகம்...? அழித்துவிடேன். உனை வணங்க எனக்குப் பேய் ரூபம்கூடப் போதுமே. அழகெதற்கு?

அவள் கண்மூடி வேண்ட, அவள் உடல் மாறத் துவங்கியது. அனைவரும் விழி பிதுங்கப் பார்க்கையிலேயே அந்த அழகிய தேகம் மறைந்து வெறும் எலும்புக்கூடொன்று கை கூப்பி நிற்க அனைவரும் அலறி விலகினார்கள்.

அவள் கைலாயம் நோக்கி நடந்தாள். இறைமையைத் தேடி. காலில் சக்தி குறையக் குறையத் தலையால் நடந்தாள். அதற்குமேல் தெய்வத்திற்கே பொறுக்கவில்லை.

“அம்மையே!” என்றழைத்தபடி சிவபெருமான் அவள் முன் தோன்ற, அவள் எலும்புக்கூடாய் அவன் பாதங்களில் விழுந்தாள்.

"போதும் இந்தப் பிறவி அப்பா...! இனிப் பிறவி வேண்டேன் என்று இந்தத் திருவடியில் கிடந்து பாடிப் பரவசமடைய அருள்புரிவாய்."

சிவபெருமான் புன்னகைத்தார். அவள் கோரிக்கையை ஏற்றார்.

"தென்திசையில் திருவாலங்காடென்று ஒரு ஊர் உள்ளது. அம்மையே! அங்கே என் நடனம் கண்டு பேரின்பம் எய்துவாயாக!"

இறைவன் மறைய, இறைவனாலேயே 'அம்மையே' என அழைக்கப் பெற்ற அந்த தெய்வப் பெண் திருவாலங்காடு நோக்கி நடந்தாள்.

காரைக்காலம்மை என்று அழைக்கப்பட்ட இவள் கதை உங்களுக்குப் புதியதல்ல என்றாலும் இன்னமும் இவள் பக்தி கேட்பவரையும், படிப்பவரையும் பிரமிக்க வைத்துக் கொண்டுதானிருக்கிறது. அந்தப் பிரமிப்பில்தான் இதை எழுதிய கையோடு யோசிக்கிறேன்.

இவளது பக்தி மட்டுமல்ல, இவளது மற்றொரு வைராக்கியமும் பிரமிக்கத்தான் வைக்கிறது. பெண்கள் எதை வேண்டுமானாலும் இழக்க முன்வருவார்கள். ஆனால் தங்கள் இளமையை, அழகிய தேகத்தை எந்தப் பெண்ணாவது இழக்க முன்வருவாளா?

தெருவுக்குத் தெரு பியூட்டி பார்லர்கள் நிறைந்த இன்றைய சூழல் பெண்களின் இந்தக் குணத்தினால் அல்லவா ஏற்பட்டுள்ளது. அப்படியிருக்க புருஷனுக்குப் பயன்படாத தேகம் இனி எதற்கு என்றதோடு இறைவனை வணங்க அவன் அன்பைப் பெற அழகிய தேகம் தேவையில்லை. ஆத்ம சுத்தமும், உண்மையான பக்தியும் அன்பும் மட்டும் போதும் என்பதையும் அவள் எவ்வளவு தெளிவாகத் தானும் உணர்ந்து நமக்கும் உணர்த்திவிட்டுப் போயிருக்கிறாள்!

தகதகவென்று பட்டாடைகளும், கழுத்து காதுகளில் எல்லாம் தங்கமும் வைரமும் மினுமினுக்க, தங்கள் வசதியைப் பறைசாற்றவும், சந்நிதியில் நின்று வம்பு பேசவும் மட்டும் கோயிலுக்குச் செல்லும் பெண்கள் இதைப்பற்றிக் கொஞ்சம் யோசிப்பார்களா?

நான் இப்படிச் சொல்லுவது உங்களைக் கொஞ்சம் வருத்தப்படுத்தக்கூடும் என்றாலும் நான் கூறுவது பொய்யல்ல. நிறையப் பெண்கள் இப்படித்தான் இருக்கிறார்கள். அவர்களைத்தான் நான் யோசிக்கச் சொல்லுகிறேன். எல்லோரையும் அல்ல.

உங்கள் பக்தி எந்த வகை...? யோசியுங்கள். எளிமையாகக் கோயிலுக்குச் செல்ல முயற்சி செய்யுங்கள்.

என்னுயிர் நீயன்றோ?

ஊரே ஆழ்ந்து உறங்கிய வேளையில் அவள் மட்டும் உறங்காமல் கட்டிலில் படுத்திருந்தாள். சுவர்க்கோழியின் ரீங்காரத்தைக் கடந்து மெல்லிய குயிலோசை கேட்கவும் அவள் சட்டென்று எழுந்தாள். முன்கூட்டியே தன் ஆபரணங்கள், பாதக் கொலுசு அனைத்தையும் கழட்டி வைத்திருந்ததால், எவ்வித ஓசையுமின்றிப் பதுங்கிப் பதுங்கி நடந்தாள். சத்தமின்றிக் கொல்லைப்புறக் கதவைத் திறந்தாள்.

காற்று முகத்தில் மோதியது. கொல்லைச் சுவருக்கு அப்புறம் அவன் அவளுக்காகக் காத்திருந்தான். அவள் சுவர் தாண்டி இறங்க உதவி செய்தான்.

“நீ வருவாயோ மாட்டாயோ என்று மிகவும் கவலைப்பட்டு விட்டேன்!” அவள் இறங்கியதும் முகம் மலரக் கூறினான். “புறப்படு. விரைவில் நாம் இவ்விடத்தை விட்டு அகல வேண்டும்.”

அவள் திரும்பித் தன் இல்லத்தை ஒருமுறை நோக்கினாள். விழிகளில் நீர் திரையிட்டது. பதினெட்டு ஆண்டுகள் வளர்ந்த வீடு. ஆறு பெண்களுக்குப் பின் ஏழாவதாகப் பிறந்த கடைக்குட்டி அவள். வீட்டின் செல்லப் பெண். ஒரு இளவரசியைப் போல்தான் வளர்ந்தாள் அவள்.

இந்த வீட்டின், இந்தக் கொல்லைத் தோட்டத்தின் ஒவ்வொரு மூலை முடுக்கும் அவளது வாசனை அறியும். இந்தக் கொல்லையில் புதராய் மண்டிக் கிடக்கும் மல்லிகைப் பந்தலும், முல்லைக் கொடியும், ஷெண்பக மரமும், ரோஜாச் செடிகளும் அவள் நட்டு வளர்த்தவைதான். பூக்களை எல்லாம் தானே தினமும் பறித்துத் தன் கைப்பட மாலையாய்த் தொடுத்துக் கோயிலுக்குச் சென்று சிவலிங்கத்திற்கும் அம்பிகைக்கும் சார்த்தி அழகு பார்ப்பதென்றால் அவளுக்குக் கொள்ளைப் பிரியம்.

கோயில் அர்ச்சகர் அம்பாளின் மீதிருந்து எடுத்துக் கொடுக்கும் பூச்சரத்தைத் தவிர வேறு பூவை அவள் சூட்டிக் கொள்வதில்லை. சிவபெருமானிடமும், அவன் மனையாளிடமும் அளவுகடந்த பக்தி அவளுக்கு.

வீட்டின் கடைக்குட்டி என்பதால் வீடு அவள் விரும்பியதையெல்லாம் வாங்கித் தந்தது. அவள் வாய்விட்டுக்கூடக் கேட்க வேண்டாம். அவளது பார்வையைப் புரிந்துகொண்டே அவள் விரும்பிய துணிமணிகளும், ஆபரணங்களும், அவளுக்கு முன் கடை பரத்தப்பட்டுவிடும். அவளுக்குப் பிடித்த உணவுதான் வீட்டில் சமைக்கப்படும். தன் விருப்பங்களை வீடு மதித்து நிறைவேற்றும் என்ற எண்ணத்தில்தான் தன் சொந்த மாமனை அவள் விரும்பினாள். சொந்த மாமன்தான் என்றாலும், அவர்கள் காதல் இலைமறைவு காய்மறைவாகவே கனிந்து வளர்ந்தது. சில விஷயங்கள் ரகசியமாயிருந்தால்தான் சுவைக்கும் என்பதில் அவளும், அவள் மாமனும் ஒத்த கருத்துக் கொண்டிருந்தார்கள்.

ரகசியமாயிருந்த காதலை வெளியில் சொல்லியே தீரவேண்டிய கட்டாயம் சில மாதங்களுக்கு முன்னால் ஏற்பட்டது.

அவளுடைய அப்பா அந்த வைப்பூரின் ஊர்த்தலைவர். மிகப்பெரிய வியாபாரி. தன் உறவு வழியில் அவளுக்கு வரன் பார்த்திருந்தார் அவர். மணமகன் வீட்டாரும் அவரைப்போலப் பெரும் வியாபாரிகள். செல்வந்தக் குடும்பம்.

இந்த விஷயம் தெரிந்ததும் குழலி துடித்துப் போனாள். முகம் சிவக்கத் தந்தையிடம் ஓடி வந்தாள்.

“மணந்தால் என் மாமனைத் தவிர வேறு யாரையும் மணக்க மாட்டேன்!” துணிச்சலோடு கூறினாள்.

அவர் அவளை விழி சிவக்கப் பார்த்தார். அவள் விரும்பியதையெல்லாம் வாங்கித் தந்தவருக்கு அவளுடைய இந்த விருப்பம் மட்டும் எட்டிக்காயாய்க் கசந்தது. மனைவியின் பிறந்த வீட்டோடு பகை ஏற்பட்டுப் பல ஆண்டுகள் ஆகியிருந்தன.

மறுபடியும் அவர்களோடு உறவா...? போயும் போயும் அந்த வீட்டுக்குச் சம்பந்தி மரியாதை செய்வதா...? அந்தச் சின்னப் பயலுக்கு மாப்பிள்ளை மரியாதையா...? கூடவே கூடாது. அவர் உள்ளுக்குள் குமைந்தார்.

“மறந்துவிடு!” ஒற்றை வார்த்தையைக் கடுமையாக உதிர்த்தார். அவள் பதற்றத்தோடு அவரைப் பார்த்தாள்.

“அதுமட்டும் முடியாது. இந்தத் திருமணத்தால் பிரிந்த இரு குடும்பங்கள் ஒன்று சேரும் என்பதை யோசித்துப் பாருங்கள்.”

“எதற்கு ஒன்று சேர வேண்டும்? தேவையே இல்லை.”

அவள் வேறு ஏதோ சொல்ல வாயெடுப்பதற்குள் அவர் கையுயர்த்தி அவள் பேச்சைத் தடுத்தார்.

“இதற்குமேல் ஏதாவது பேசினாய்... தண்டனை கடுமையாக இருக்கும். எனக்குள் தூங்கிக் கொண்டிருக்கும் மிருகத்தைத் தட்டி எழுப்பிவிட்டு விடாதே. உன் திருமணம் விரைவில் நடக்கும். நான் பார்க்கும் மாப்பிள்ளையோடு!”

அவர் உறுதியான குரலில் கூறிவிட்டு வெளியில் சென்றார்.

அன்று முழுக்க அவள் நீர்கூட அருந்தாமல் கண்ணீர் சொரிந்து கொண்டிருந்தாள்.

அல்ப ஆசைகளையெல்லாம் பூர்த்தி செய்தார், தன் ஆழமான ஆசையைப் புறக்கணித்துவிடுவார் என்பதை அவள் எதிர்பார்க்கவில்லை...

காரியங்கள் வெகு வேகமாக நடந்தன. தன் அந்தஸ்துக்குத் தகுந்த ஒரு பையனைப் பார்த்துத் திருமணச் சம்பந்தம் பேசி முடித்துவிட்டார் என்றும் விரைவில் நிச்சயதார்த்த வைபவமும் அதைத் தொடர்ந்து திருமணமும் நடக்கும் என்றும் தெரிய வந்தது.

அவள் தூக்கமிழந்தாள். தன் நம்பிக்கைக்குரிய தோழியின் மூலம் அவனுக்குச் சேதி சொல்லி அனுப்பினாள் அவள். அதே தோழியின் மூலம் அவன் பதில் செய்தி அனுப்பினான்.

வீட்டைவிட்டு வரத் தயாரா என்று கேட்டான். ஒரு கணம் அதிர்ந்தாலும் வேறு வழியே இல்லை என்பது புரிய அவள் சம்மதித்தாள்.

குறித்த நேரத்தில் அவன் ஒலியெழுப்பி அழைக்க, அவள் வெளியில் வந்துவிட்டாள். அனைத்தையும் உதறிவிட்டு.

“நாம் எங்கு செல்கிறோம் இப்போது?” ஊரைக் கடந்தபின் அவள் கேட்டாள்.

“திருமருகல்.”

“இங்கிருந்து ஆறேழு காத தூரம்தான் இருக்கும். அங்கே போனால் நாம் பிடிபட்டுவிட மாட்டோமா? இன்னும் அதிக தொலைவில் எங்காவது சென்றுவிடலாமே.”

“இரவு நேரத்தில் நாம் வெகு தூரம் செல்ல முடியாது. கள்வர்கள் நடமாட்டம் அதிகமிருக்கும். இன்றிரவு திருமருகல் கோயிலில் தங்கிவிட்டு விடிந்தபின் அங்கேயே நம் திருமணத்தை முடித்துக்கொண்டு விடுவோம். அதன்பின் நாம் யாருக்குப் பயப்பட வேண்டும்? தம்பதியாகத் திரும்பி வைப்பூருக்கே வந்து பெரியவர்கள் காலில் விழுவோம். ஆசீர்வதித்தால் ஆசீர்வதிக்கட்டும். இல்லையென்றால் நாம் கொடுத்து வைத்தது அவ்வளவுதான் என்று மனதைத் தேற்றிக்கொண்டு நம் வாழ்க்கையை ஆரம்பிப்போம்.”

அவன் சொல்வது நியாயமாகத் தோன்றவே, அவள் தலையசைத்தாள். அதுவரை நெஞ்சடைத்திருந்த பயம் சற்று விலக அவன் இடக்கரத்தைப் பற்றி விரல்களோடு விரல்களைப் பிணைத்துக்கொண்டாள். இருவரும் எதுவும் பேசிக்கொள்ளவில்லை. ஆழ்ந்த நிசப்தமே அர்த்தம் நிறைந்ததாயிருக்க, இருவரும் நடந்தார்கள்.

“என்ன மௌனம், குழலி? எது பற்றி யோசனை? பெற்றவர்களைத் தலைகுனியச் செய்துவிட்டுப் புறப்பட்டு வந்துவிட்டோமே என்ற வருத்தமா?” சற்றுப் பொறுத்து அவன் கேட்டான்.

"வருத்தமில்லை, ஏமாற்றம். அப்பா சம்மதித்து விடுவார் என்று நம்பியிருந்தேன். அவர்கள் வாழ்த்த நம் திருமணம் நடக்கும் என்று கனவு கண்டிருந்தேன்."

"நானும் நம்பினேன். நீ தினமும் மலர் தொடுத்துச் சார்த்தி ரசித்துப் பூஜிக்கும் உன் சிவபெருமான் உன் தந்தையின் மனதுள் புகுந்து நம் திருமணத்திற்குச் சம்மதம் சொல்ல வைப்பார் என்று நம்பினேன். ஏமாற்றிவிட்டார்."

"கடவுளின் செயல்களைத் தயவுசெய்து விமரிசிக்க வேண்டாம். நம் திருமணம் இப்படித்தான் நடக்க வேண்டும் என்பது அவனது விருப்பமாயிருக்கலாம். அல்லது இதற்குப் பின்னே வேறு ஏதேனும் காரணங்கள்கூட இருக்கலாம். தெய்வ சித்தத்தைக் கேள்விகளின்றி ஏற்பதுதான் உண்மைப் பக்தருக்கு அடையாளம். இனியொரு முறை தெய்வம் ஏமாற்றிவிட்டது என்ற சொல்லை எங்கும் பிரயோகிக்க வேண்டாம். சரியா?"

"அடேயப்பா! கோபம் வந்துவிட்டதாக்கும்? முகத்தைப் பார், சிவந்துவிட்டது! என்னைவிட அந்தக் கடவுள் மீதுதான் அதிக அன்பா உனக்கு?"

"அந்த அன்புக்குப் பெயர் பக்தி."

"இந்த அன்புக்குப் பெயர்?"

"காதல். இதுவும் ஒருவகைப் பக்திதான். கற்புநெறி தவறாமல் இறுதிவரை காதலித்துக் கொண்டேயிருப்பேன்."

"கற்புநெறி காப்பவர்க்குக் கணவர்தானே தெய்வம்! மற்றோர் தெய்வமெதற்கு?" அவன் அவளைக் கேள்வியால் சீண்டினான்.

"மடக்கிவிட்டதாய் எண்ணிவிட வேண்டாம். கடவுள் வேறு. கணவர் வேறுதான். தெய்வமின்றி அதன் அருளின்றி இந்த உலகில் எவரால் இயங்க இயலும்? இப்போது நம்மைச் சேர்த்து வைத்திருப்பதுகூட அவன்தானே! அவனது அருள் இல்லாவிட்டால் என்னால் வீட்டைவிட்டு வெளியில் வந்திருக்க முடியுமா? எவரது உறக்கமேனும் கலைந்து, என் புறப்பாடு தடைப்பட்டிருக்கும்."

அவள் சொல்லி நிறுத்த அவன் புன்னகைத்தான். "சும்மா உன்னைச் சீண்டிப் பார்த்தேன். எனக்குத் தெரியாதா?"

"அடிக்கடி இப்படிச் சீண்டினால் நான் வாடிப்போய் விடுவேன். எனக்கு நீங்களும் வேண்டும், தெய்வமும் வேண்டும்."

"மாட்டேன். உன் பூஜைக்கு நானும் உதவுகிறேன், போதுமா?" அவன் அவளைச் சமாதானப்படுத்தினான். பேச்சு வாக்கில் திருமருகலை நெருங்கியிருந்தார்கள். வேகவேகமாய் நடந்ததில் ஆடுசதை வலித்தது. மூச்சிரைத்தது.

"நல்ல காலம். இதுவரை தடையின்றி வந்து சேர்ந்துவிட்டோம். அதோ பார் கோயிலின் சுற்றுச் சுவருக்குள் அடர்ந்திருக்கும் வாழை மரங்களை! இந்த வாழை மரங்களைப் பற்றிக் கேள்விப்பட்டிருக்கிறாய் அல்லவா?"

"படாமல் என்ன? தேனைப் போல் இனிக்குமாம். தல விருட்சமாயிற்றே. அதுமட்டுமல்ல. இந்த வாழையைக் கோயிலுக்கு வெளியே எடுத்துச் சென்று நட்டால் வளராதாம். ஆச்சர்யமாக உள்ளது. இதுதான் தெய்வ சக்தி என்பது."

பேசியபடியே இருவரும் கோயிலுக்குள் சென்று பூட்டிய கதவு வழியே மாணிக்கவண்ணரைத் தரிசித்துவிட்டு வெளியில் வந்தார்கள். உற்சவ காலமானதால் கோயிற்கதவு திறந்தே இருந்தது. வெளியூர்வாசிகள் நிறையப் பேர் மண்டபங்களில் ஆங்காங்கு தேகம் கிடத்தி உறங்கிக் கொண்டிருந்தனர்.

"அருகில் ஒரு விடுதி உள்ளது. இரவு அங்கு தங்குவோம். விடிந்ததும் திருமணம். அதன் பின் நாம் கணவன் மனைவி."

அவன் சொல்ல, அவள் முகத்தில் சந்தோஷம் சிவப்பாகப் படர்ந்தது.

"தம்பதிகளா?" விடுதி ஆள் தண்டு விளக்கின் ஒளியில் அவர்களைப் புருவம் சுருக்கிப் பார்த்துக் கேட்டான்.

"தம்பதியாகப் போகிறவர்கள். விடிந்தால் எங்கள் திருமணம் நடந்து விடும்."

“ரகசியமாக வந்தவர்களா?”

“ஆம். தெய்வத்தை நம்பி வந்தவர்கள்.”

“ஒரே ஒரு அறைதான் உள்ளது. உற்சவ காலம் அல்லவா? விடுதி நிறைந்துவிட்டது. இருவரும் சேர்ந்து அதில் தங்குவதானால் திறந்து விடுகிறேன்.”

“பரவாயில்லை. எங்களுக்குக் கட்டுப்பாடுகள் உள்ளது.” அவன் சொல்ல, விடுதி ஆள் பின்பக்கம் அழைத்துச் சென்று, தோட்டத்தை ஒட்டியிருந்த ஒரு சிறிய அறையைத் திறந்துவிட்டான். அறையில் புழுக்கம் அதிகமாக இருக்க, தோட்டத்தை ஒட்டிய ஜன்னலைத் திறந்தாள் அவள். விடுதி ஆள் போனதும் கதவைச் சாத்திவிட்டு இருவரும் தனித்தனியே பாய் விரித்துப் படுத்தனர். இருவருக்கும் இடையில் கணிசமான இடைவெளி இருந்தது.

“நாளை இந்த இடைவெளி மறைந்து விடும்!” அவன் குறுஞ்சிரிப்போடு அவளைப் பார்க்க, அவள் முகம் நாணத்தில் சிவந்தது.

வெகு தூரம் நடந்து வந்த களைப்பில், இருவரும் படுத்த சிறிது நேரத்தில் உறங்கத் தொடங்கினார்கள். ஜன்னல் வழியே காற்று சிலுசிலுவென்று அறைக்குள் நிறைந்தது. அதோடு கொடிய சர்ப்பம் ஒன்றும் சரசரவென்று உள்ளே இறங்கியது. ஜன்னலை ஒட்டிப் படுத்திருந்த அவளது உயிருக்குயிரான மாமனைத் தீண்டிவிட்டு வந்த வழியே சென்று மறைந்தது.

“குழலி...!” அவன் வலி தாங்காமல் அலறியபடி எழுந்தான். ஜன்னலுக்கு வெளியில் இறங்கிக் கொண்டிருந்த சர்ப்பத்தின் வாலைப் பார்த்ததும் மரணபயம் அவன் முகத்தில் படர்ந்தது.

அவன் அலறிய சத்தத்தில் அவள் திடுக்கிட்டு எழுந்தாள். வாயில் நுரை தள்ள, கண்கள் செருக அவன் கிடந்த நிலையைக் கண்டதும் துடிதுடித்துப் போனாள்.

அவள் அழுகைச் சப்தம் கேட்டு விடுதி மொத்தமும் அங்கு குழுமிவிட்டது.

“அடடா! சர்ப்பம் தீண்டியிருக்கிறது! அடப்பாவமே! எவரேனும் வைத்தியர் உள்ளனரா இங்கு...?”

“ஜன்னலை யாராவது திறந்து வைப்பார்களா?”

“உன் கணவனா, அம்மா?”

“உன்னைப் பார்த்தால் திருமணம் ஆனவள் போலும் தெரியவில்லையே. கழுத்தில் தாலிச்சரடு இல்லை. பின் யார் இது?”

“ஊரைவிட்டு ஓடி வந்தவர்களாயிருப்பார்கள்! வர வர உலகம் ரொம்பவும்தான் கெட்டுவிட்டது.”

“இவர்களைப் பெற்ற உள்ளங்கள் அங்கே இவர்களைக் காணாமல் அவமானத்தில் என்ன துடிதுடிக்கின்றனவோ!”

“பெற்றவரை ஏமாற்றிய பாவத்திற்குத்தான் தெய்வம் தண்டனை கொடுத்திருக்கிறது.”

“என்ன இருந்தாலும் சிறு வயது. பார்க்கப் பரிதாபமாக இருக்கிறது.”

“நாம் பரிதாபப்பட்டு என்ன பயன்? அவன் கதை முடிந்துவிட்டது. மூச்சு நின்றுவிட்டது.”

ஒரு சிலர் தூற்ற, ஒரு சிலர் இரக்கப்பட, அவன் இறந்து விட்டான் என்றறிந்ததும் அவர்கள் கலைந்து சென்றார்கள்.

“உன் ஊர் எது, அம்மா? இவனைப் பெற்றவர்கள் எங்கிருக்கிறார்கள் என்று சொன்னால் தகவல் சொல்லி அனுப்பி அவர்களை வரவழைத்து ஆக வேண்டிய காரியங்களைப் பார்க்கலாம்.” விடுதித் தலைவன் கேட்க, குழலி சிலையாய் அமர்ந்திருந்தாள் அவனையே வெறித்துப் பார்த்தாள்.

“இல்லை. இவனுக்கு எதுவும் ஆகவில்லை. இது வெறும் மயக்கம்தான்.”

“மயக்கமா...? நாடி அடங்கிவிட்டது, பெண்ணே. நன்றாகப் பார்.”

"நான் நம்பமாட்டேன். இதற்காக நாங்கள் இங்கு வரவில்லை. வாழ்வதற்காகத்தான் எங்களைத் தெய்வம் இங்கு புறப்பட்டு வரச் செய்தது. பிரிவதற்காக அல்ல."

"பித்துப்பிடித்துவிட்டது, உனக்கு அதிர்ச்சியில்."

"நான் நம்புகிறேன், ஐயா. நான் வணங்கும் முக்கண்ணன் என்னைக் கைவிடமாட்டார். இந்த மயக்கத்தைத் தெளிவித்து இவரை என்னிடம் ஒப்படைக்க வருவார்."

"சரியாய்ப் போயிற்று. சந்தேகமேயில்லை. பைத்தியம்தான் பிடித்துவிட்டது. உன் முக்கண்ணன் எப்படியம்மா வருவான்? மூன்று கண்ணோடா? அல்லது எங்கிருந்து வருவான்? இந்த தூணிலிருந்தா அல்லது துரும்பிலிருந்தா? உன்னிடம் இனி என்ன பேச்சு... நான் போய் ஆக வேண்டிய காரியத்தைப் பார்க்கிறேன். விடுதிக்குள் பிணத்தை வெகுநேரம் வைத்திருக்க முடியாது. உற்சவ காலம் வேறு. சுவாமி புறப்பாட்டுக்கு முன் இதனைக் கொண்டு செல்லாவிட்டால் என் கதை தீர்ந்தது."

விடுதித் தலைவன் செல்ல, அவள் மட்டும் அவனோடு தனித்திருந்தாள். தாரை தாரையாய்க் கண்ணீர் வழிய, அவள் அவனையும் சுவரில் தீட்டியிருந்த மாணிக்கவண்ணரின் ஓவிய உருவத்தையும் மாறிமாறிப் பார்த்தாள்.

"நான் தீண்ட வேண்டிய தேகத்தை நாகம் தீண்டிவிட்டதே! நான் என்ன செய்வேன், தெய்வமே! பெற்றவர் உற்றவர், வீடு வாசல் அனைத்தையும் உதறி இவன் மட்டுமே போதும், உன் அருளோடு இவனுடன் வாழ்வேன் என்று நம்பி வந்தேனே! சடையாய்! விடையாய்! மருகலுடையாய்! வீரக்கழலணிந்த வேந்தே! அரவும் பிறையும் அணிந்த அரனே! ஆலகால விஷமுண்ட திருநீலகண்டனே! இதோ இங்கு உடலெல்லாம் நீலம் பாய்ந்து கிடக்கும் என் ஜீவனைக் காக்க ஓடோடி வருவாய் சிவனே! எவ்வளவு திருவிளையாடல்கள் புரிந்திருக்கிறாய்! எவ்வளவு உயிர்களைக் காத்துக் கொண்டிருப்பவன் நீ. உன்னால் அருளும் புகழும் பெற்றவர்தான் எத்தனை பேர்! உன் கருணைக்கு

ஈடு இணையாக எதுதான் உள்ளது...? நான் நம்பிக்கையோடு இருக்கிறேன், உன் கருணைக்கடலின் ஒரு திவலை இந்த விடம் பாய்ந்த தேகத்தின் மீதும் தெளிக்கும் என்று. உன் நெற்றிக்கண் அரக்கருக்கு மட்டுமே நெருப்பாய்த் திறக்கும், பக்தர்கள் மீது பூவாய்ச் சொரியும். முக்கண்ணா வா! வந்து எம்மீது பூச்சொரிந்து எம்மை வாழ்த்தி வாழ வை. உன் தயவு தேடி வந்துள்ளோம்."

அவள் மௌனமாய் இறையோடு பேசினாள். விடுதியைச் சுற்றி அடுத்து என்ன நடக்கப் போகிறதோ என்ற ஆவலோடு மக்கள் கூட்டம் காத்திருந்தது.

சற்றுத் தள்ளி விடந்தீர்ந்த விநாயகனை ஒரு உருவம் தொழுது கொண்டிருந்தது. தகதகவென்று ஒரு ஞானஜோதி அந்த முகத்திலும் உடலிலும் குடி கொண்டிருந்தது.

ஞான சம்பந்தர்... திருஞானசம்பந்தர்...

மக்கள் வியப்பும் பக்தியுமாக மெல்ல அவர் பெயர் உச்சரித்துப் பணிந்து ஒதுங்கி நின்று தலை தாழ்த்தி வணங்கினார்கள்.

"ஏன் இவ்வளவு கூட்டம் இந்த வீதியில் மட்டும்?" ஞானசம்பந்தர் தன் சீடர் ஒருவரை விசாரிக்க, மக்கள் கூட்டத்தில் ஒருவர் அதற்குப் பணிவோடு பதில் சொன்னார்.

"மரணம் ஒன்று நிகழ்ந்துவிட்டது, சுவாமி. நீங்கள் வேறு வழியாகச் செல்வது நல்லது."

"மரித்தது யார்?"

"தெரியவில்லை. ஊருக்குப் புதியவர்கள். திருமணம் செய்துகொள்ள வீட்டைவிட்டு ஓடிவந்த காதலர்களாம். நாகம் தீண்டி அந்த ஆண் மரித்துவிட்டான், அந்தப் பெண் அவன் இறந்துவிட்டதை நம்ப மறுத்துப் பிரமை பிடித்தவள் போல அமர்ந்திருக்கிறாள். சத்திரத்து நிர்வாகி பிணத்தை அப்புறப்படுத்த ஏற்பாடு செய்யப் போயிருக்கிறார்."

ஞான சம்பந்தர் அந்த விடுதியை நோக்கி நடந்தார்.

"எதற்கு சுவாமி... பிணத் தீட்டு..."

அவர் மௌனமாய் நடந்தார்.

சற்றுமுன் இறையோடு மனதுக்குள் பேசிக் கொண்டிருந்ததை எல்லாம் இப்போது வாய்விட்டுச் சத்தமாகப் பேசிக் கொண்டிருந்தாள் அவள்.

"நீ கருணாமூர்த்தி. நஞ்சுண்ட கண்டன். தேவர்களை ரட்சித்தவன். மார்க்கண்டேயனுக்கு ஆயுள் கொடுத்தவன். பிட்டுக்கு மண் சுமந்து பிரம்படிபட்டவன். நரியைப் பரியாக்கியவன். உன் மனையாளோ அதற்கு மேல். பசி என்று ஒரு பாலகன் அழுதால் ஓடோடி வந்து விடுவாள். அப்படித்தானே ஞானசம்பந்தனுக்குப் பாலூட்டினாளாம். உங்கள் இருவரது கருணா கடாட்சமும் எங்களைக் காக்கும். நீ வருவாய். எவர் ரூபத்திலாவது வந்து காப்பாய், என நான் நம்புகிறேன்."

ஞான சம்பந்தர் புன்னகையோடு அந்த அறை வாயிலில் ஞான சூரியனாய் நின்றார். விடம் தீண்டி இறந்து கிடந்த இளைஞனையும் பக்தியோடு தெய்வத்தைப் புகழ்ந்து கொண்டிருந்த அந்த இளம் பெண்ணையும் பரிவோடு பார்த்தார்.

ஞானசம்பந்தர் வந்து நிற்பதைக்கூட அறியாமல் அவள் கண்மூடி அமர்ந்து தெய்வத்திடம் பேசிக் கொண்டிருந்தாள்.

ஞான சம்பந்தர் ஒரு க்ஷணம் கண்மூடி நின்றார். உள்ளே சுடர்விட்ட சிவபெருமானைத் தியானித்தவர் திருவாய் மலர்ந்தது.

சடையா எனுமால், சரண்நீ எனுமால்
விடையா எனுமால், வெருவா விழுமால்
மடையார் குவளை மலரும் மருகல்
உடையாய் தகுமோ? இவளுண் மெலிவே...

அந்த தெய்வீகக் குரல் இதயச் சுவர்களைச் சொடுக்க, அவள் சிலிர்த்துக் கண்விழித்து அவரைப் பார்த்தாள். தெய்வ ரூபமாய்த் தெரிந்தவரை நோக்கிக் கண்ணீரோடு கைகூப்பினாள்.

“மருகல் மாணிக்கவண்ணா! இது நியாயமா? உடையவன் மீது உருண்டு புரண்டு அழ வேண்டியவள், அப்படிச் செய்யாது உன்னைப் புகழ்ந்து போற்றிக் கொண்டிருக்கிறாள். பாழும், தெய்வமே! இப்படிப் புரிந்துவிட்டாயே என்று நிந்திக்காது பெருமான் கழல் வாழ்க என்று உனைப் பாடிக் கொண்டிருக்கிறாள். துன்பத்திலும் உனைத் துதித்துப் போற்றும் இவ்வுத்தமியை நீ சோதிக்கலாமா...?

அலராக்கினையே, அயர்வாக்கினையே

புலருந்தனையும் துயிலாள் புடைபோந்து
அலரும் படுமோ அடியாள் இவளே.

வழுவாள் பெருமான் கழல் வாழ்கவெனா
எழுவாணினைவாள் இரவும் பகலும்
மழுவாளுடையாய் மருகற் பெருமான்
தொழுவாளிவளைத் துயராக்கினையே

எரியார் சடையும் அடியும் இருவர்
தெரியாததோர் தீத்திரளாயவனே
மரியார் பிரியா மருகற் பெருமான்
அரியாளிவளை அயர்வாக்கினையே

இந்த தூய பக்தைக்காக இந்த ஞானசம்பந்தன் பணிந்து கேட்கிறேன். இவன் ஜீவனைத் தந்துவிடு. உன் பக்தையின் கண்ணீர் துடை.”

ஞானசம்பந்தர் உருக்கத்தோடு இறைவனிடம் அவனுக்காக உயிர்ப்பிச்சை கேட்ட சற்று நேரத்தில் அந்த அதிசயம் நடந்தது.

யாரோ எவரோ கண்ணுக்குத் தெரியாமல் உறிஞ்சி எடுப்பது போல் அவன் உடலின் நீல நிறம் மெல்ல மெல்ல வடிந்து மறைந்து, தூக்கத்திலிருந்து எழுந்திருப்பவன் போல் எழுந்து மிரள மிரள அனைவரையும் பார்த்தான் செட்டி இளைஞன். கூட்டம்

'ஹா'வென்று விழி விரித்துப் பார்த்தது. நின்ற இடத்திலேயே தரையில் விழுந்து திருஞான சம்பந்தரை நமஸ்கரித்தது.

குழலி பக்தியும் பரவசமும் சொல்லொணா ஆனந்தமும் பொங்கித் ததும்ப வேரறுந்த மரமாய் அவர் காலில் விழுந்தாள். கண்ணீரால் அவருக்கு நன்றி சொன்னாள். மறுநாள் ஞானசம்பந்தரே அவர்களது திருமணத்தை நடத்தி வைத்து வாழ்த்தினார். இப்படி ஒரு பெரும் பேறு கிடைக்கத்தான் இந்த துக்கமும் சோதனையுமா?"

மாண்ட கணவனை எமனிடமிருந்து மீட்டு வந்த சாவித்திரியின் கதை எல்லோருக்கும் தெரியும். தன் காதலனுக்காக இறைவனிடம் பக்தியோடு மன்றாடிய இந்தச் செட்டிப் பெண்ணின் கதை எத்தனை பேருக்குத் தெரியும்?

அதிர்ஷ்டம் வந்தால் இறைவனைப் புகழ்வதும், துக்கம் நேரிட்டால் இறைமையை நிந்திப்பதும்தான் பொதுவாக மனிதரின் குணமாக இருக்கிறது. உயிருக்குயிரானவன் மாண்ட நிலையிலும் இந்தச் செட்டிப்பெண் இறைவனை நிந்திக்காது அவன் புகழ் பாடியிருக்கிறாள்.

அந்தத் தூய பக்தி கண்டு அவளுக்காக ஞானசம்பந்தர் விடந்தீர்ந்த பதிகமொன்று பாடி அவளது காதலனின் உயிரை மீட்டுத் தந்திருக்கிறார் என்றால், அந்தச் செட்டிப் பெண்ணின் பக்தி பிரமிக்க வைக்கிறதா இல்லையா? கஷ்டம் வந்தால் இறைமையை நிந்திப்பதை நிறுத்த இந்தச் செட்டிப் பெண்ணின் மூலம் நாமும் கற்க முயலுவோம்.

இந்தச் செட்டிப் பெண்ணின் நினைவாக இன்றளவும். செட்டிப் பிள்ளை செட்டிப் பெண் திருமணத் திருவிழா ஆண்டுதோறும் நடக்கிறது என்றால் ஆச்சர்யமாக இல்லை! உண்மைக் காதலே உண்மையான பக்திக்குப் படிக்கட்டாகிறது என்பது உண்மைதான்.

உனக்காக உயிர் விடுவேன்

கஞ்சிப் பாத்திரம் வேகமாக வந்து அவள் மீது மோதி, சத்தத்தோடு கீழே விழுந்தது. இன்னும் சூடு ஆறாத கஞ்சி அவள் உடலில் ஆவி பறக்க வழிந்தது. அவள் துடித்துப் போனாள். துடித்தது சூடான கஞ்சி தன் மீது கொட்டப்பட்டதால் ஏற்பட்ட எரிச்சலாலும் வலியாலும் அல்ல. அதைவிடப் பெரிய வலி, பிள்ளையைக்கூடப் பசியோடு வாடவிட்டுவிட்டு, இருந்த அரிசியில் புருஷனுக்கு மட்டும் செய்த கஞ்சி முழுவதும் இப்படி வீணாகிவிட்டதே என்பதுதான்.

மனைவி குழந்தையின் மீது அன்பிருப்பவனாக இருந்தால் இருக்கிற கஞ்சியை எல்லோரும் பகிர்ந்து புசிப்போம் என்று கூறி அவர்களையும் உட்கார வைத்துக் கஞ்சியைப் பங்கு வைக்கச் சொல்லியிருப்பான். ஆனால் இவனிடம் ஆத்திரமும், கோபமும், சுயநலமும், ஆண் எனும் அகம்பாவமும் இருந்த அளவுக்கு, அன்பும், பாசமும் கடுகளவுக்குக் கூட இல்லாமல் போனது அவளுடைய துரதிருஷ்டம். அவளைப் பொறுத்தவரை திருமணமென்பது நெய்யிலிருந்து நெருப்பில் குதித்த கதைதான்.

பிறந்த வீட்டின் வறுமையிலிருந்து புகுந்த வீட்டு வறுமைக்கு மாறியிருக்கிறாள். புருஷன் மட்டும் துளி அன்பு காட்டுகிறவனாயிருந்தால் இதுபோல் ஆயிரம் மடங்கு வறுமையும்கூட இனிமையாகி விடும். ஆனால் அவனுக்கு அது புரிந்தால்தானே... தன் வயிறு, தன் பசி, தன் சுகம், தன் வலி மட்டுமே அவனுக்குத் தெரியும்.

இருக்கிற கஷ்டம் போதாதென்று திருமணமான இரண்டாவது வருடமே அவன் நோய்ப்படுக்கையில் வேறு விழுந்தான். சம்பாதிக்கும் சுமையும் கூடுதலாய் அவள் தலையில் விழுந்தது.

அவர்கள் வாழ்ந்தது வாரணாசியில் கங்கை நதிக்கரையில் யாத்ரீகர்கள் வருடம் முழுக்க வந்து செல்லும் புண்ணிய க்ஷேத்திரம். யாத்ரீகர்களுக்குச் சிறு சிறு உதவிகள் செய்து கொடுத்ததில் அவளுக்கு கொஞ்சம் சில்லறைகள் கிடைத்தது. அதில்தான் மூன்று வயிறு நிறைய வேண்டும்.

அத்தனை பொறுப்புக்களும் சுமந்தும், அவனைக் கண்ணும் கருத்துமாகக் கவனித்து சிச்ருஷை செய்தும்கூட அவன் மனம் கொஞ்சம்கூட இளகாது அதே பழைய மூர்க்கத்தனத்தோடு இருந்தது. சொல்லப் போனால், நோயும், இயலாமையும் அவன் அதிகாரத்தையும், ஆர்ப்பாட்டத்தையும் இன்னும் அதிகரித்திருந்தது.

உடலில் வலுக்குறைந்து ஆரோக்கியம் குன்றிவிட்டதே என்ற ஆதங்கம், அவளை அண்டித் தான் இருக்க வேண்டியுள்ளதே என்கிற குறுகுறுப்பு, அவளுக்கு அடங்கி நடந்தால் அவள் மதிப்பாளா என்ற சந்தேகம், இவையெல்லாம் அவன் குணத்தை இன்னும் மூர்க்கமாக்கியிருந்தது. அவளைச் சொல்லாலும், உடலாலும் ஹிம்சித்துக் கொண்டேயிருப்பது அவன் வாடிக்கையாயிற்று.

புருஷனால் உடலிலும் மனசிலும் ஏற்பட்ட காயங்களுக்கெல்லாம் மருந்தாயிருந்தது, அவள் குழந்தை ராமகிருஷ்ணனும், அவளுடைய கிருஷ்ண பக்தியும்தான். எத்தனை கஷ்டப்பட்டாலும் அவள் மனசுக்குள் ராமநாமமும், கிருஷ்ண நாமமும் இடைவிடாது ஒலித்துக் கொண்டேயிருக்கும். குழந்தையும், பக்தியும்தான் துன்பங்களுக்கு வடிகால். வடிகாலில் துன்பங்கள் வடிய, வறுமையிலும் அவள் மனசு இனிமையில் நிறைந்திருந்தது. ஒவ்வொரு முறை அவன் அடிக்கும்போதும் கிருஷ்ணன் உள்ளிருந்து உபதேசிப்பான்.

'பிரேமா, ஒவ்வொரு அடியையும் நான் உனக்குச் செய்யும் அர்ச்சனையாக எண்ணிக்கொள். வலி தெரியாது. அவன் கொட்டும் கஞ்சியை நான் உனக்குச் செய்யும் அபிஷேகமாக

நினை. அது குளுமையாயிருக்கும். அவன் வசவுகளை எல்லாம் கிருஷ்ண மந்திரமாகக் கருது. உள்ளம் இனிக்கும்.'

அவள் அப்படித்தான் நினைத்தாள். இருந்தாலும் இன்று அப்படி நினைக்க முடியவில்லை. காரணம் பசியால் வாடுவது அவள் குழந்தை. தாய்மையின் தவிப்பு தாள முடியாததாய் இருந்தது.

அவள் கஞ்சி வழிந்த சேலையோடு கங்கைக் கரைக்கு வந்தாள்.

"பசிக்கிறதா, கண்ணா...?" தன் பாலகனிடம் கேட்டாள்.

"வலிக்கிறதா?" பிஞ்சுக் கரத்தால் காயம்பட்டிருந்த அவள் நெற்றியைத் தடவியபடி கேட்டது குழந்தை.

"வலியெல்லாம் போய்டுத்தே, உன் கைப்பட்டதும்!" அவள் மலர்ந்து சிரித்தபடி குழந்தையை முத்தமிட்டாள்.

"எனக்கும் பசி போய்டுத்தே, நீ சிரிச்சதும்!" குழந்தை சொல்ல, பிரேமாபாய் நெகிழ்ந்து போனாள். புருஷனிடம் கிடைக்காத பரிவு பிள்ளையிடம் கிடைத்ததும் மனசுக்குள் ஆசுவாசமேற்பட்டது. இவன் அவனைப்போல் இல்லையென்ற நிம்மதி!

குழந்தையைக் கரையில் இருக்கச் சொல்லிவிட்டு, நதியில் இறங்கிக் குளித்தாள். ஒற்றைப் புடவையை அலசிக் காயவைத்து உடுத்திக் கொண்டு வந்தாள்.

வீட்டில் சமைக்க எதுவுமில்லை என்பது நினைவுக்கு வர, வேலை செய்யும் வீடொன்றில் கடனாய்க் கொஞ்சம் பணம் வாங்கிக் கொள்ளலாம் என்ற எண்ணத்தோடு பையனை அழைத்துக் கொண்டு நடந்தாள்.

செல்லும் வழியில் ஒரு மரத்தடி மேடையில் பாகவதர் ஒருவர் கதாகாலட்சேபம் செய்து கொண்டிருந்தார். பாகவதக் கதைகளை ராகம் போட்டுப் பாட்டாகவும், கதையாகவும் ஏற்ற இறக்கங்களோடு அவர் சொல்லிய விதத்தில் மனம் லயித்துப் போய் அங்கேயே நின்றுவிட்டாள். பக்தியில் அவள் மனம் திளைத்தது.

நடந்ததெல்லாம் மறந்து, பகவானின் நினைப்பு மட்டுமே மனசில் நிறைந்திருந்தது.

கதை முடிந்து எல்லோரும் கலைந்து சென்ற பிறகும்கூட அவள் கண்மூடிச் சிலையாய் அமர்ந்திருந்தாள். கண்களின் வழியே நீர்த்தாரைகள் வழிந்து கொண்டிருந்தன.

“அம்மா...”

யாரோ அழைக்கும் குரல் கேட்டுச் சட்டென்று கண் விழித்தாள்.

கதை சொல்லிய பாகவதர் எதிரில் நின்றிருக்கவும், வாரிச்சுருட்டிக் கொண்டு எழுந்து அவரை நமஸ்கரித்தாள்.

“இப்படி ஒரு காலட்சேபம் நான் இதுவரை கேட்டதில்லை. என் பிரச்னைகள், துயரங்கள், பசி, தாகம் அனைத்தும் அகன்றுவிட்ட ஆச்சர்யத்தைக் காண்கிறேன். நீங்கள் மிகச் சிறந்த பாகவதர்!”

அவள் கூற, அவர் புன்னகைத்தார். “நானும் ஆச்சர்யப்படுகிறேன். இப்படி ஒரு ரஸிகத் தன்மையை இதுவரை நானும் கண்டதில்லை. நீங்கள் மிகச்சிறந்த பக்தை.”

அவள் கூச்சத்தோடு புன்னகைத்தாள். குழந்தை பசி மயக்கத்தில் தூங்கியே போயிருந்தான். புருஷனின் நினைவு வந்ததும் அவள் முகத்தில் பயமும் பதற்றமும் படர்ந்தது.

“நான் புறப்படுகிறேன், சுவாமி.”

“எனக்கு ஒரு உபகாரம் செய்ய முடியுமா?”

“சொல்லுங்கள்.”

“இன்றைய தினம் தங்கள் கையால் உணவுண்ண விரும்புகிறேன். ஒரு சிறந்த பக்தையின் கையால் உணவுண்டு என்னைப் புனிதனாக்கிக்கொள்ள நினைக்கிறேன்.”

அவள் மகிழ்ச்சியடைந்த அளவுக்குக் கவலையும் அடைந்தாள். கையில் சல்லிக் காசு இல்லை. ஒரு சிறந்த பாகவதருக்கு நல்ல உணவிட வேண்டாமா? எப்படிச் சமாளிக்கப் போகிறேன், இந்தச் சோதனையை?

அவர் தன் இடுப்பு வேட்டியின் முடிச்சை அவிழ்த்து அதிலிருந்து கொஞ்சம் பணம் எடுத்து அவளிடம் நீட்டினார்.

“இதை வாங்கிக்கொள்ள வேண்டும். தங்கள் தோற்றம் தங்கள் வறுமையை உணர்த்துகிறது. இந்தப் பணத்தை வாங்கிக் கொள்ளுங்கள். நம் எல்லோருக்கும் சேர்த்துச் சமையுங்கள். குழந்தை, பாவம்! பசியோடு உறங்கி விட்டான்.”

அவர் பரிவோடு சொல்ல, அவள் பணத்தை வாங்கிக் கண்களில் ஒற்றிக் கொண்டாள். தன் வீடு இருக்குமிடத்தை அவருக்குத் தெரிவித்துவிட்டுக் கிளம்பினாள். கடைத்தெருவுக்குச் சென்று சமையல் பொருட்களும், காய்கறிகளும் வாங்கிக்கொண்டு வீட்டுக்கு வந்தாள்.

ஒரு மணி நேரத்தில் ஊரைக் கூட்டும் மணத்தோடு சமையல் தயாராயிற்று. அவள் புருஷனின் முகத்தில் சந்துஷ்டி. காலையில் வெறும் கஞ்சியா என்று தான் கஞ்சிப் பாத்திரத்தை வீசியதால்தான் அவள் சம்பாதித்துக் கொண்டு வந்து நல்ல சமையல் செய்கிறாள் என்று நினைத்தான் அவன். இந்தப் பயம் இருக்கட்டும் என்று எண்ணினான்.

சற்று நேரத்தில் பாகவதர் தன் குழுவோடு வந்து சேர்ந்தார்.

பிரேமா அவர்களுக்குப் பாத பூஜை செய்து வரவேற்று உட்கார வைத்தாள். அனைவருக்கும் இலை போட்டாள். கணவரும், குழந்தையும் கூட, அவர்களோடு அமர்ந்து சாப்பிட்டார்கள்.

“அற்புதமான சமையல், அம்மா. இனி எப்போது இங்கு பாகவதம் சொல்ல வந்தாலும், உங்கள் இல்லத்தில்தான் உண்ண விரும்புகிறேன். நான் மட்டும் அல்ல. இன்னும் எவர் வந்தாலும் அனைவருக்கும் உங்கள் கை மணத்தையும், உங்கள் பக்தியையும் சொல்லி இங்கு உணவுண்ணக் கூறி அனுப்புவேன். உங்களுக்கொன்றும் சிரமமில்லையே?”

“புண்ணியத்தைச் சுமக்கச் சிரமமா?” அவள் நெகிழ்ந்தாள்.

அன்றிலிருந்து தினமும் யாரோ ஒரு பாகவதர் கதாகாலட்சேபம் முடிந்த கையோடு அவள் கையால் உணவுண்ணுவது வாடிக்கையாயிற்று.

அவள் பார்த்துப் பார்த்துச் சமைத்து வைத்துவிட்டுத் தானும் சென்று கூட்டத்தோடு கூட்டமாக அமர்ந்து பாகவதம் கேட்பாள். பிறகு அவர்களுக்கு உணவிடுவாள். அவர்கள் சென்றதும் அன்று பாகவதர் கூறிய ஹரிகதைகளைப் பிள்ளைக்கு இன்னும் எளிய நடையில் விளக்கமாகக் கூறுவாள். விழி விரித்துக் கேட்டபடி பக்தியில் நிறைந்து உறங்குவான் சிறுவன் ராமகிருஷ்ணன்.

தாயும் மகனும் பக்தியில் முழுமையாய் ஈடுபட, அவள் புருஷன் ஒரு நாள் நோயின் கடுமை அதிகரித்து மரணமடைந்தான். பிரேமா கதறினாள். விதவையான தன்னை இனி இவ்வுலகம் பார்க்க விரும்புமா என்று துடிதுடித்தாள். ஹரிகதை சொல்பவர்கள் இனித் தன் கையால் உணவுண்ண விரும்புவார்களா என்று கவலைப்பட்டாள்.

உன் கவலை, துக்கம், சந்தோஷம், லாபம், நஷ்டம் அனைத்தையும் கிருஷ்ணார்ப்பணம் என்று சொல்லி அவனுக்கு அர்ப்பணித்து விடு, அவன் பார்த்துக் கொள்வான் என்று ஒருமுறை பாகவதர் கூறியது நினைவுக்கு வந்தது. அவளும் அனைத்தையும் அவனுக்கு அர்ப்பணித்தாள்.

“அம்மா...” வாசற்பக்கம் குரல் கேட்டது. எழுந்து வந்தாள்.

வந்தவர் பணம் நீட்டினார். “எங்கள் பாகவதர் இன்று இங்கு உணவுக்கு வருவார்.”

“நான்... என் கணவர்... அவர் இப்போது உயிரோடு இல்லை. வைதவ்ய கோலத்தோடு நான் சமைத்தால் உண்ணுவீர்களா...?”

“நீருக்கும், அன்னத்திற்கும் நல்ல பக்திக்கும் ஒரு தோஷமுமில்லை, அம்மா. தங்கள் உள்ளத்திலும், இல்லத்திலும் எங்கள் ஹரியல்லவா வாசம் செய்கிறான்! உங்கள் கையால் உணவுண்ணுவது புண்ணியமாயிற்றே.”

அவர் அவளை நோக்கிக் கையெடுத்துக் கும்பிட்டுவிட்டுச் சென்றார். அவள் தெய்வத்தை நோக்கிக் கை தொழுதாள். அவள் வாழ அது வழிகாட்டியது.

குழந்தை ராமகிருஷ்ணனுக்குப் பத்து வயது நிறைந்தது. பாகவதர்கள் மாற்றி மாற்றி அந்த இல்லத்தில் உணவுண்ணுவது தொடர்ந்து கொண்டிருந்தது. தாயும் மகனும், ஹரிகதை கேட்பதும், அதை நினைத்து நினைத்து அசை போட்டு மகிழ்வதுமாக நாட்கள் பக்தியும் இனிமையுமாகச் சென்றன.

பிரேமா எந்நேரமும் ஹரியின் நாம சங்கீர்த்தனத்திலேயே ஆழ்ந்திருந்தாள். தெய்வத்தைப் பற்றிச் சிந்திப்பது தவிர வேறு ஒன்றும் அவள் சிந்தையில் இல்லை. கதை கேட்டுக் கேட்டுச் சிறுவன் ராமகிருஷ்ணனும் கதை சொல்லுவதில் ஆர்வம் கொண்டான்.

தினமும் தன் வெல்லக் குரலால் பாட்டுப் பாடி அம்மாவுக்குக் கதை சொல்லிக் காட்டினான். பிரேமா பெருமையும் வியப்புமாக அவன் கதையைக் கேட்டு அகமகிழ்ந்து போனாள். அவனை வாரியணைத்து உச்சி முகர்ந்தாள்.

“நீயும் பெரிய பாகவதராக வேண்டுமடா, கண்ணா. என் கையால் உனக்கும் சமைத்துப் போட வேண்டும்.” அவள் தன் ஆசையைக் கூறினாள்.

“கதை கேட்கச் செல்வோம், அம்மா. சமயமாகி விட்டது!” பிள்ளை அவளை அவசரப்படுத்தினான்.

“இதோ, ஒரு நொடியில் வந்துவிடுகிறேன்!” அவள் உள்ளே செல்ல, வாசற்பக்கம் யாரோ ஒரு சிலர் வரும் அரவம் கேட்டது. ராமகிருஷ்ணன் வெளியில் வந்தான். அவன் பின்னால் பிரேமாவும் வந்தாள்.

“நாங்கள் அயலூரிலிருந்து வருகிறோம்.”

“பாகவதர்களா…?”

“ஆம். நாளைக்கு எங்கள் உபன்யாசம் ஆரம்பமாகிறது. இன்று உங்கள் வீட்டில் உணவுண்ண விருப்பம். மிகவும் பசியோடு வந்துள்ளோம். இன்று கதை சொல்லும் பாகவதர்தான் உங்களைப் பற்றிக் கூறி எங்களை இங்கு அனுப்பினார்.”

பிள்ளை அம்மாவைப் பார்த்தான். அவள் ஒரு நிமிடம் தயங்கினாள். இன்று கிருஷ்ணனின் லீலைகள் பற்றிப் பாகவதர் கதை சொல்ல இருக்கிறார். அவளுக்கு மிகவும் பிடித்த பகுதி அது. இவர்களுக்கு உணவிட்டுச் செல்வதற்குள் உபன்யாசம் முடிந்து விடும். கிருஷ்ண லீலைகளைச் செவி குளிரக் கேட்க முடியாமல் போய்விடும். என்ன செய்வது? அவள் கிருஷ்ணனின் விக்ரகத்தை என்ன செய்வதென்ற கேள்வியோடு நோக்கினாள்.

"பாகவதர்களின் பசியைத் தீர்ப்பது என் கதை கேட்பதைவிடப் புண்ணியமான விஷயம் அல்லவா?" கிருஷ்ணன் புன்னகைப்பது போல் தோன்ற, அவள் சிலிர்த்துப் போனாள். பிள்ளையை அருகில் அழைத்தாள்.

"ராமகிருஷ்ணா, நீ போய்ப் பாகவதம் கேள். நான் இவர்களுக்கு உணவிடுகிறேன். கதை முடிந்து நீ வந்ததும் இன்று கேட்ட கதையை உன் வாயால் கூறு. நான் செவி குளிரக் கேட்டுக் கொள்கிறேன்."

அவள் அவனை அனுப்பிவிட்டு வந்திருந்த பாகவதர்களின் பசி தீர்க்கத் தயாரானாள். அவர்களுக்கு இலை போட்டு நீர் தெளித்து, அன்பும் பக்தியும் கலந்து அவர்களுக்கு உணவிட்டாள். அவர்கள் உண்ணுவதை மன நிறைவோடு பார்த்து மகிழ்ந்தாள். இந்த மகிழ்ச்சிக்கு ஈடு இணை இல்லை என்பது புரிந்தது அவளுக்கு. அவர்கள் அவளை மனம் நிறைய ஆசீர்வதித்து விட்டுச் சென்றார்கள்.

ராமகிருஷ்ணன் பாகவதம் முடிந்து திரும்பி வந்தான். அவன் முகம் பூரித்திருந்தது.

"அடேயப்பா! இன்றைய உபன்யாசம்தான் எவ்வளவு சிறப்பாக இருந்தது தெரியுமா...? பாகவதர் யசோதையையும், கண்ணனையும் கண் முன் நிறுத்திவிட்டார் தெரியுமோ...? இப்படி ஒரு உபன்யாசம் நான் இதுவரை கேட்டதில்லை. நீ வராமல் போய்விட்டாயே என்று குறையாக இருந்தது."

"போகட்டும். எல்லாம் நல்லதற்குத்தானே! உன் வாயால் நான் அந்தக் கிருஷ்ண லீலைகளைக் கேட்க வேண்டுமென்பது அவனுடைய சித்தம் போலும். எங்கே சொல் கேட்போம்."

ராமகிருஷ்ணன் தன்னைப் பாகவதராகவே மனசுக்குள் கருதிக் கொண்டான். மிக உற்சாகமாகக் கதை சொல்ல ஆரம்பித்தான். பிரேமா விழியும் செவியும் விரித்துக் கதை கேட்டாள். எது தன்னை மிகவும் பாதிக்கிறதோ, அதைத் திறமையோடு வெளிப்படுத்துவது மனித இயல்பு. கிருஷ்ண லீலைகள் ராமகிருஷ்ணனை வெகுவாகப் பாதித்திருந்தன. அவன் நாடி நரம்பெல்லாம் பாலகிருஷ்ணன் நிறைந்திருந்தான். அவனது லீலைகளைச் சொல்வது எவ்வளவு சுகமான விஷயம்.

ராமகிருஷ்ணன் கதை கூறியபடியே நடித்தும் காட்டினான். தானே யசோதையானான். தானே கிருஷ்ணனுமானான். ஒளிந்து ஒளிந்து சென்று உறியை உடைத்து வெண்ணெய் திருடித் தின்றான். பூதகியிடம் பால் குடித்து அவளைக் கொன்றான். காளிங்கனைக் கொன்று நர்த்தனமாடினான். கோபிகைகளின் வஸ்திரங்களைக் கவர்ந்து கொண்டு அவர்களை அழ அழ வைத்துத் தலைக்கு மேலே கரங்களைக் கூப்ப வைத்தான். மண்ணை அள்ளித் தின்று, யசோதைக்கு அகில உலகையும் தன் பிஞ்சு வாய்க்குள் காட்டினான். ஆயர்பாடிப் பெண்களெல்லாம் கண்ணனின் குறும்புத்தனங்கள் தாளாமல் யசோதையிடம் அவனைப் பற்றிப் புகார் செய்ய, யசோதை ஒரு குச்சியை எடுத்துக் கொண்டு அவனைத் தண்டிப்பதற்குக் காத்திருந்தாள். கண்ணன் ஒளிந்து ஒளிந்து உள்ளே வந்தான். யசோதை பாய்ந்து சென்று அவனைப் பிடித்தாள். எவ்வளவு புகார்கள் உன் மீது என்று அவனைப் பார்த்துத் தீ விழி விழிக்க, அவன் ஒன்றுமே அறியாதது போல் அப்பாவியாய் முகத்தை வைத்துக் கொண்டு அம்மாவைப் பரிதாபமாய்ப் பார்த்தான்.

“வர வர உன் விஷமங்கள் அதிகமாகிக் கொண்டே போகிறது. உன்னால் நாங்கள் அல்லவா எல்லோருக்கும் முன்பு தலைகுனிந்து நிற்க வேண்டியதாயிருக்கிறது. உன்னை என்ன செய்கிறேன், பார்!”

யசோதை உள்ளே சென்று கையில் ஒரு கயிறு கொண்டு வருகிறாள். அந்தக் கயிற்றைப் பிரித்துக் கண்ணனின் இடுப்பில்

முடிச்சுப் போட்டு இறுக்கி, கயிற்றின் மறுமுனையை ஒரு பெரிய உரலில் சுற்றிக் கட்டினாள்.

"இப்படியே இன்று முழுக்க இரு. அதுதான் உன் விஷமத்திற்குத் தண்டனை." யசோதை உள்ளே செல்ல, கண்ணன் அந்தக் கயிற்றையும் உரலையும் பார்க்கிறான். பிறகு மெல்ல அதை அசைத்துப் பார்க்கிறான். முடியவில்லை. மூச்சை இழுத்துப் பிடித்துக் கொண்டு கயிற்றை இழுத்துக் கொண்டு வாசல் நோக்கி நகர்கிறான். உரல் அவன் பின்னால் உருண்டு செல்கிறது. கண்ணன் வெளியே செல்கிறான். உரல் வேகமாய்ப் பின்னால் உருளுகிறது. அது உருளும் வேகத்தைப் பார்த்தால் குழந்தையை நசுக்கிவிடும் போலிருக்கிறது.

"ஹா...! என் குழந்தை...!" பிரேமா அலறியபடி எழுந்து வாசல் நோக்கி ஓட, கதை சொல்லிக் கொண்டிருந்த ராமகிருஷ்ணன், எங்கே ஓடுகிறாள் அம்மா என்று புரியாமல் திகைப்போடு கதையை நிறுத்திவிட்டு, அம்மாவைப் பின்தொடர்ந்து ஓடினான்.

"அம்மா! எங்கம்மா ஓடற...?" இருட்டில் அவள் ஓடிய திசை தெரியாது கத்தினான்.

"கண்ணன் எங்கடா ராமகிருஷ்ணா...? குழந்தை பாவமடா! இந்த யசோதைக்கு இப்படியா குணம் கெட வேண்டும்? யாரோ ஏதோ சொன்னார்கள் என்று இப்படியா பச்சைக் குழந்தையை உரலில் கட்டிப் போடுவாள் ஒருத்தி. இரு! நான் கயிற்றை அறுத்து அவனை விடுவித்து விட்டு வருகிறேன்."

பிரேமாவின் குரல் இருளைக் கிழித்துக் கொண்டு வந்தது. அவள் கண்ணனைத் தேட, அவன் அன்னையைத் தேடினான். தேடிய வேகத்தில் காலில் ஏதோ இடற குனிந்து பார்த்தான். அம்மா...! கீழே விழுந்து கிடந்தாள். அவள் உயிரற்ற உடலாக. யசோதை கண்ணனைக் கட்டிப் போட்ட அதிர்ச்சியில், தன்னால் அவனைக் காப்பாற்ற இயலாத துக்கத்தில் அவள் உயிர் பிரிந்திருந்தது.

ராமகிருஷ்ணன் அம்மாவை அணைத்துக் கொண்டு அழுதான்.

பிரேமாவின் பக்தியும், கதை கேட்டு அவள் உயிர்விட்ட விஷயமும் கேட்டு ஊர் வியந்தது. அவளை நமஸ்கரித்துச் சென்றது.

கொஞ்சம் யோசித்துப் பார்த்தால் பிரேமாவின் பக்தி எத்தகையதென்று நமக்கு விளங்கும். உனக்கொன்று என்றால் உயிரையும் விடுவேன் என்று அன்றாட வாழ்வில் பல பேர் பல சந்தர்ப்பங்களில் தங்களுக்குப் பிரியமானவர்களிடம் சொல்வதுண்டு.

ஆனால் உயிர் நிஜமாகவே அப்படிப் பிரிவதென்பது நடப்பதில்லை. ஆனால் பிரேமாபாயின் பக்தி வேறு எவருக்கும் சாத்தியப்படாத ஆழ்ந்த பக்தி. கண்ணனைக் கட்டிப் போட்டதற்காக உயிர்விட்ட பெண்மணி இவள் ஒருத்தியாகத்தான் இருக்க முடியும்.

கற்பனைகளை விட நிஜங்கள் சில நேரம் பிரமிப்பானவை என்பதற்குப் பிரேமாபாயின் பக்தி மிகச்சிறந்த உதாரணம்.

ஞானப் பழம்

இன்னும் ஒரு காத தூரம்தான். மலையை அடைந்து விடலாம். ஔவை வேகமாய் நடக்க முற்பட்டாள். வானம் கறுத்துக் கொண்டு வந்தது. கரடு முரடான மலைப்பாதையில் அவள் வெறுங்காலுடன் தன் கோலினை ஊன்றியபடி மூச்சு வாங்க மலை ஏறினாள்.

அவள் முகத்தில் சொல்லவொண்ணாத் துயரம் அப்பிக் கொண்டிருந்தது. மன்னன் பாரியின் மரணச் செய்தி அவளை அடியோடு புரட்டிப் போட்டிருந்தது. பாரி இறந்துவிட்டான் என்பதை இன்னமும் அவளால் நம்ப முடியவில்லை,

பாரியில்லாத பரம்பு மலை பாழ்பட்டிருந்தது. மன்னர்களுக்குள் போர் நடப்பதென்பது ஆச்சர்யமான விஷயமல்ல. போரில் யாரோ ஒரு மன்னனும் அவன் படைகளும் உயிரிழப்பதென்பதும் நடக்காத ஒன்றல்ல. இதற்கு முன்பு எவ்வளவோ யுத்தங்கள், எவ்வளவோ மரணங்கள்!

ஆனால் பாரியின் மரணம் மட்டும் அடிவயிற்றைக் கலக்குகிறது. மன்னன் இறக்கலாம். வள்ளல் இறக்கலாமோ? முல்லைக் கொடிக்குத் தேர் கொடுத்த வள்ளலை முற்றுகையிட்டுக் கொல்ல மூவேந்தர்களுக்கு எப்படித்தான் மனம் வந்ததோ தெரியவில்லை. பொறாமை மனிதர்களை இப்படியும் வெறிபிடித்து ஆடச் செய்யுமா?

குறுநில மன்னர்களைத் தங்கள் அடிமைகள் என்று எண்ணிவிட்டார்களா, மூவேந்தர்கள்? கப்பம் கட்டமாட்டேன் என்பதற்காகப் போருக்கழைத்துக் கொன்றார்களா? பாரியின் நற்குணங்களுக்கு முன்பு அவர்கள் எம்மாத்திரம்?

ஔவை பெருமூச்சு விட்டாள். பாரியுடன் அவளுக்கு ஏற்பட்ட இனிய சம்பவங்களை நினைத்து அழுதது அவள் மனம். பரம்பு

நாட்டை விட்டு அவள் சொல்லாமல் கொள்ளாமல் ஒருமுறை புறப்பட்டு விட்டாள்.

பாரியின் அன்பு தன்னை அங்கேயே கட்டிப் போட்டுவிடும் என்பதால்தான் அவனிடம் சொல்லிக் கொள்ளாமலேயே புறப்பட்டாள். மலையைவிட்டுக் கீழிறங்கும்போது கள்வன் ஒருவன் அவள் பாதையில் குறுக்கிட்டு அவள் கையிலிருந்த மூட்டையைப் பறித்துச் செல்ல, அவள் ஒரு க்ஷணம் திகைத்தாள். பாரியின் ஆட்சியில் கள்வனா...? அதிர்ந்தாள்.

"அப்பனே! அம்மூட்டையில் உனக்கு வேண்டியவை ஒன்றுமில்லை. நான் வெறும் தமிழ்க் கிழவி. என்னிடம் பொன்னோ வெள்ளியோ கிடையாது."

"அதைவிட உயர்ந்த சமாச்சாரம் இதன் உள்ளே உள்ளது. இதைக் கொடுப்பதாய் உத்தேசமில்லை." கள்வன் கரகரத்த குரலில் சொல்லிவிட்டு மூட்டையோடு மறைந்து போனான். ஔவை, இதை இப்படியே விடக்கூடாது என்ற எண்ணத்தோடு. மீண்டும் அரண்மனை நோக்கி நடந்தாள்.

பாரியின் ஆட்சியில் யாருக்கும் எவ்விதக் குறையும் இல்லை என்றுதான் நினைத்திருந்தாள். இதோ, ஒருவனுக்குக் குறையுள்ளது போலிருக்கிறதே! நிறைவாயிருப்பவன் வழிமறித்துப் பறிப்பானா? இதுபற்றிப் பாரியிடமே சொல்லி விடுவதென்ற எண்ணத்தோடு அரண்மனைக்குள் வந்தவள் திகைத்தாள். ஆசனம் ஒன்றில் அவளுடைய மூட்டை அழகாய் அமர்ந்திருந்தது. க்ஷணத்தில் எல்லாம் புரிந்து போயிற்று. சிரிப்பு வந்தது.

"இதன் உள்ளே இருக்கும் தமிழ் உயர்ந்ததுதானே, ஔவையே?"

பாரியும் சிரித்தபடி எதிரில் வர, அவன் அன்பில் உருகினாள் ஔவை. அவளை அங்கேயே தங்கவைக்க அவன் ஆடிய நாடகம் அது. அப்படிப்பட்ட அன்பு கொண்டவனை மூவேந்தர்கள் போருக்கழைத்துக் கொன்றுவிட்டார்கள். மூவேந்தரும் சேர்ந்து படையெடுத்தால் ஒரு குறுநில மன்னனால் தாங்க முடியுமா...?

ஒரு நல்லவனைக் கொல்வதில் அப்படி என்ன ஆனந்தம்? ஔவை வேதனைப்பட்டாள்.

இன்னும் சற்று தூரம் நடப்பதற்குள் மழை பெய்ய ஆரம்பித்தது. நல்ல மழை. ஔவை முழுக்க நனைந்து போனாள். காற்றும் மழையும் அவளைத் தள்ளியது. ஒதுங்குவதற்கு ஏதேனும் இடம் கிடைக்குமா என்று பார்த்தவள் கண்களில் சற்றுத் தூரத்திலிருந்த ஒரு குடிசை தென்பட்டது. ஔவை அதை நோக்கி நடந்தாள்.

குடிசையின் சாளரம் வழியே ஔவை வருவதைப் பார்த்த அந்தப் பெண் துள்ளி வந்து கதவு திறந்தாள்.

ஔவைப் பாட்டி என்றழைத்தபடி ஓடி வந்து ஔவையை அணைத்துக் கொண்டாள்.

விழி சுருக்கி அவளைப் பார்த்த ஔவை திடுக்கிட்டாள். உள்ளேயிருந்த மற்றொரு பெண்ணும் வெளியில் வர, ஔவை, “நீங்களா... குழந்தைகளா... நீங்கள் எப்படி இந்தக் குடிசையில்...”

ஔவை நம்ப முடியாமல் கேட்டாள்.

“அப்பா இறந்ததும் நாங்கள் அனாதைகளாக அரண்மனையிலிருந்து துரத்தப்பட்டோம்.”

பாரியின் பெண்கள் அழுது கொண்டே சொல்ல, ஔவை அவர்களை ஆறுதலாக அணைத்துக் கொண்டாள்.

எப்பேர்ப்பட்ட மனிதன்...! இந்தக் குழந்தைகளுக்கு நான் எப்படி ஆறுதல் சொல்வேன்? தந்தையை இழந்து நிற்கும் இந்தப் பெண்களுக்கு என்னால் என்ன செய்ய இயலும்...?

“ஔவையே! தங்கள் ஆடைகள் நனைந்திருக்கிறது. அவற்றை மாற்றிக் கொள்ளுங்கள். உங்கள் முகம் பசியால் வாடியிருக்கிறது. எளிமையாய் உணவு சமைத்திருக்கிறோம். எங்களோடு சேர்ந்து அருந்துங்கள்.”

பாரியின் பெண்கள் தங்கள் புடவைகளில் ஒன்றைக் கொடுத்து ஔவையின் ஈர ஆடையை வாங்கிக் குடிசையின் ஒரு ஓரத்தில் காயப் போட்டனர்.

கீரையும் குழம்பும் சோறும் அமிர்தமாக இருந்தன. கூடவே வேதனை நெஞ்சைக் கிழித்தது. எப்படியிருந்த பெண்கள்! அரண்மனையில் எவ்விதக் கஷ்டங்களுமின்றி வாழ்ந்த குழந்தைகள் ஒரு சிறிய குடிசையிலா...? பாரி இருந்தால் பதறியல்லவா போவான்!

கூடாது. மீண்டும் இவர்களை அரண்மனை வாழ்வு வாழச் செய்ய வேண்டும். மன்னர்கள் எல்லாம் என்மீது அன்பும். மதிப்பும் கொண்டிருப்பது உண்மையானால் இவர்களை நான் மீண்டும் நல்வாழ்வு வாழச் செய்வேன்.

பாரியின் பெண்களைத் தன் மடியில் சாய்த்துத் தாயின் பரிவோடு தட்டித் தூங்க வைத்தாள்.

மறுநாள் விடியலில் அவள் திருக்கோவிலூருக்குக் கிளம்பினாள். "அந்தி சாயும் நேரம் வந்து விடுவேன். அதுவரை கவலையின்றி இருங்கள்." பெண்களிடம் சொல்லிக் கொண்டாள்.

ஔவை வரும் சேதி கேட்டதும் திருக்கோவிலூர் மன்னன் மலையமான் மக்கள் ஓடோடி வந்தனர். ஔவையை வணங்கி வரவேற்று அரண்மனைக்குள் அழைத்துச் சென்று ஆசனத்தில் அமர வைத்தனர்.

"இப்போதுதான் எங்கள் நினைவு வந்ததா?" பொய்க் கோபத்தோடு கேட்டனர். "எங்கிருந்து வருகிறீர்கள் இப்போது?"

"பரம்பு மலையிலிருந்து."

"பாரி..."

"பாரியில்லைதான். ஆனால் அவன் பெண்கள் இருக்கிறார்களே. அரண்மனைக் கிளிகள் இப்போது அனாதையாய்க் குடிசையில். அவர்களுக்காகத்தான் இப்போது உங்களிடம் வந்துள்ளேன்."

"அவர்களுக்கு நாங்கள் என்ன செய்ய முடியும்...?"

"நீங்கள் மனம் வைத்தால் அவர்களை மணம் செய்து கொள்ளலாமே. அது சம்பந்தமாகப் பேசத்தான் வந்தேன்."

“பாரியின் மக்களை நாங்கள் மணப்பதா...? இவ்விஷயம் தெரிந்தால் மூவேந்தர்களும் சும்மா விடுவார்களா...? பாரிக்கு ஆன கதிதானே எங்களுக்கும் ஆகும்...? வேண்டாம், ஔவையே! மூவேந்தர்களை எதிர்க்கும் சக்தி எங்களுக்கில்லை.”

“மூவேந்தர்களை நான் பார்த்துக் கொள்கிறேன். பாரியின் மகள்களை மணக்க உங்களுக்குச் சம்மதமா இல்லையா என்பதை மட்டும் கூறுங்கள்.”

“தாங்கள் சொல்லி நாங்கள் எதை மறுத்திருக்கிறோம். எங்கள் கவலையெல்லாம்...”

“அதை விட்டுவிடுங்கள் என்றேனே. திருமணத்திற்கான ஏற்பாடுகளைக் கவனியுங்கள்.” ஔவை சந்தோஷமாகப் புறப்பட்டாள். அதற்கு மறுநாள் பாரியின் பெண்களைத் திருக்கோவிலூர் அரண்மனைக்கு அழைத்து வந்தாள்.

மூவேந்தர்களுக்கும் தன் கைப்படக் கவிதையிலேயே திருமணத்திற்கு வருமாறு அழைப்பு விடுத்து, மூன்று தூதுவர்களிடம் கொடுத்தனுப்பினாள்.

ஔவையின் அழைப்புக்குத் தலைவணங்கி மூவேந்தர்களும் திருமணத்திற்கு வந்து சேர்ந்தனர். திருமண வீட்டின் சந்தோஷமான சூழலில் தங்கள் பகை மறந்து மூவேந்தர்களும் நட்போடு பேசிக் கொண்டனர். தங்கள் வீட்டுத் திருமணம்போல் நினைத்து அந்தத் திருமணத்தை நடத்திக் கொடுத்தனர்.

மூன்று திசைகளும் ஒன்று சேர்ந்து நான்காம் திசைக்கு வந்திருந்த அந்த அரிய காட்சியை நம்ப முடியாமல் பார்த்து ரசித்தனர் மக்கள். இதற்குக் காரணமான ஔவையை வணங்கினர். மூவேந்தர்களின் இந்த நட்பு நீடித்தால் இனிப் போரே மூளாது என்று மகிழ்ந்து, அவர்கள் நட்பு நீடிக்க வேண்டிக் கொண்டனர்.

மூவேந்தர்கள் ஒன்று சேர்ந்தது ஒரு அதிசயமென்றால் அவர்களுக்காக, வெட்டப்பட்ட பனை மரத்தை ஔவை தன் பாட்டால் துளிர்க்க வைத்து ஆளுக்கு மூன்று பனம் பழங்களைக்

காய்த்துக் கனியச் செய்தது அதை விட அதிசயமாயிருந்தது. ஔவையின் சக்திக்கு மூவேந்தர்களும் தலை வணங்கினர்.

பாரியின் மக்களுக்கு நல்ல வாழ்க்கையை ஏற்படுத்திக் கொடுத்துவிட்ட திருப்தியில் ஔவை அங்கிருந்து விடை பெற்றாள்.

வாழ்க்கை இன்னும் எவ்வளவு தூரமென்று புரியவில்லை. இன்னும் எத்தனை கடமைகள் பாக்கியிருக்கிறதோ தெரியவில்லை. முக்திக்கு ஆசைப்பட்டது அவள் மனம். தேகத்தில் சக்தி குறைந்து விட்டாற்போல் தோன்றியது.

நடந்து நடந்து கால்கள் சோர்ந்து போக சற்று தொலைவிலிருந்த அடர்ந்த நாவல் மரத்தின் கீழ்ச் சோர்வோடு அமர்ந்தாள். உச்சி வெயிலில் தொண்டை வறண்டிருந்தது. ஔவை அண்ணாந்து மரத்தைப் பார்த்தாள். கொத்துக் கொத்தாய்க் கனிந்த நாவல் பழங்கள். ஆஹா! நாலைந்து பழம் உண்டாலும் தாகம் தீர்ந்து விடுமே. யார் பறித்துத் தருவார்கள்...? ஏக்கத்தோடு பழங்களைப் பார்த்தாள் அவள்.

“பாட்டி... பழம் வேண்டுமா...?”

பின்னால் குரல் கேட்கத் திரும்பினாள். மிக அழகிய முகத்தோடு, அதைவிட அழகிய புன்னகையோடு ஒரு இடைச்சிறுவன் நின்றிருந்தான்.

“ஆம், அப்பனே. தாகமாயிருக்கிறது. நாலைந்து பழம் பறித்துத் தருவாயா?”

“உனக்கில்லாத பழமா...?” சிறுவன் விறுவிறுவென்று மரத்தில் ஏறினான்.

“பாட்டி...” சிறுவன் மீண்டும் அழைத்தான்.

“என்ன அப்பனே...?”

“என்ன பழம் வேண்டும், உனக்கு?”

“நாவல் மரத்தில் வேறென்ன பழம் இருக்கும்? நாவல் பழம்தான்.”

"அது சரிதான். ஆனால் சுட்ட பழமா, சுடாத பழமா? எது வேண்டும்...?"

"நாவல் பழத்தில் சுட்டபழம் சுடாத பழம் என்றிருக்கிறதா என்ன?"

"இருக்கிறது, பாட்டி. உனக்கெது வேண்டும், சொல்!"

"ஏதோ ஒன்று போடு."

சிறுவன் மரத்தை உலுக்க, காய்களும் கனிகளுமாக உதிர்ந்தன. பழுத்திருந்த கனிகளின் மேல் மண் ஒட்டிக்கொள்ள, ஔவை நல்ல கனிகளாகப் பொறுக்கி எடுத்து மண்ணை ஊதினாள். ஊதினாள்.

"என்ன பாட்டி, பழம் சுடுகிறதா...?"

ஔவை திடுக்கிட்டு நிமிர்ந்தாள். மரத்திலிருந்து இறங்கி வந்து நின்று சிரித்த சிறுவனை உற்றுப் பார்த்தாள். வந்திருப்பது சாதாரணச் சிறுவனல்லவென்பது புரிய, கண்ணில் நீர்மல்க இருகரம் கூப்பினாள். சிறுவன் முருக வடிவாய்ச் சிரித்தான்.

"எனக்குத் தெரியாதவைகளும் சில உண்டென்பது புரிந்தது, ஐயனே."

"எனக்குத் தெரியாதவையும் சில உண்டு, ஔவையே. என் ஐயம் தீர்த்து வைக்க வேண்டும்."

"நீ தமிழ்க் கடவுள், உனக்கும் ஐயமா?"

"கொடியது எது...?"

"கொடியது கேட்கின் நெடியவெல்வேலோய்..." ஔவை பாட்டில் பதில் சொன்னாள்.

"இனியது எது...? பெரியது எது?" ஒவ்வொரு கேள்வியாய்க் கேட்டவன், இறுதியில் "அரியது எது?" என்றான்.

"மானிடராய்ப் பிறப்பது அரிதான விஷயம். கூன், குருடு செவிடின்றி முழுமையாய்ப் பிறப்பது அதனினும் அரிது. ஞானமும் கல்வியும் கிடைத்தல் அதனினும் அரிது. கொடையும் தவமும்

மிக்கவனாயிருத்தல் அதைவிட அரியது. இவை உள்ளோர்க்கு உன்னிடம் வருவது மிக மிகச் சுலபம்."

ஔவை கைகூப்ப, முருகன் அவளுக்கு முக்தியளிக்கத் தயாரானான்.

ஔவை...! எல்லோருக்கும் தெரிந்தவள்தான் இவள். இவள் கதையும், இவள் பாட்டும், இவள் செயல்களும் எல்லோரும் நிச்சயம் படித்திருப்பீர்கள். ஆனால் ஒவ்வொரு முறை படிக்கும்போதும் வியக்க வைப்பவள் இவள்.

இளமையை வேண்டாம் என்று முதுமைக் கோலத்தை விரும்பி ஏற்றவள் இவள். வெறும் தமிழ்க்கவியாக மட்டும் இவள் இருக்கவில்லை. கவிதையோடு இவள் செய்த பொதுத்தொண்டுகள் ஏராளம்.

மன்னர்கள் எல்லாரும் இவளுக்குத் தலை வணங்கினார்கள். இவள் தமிழுக்குச் சிம்மாசனம் போட்டுத் தந்தார்கள். மன்னர்களோடு நட்புக் கொள்ளுதல் இவளுக்குச் சுலபமாயிருந்தது. நட்பினால் இவள் அன்பு வளர்த்தாள்.

கொஞ்சம் யோசித்துப் பார்த்தால் புரியும். இவளிடம் பணமில்லை, நாடில்லை, வீடில்லை. இவளிடம் இருந்ததெல்லாம் தமிழ் மட்டும்தான். வெறும் ஞானியாய் மட்டும் இவள் இருக்கவில்லை. இவள் வாழ்க்கையைத் திரும்பத் திரும்பப் படித்தால் இவள் மனிதநேயம் புரியும். இவள் அன்பு நிறைந்தவள்தான். ஆனால் ஆணவக்காரர்களை ஒருபோதும் மதித்ததில்லை.

கம்பனின் திறமையை ஊரே புகழ, இவள் அது அவளுக்கு எளிது என்று கூறியவள். ஒட்டக்கூத்தரின் கர்வத்தை அடக்கியவள். உலக மக்களுக்குத் தேவையான அத்தனை நீதிகளையும் பாட்டாய்ப் பதிந்து வைத்தவள்.

தன் சாதுர்யத்தால் பல போர்களைத் தடுத்தவள். யாருக்கும் தலை வணங்காத மூவேந்தர்களும் இவள் தமிழுக்குத் தலைவணங்கி இவள் காலடியில் குழந்தைகளாய்க் கிடந்தார்கள்,

தங்கள் பகைமை துறந்தார்கள் என்றால் அது எவ்வளவு பெரிய விஷயம்!

மனிதர்கள் மட்டும் அல்ல, இறைமையும் இவள் தமிழுக்குப் பக்தனாயிருந்திருக்கிறது என்றறியும்போது நம் பிரமிப்பு எல்லை கடக்கிறது. தமிழ்க் கடவுளுக்கே தாயாய் இருந்திருக்கிறாள் இவள். வெறும் பக்தையாய் மட்டும் இவள் இருந்திருந்தால் அதில் ஆச்சர்யப்பட ஒன்றுமில்லை.

பக்தியோடு, இவளிடம் நாட்டு நலனும், பொது நலனும், மனித நேயமும் இருந்ததுதான் இவளது தனித்தன்மை. பக்தி மட்டும் போதும் என்று ஓரிடத்தில் விழுந்து கிடக்கவில்லை இவள். வெறும் காலோடு, நாடு முழுக்க அலைந்து மக்களிடம் நீதி நெறிகளை எடுத்துரைத்தவள். மன்னர்களிடம் பேசிப் போரைக் கைவிடச் செய்திருக்கிறாள். அமைதிக்கு வழி வகுத்திருக்கிறாள்.

எங்கும் எதிலும் சமாதானமே இவளது லட்சியமாயிருந்திருக்கிறது. யோசித்துப் பார்க்கையில், பக்தியைவிடப் பெரிய விஷயம் தன்னலமற்ற பொதுத்தொண்டு என்பது புரிகிறது. அதற்குச் சிறந்த உதாரணம் ஔவைதான். இன்றைய இந்தப் பதட்டமான காலகட்டத்தில், அறிவும், ஞானமும், மனிதநேயமும், பேச்சு சாதுர்யமும், கம்பீரமும் உறுதியும் கொண்ட ஔவை மட்டும் இருந்திருந்தால்... நாடு எவ்வளவு அமைதியாயிருக்கும்..!

காவிரியும் கிருஷ்ணாவும் இவள் தமிழுக்குத் தலைவணங்கி வந்து நம் தாகம் தீர்த்திருக்குமோ என்று எண்ணும்போது ஏக்கம் கலந்த பெருமூச்சு வெளிப்படுகிறதா இல்லையா?

அரிது அரிது மானிடராய்ப் பிறப்பதரிது.

அதனினும் அரிது ஔவையாய்ப் பிறப்பது!

இப்படித்தானே பாடத் தோன்றுகிறது...?

பிறன் மனை

அம்மங்கை நீராடிக் கொண்டிருந்தாள். சுற்றிலும் வெள்ளிக் கிண்ணங்களில் வாசனாதிப் பொடிகளும், திரவியங்களும் வைத்திருந்தாள். அவற்றைச் சிறிது சிறிதாய் எடுத்துத் தன் பொன் மேனியில் தேய்த்து, அதன் வாசத்தைத்தானே ஆழ்ந்து அனுபவித்தாள்.

ஆஹா! எனக்கே இத்தனை கிறக்கம் எனில், என் மேனியைத் தொட்டுத் தழுவப் போகும் கணவன் என்னமாய்க் கிறங்கிப் போவான்! நினைக்கும்போதே அவள் முகம் வெட்கத்தில் குங்குமமாய்ச் சிவந்தது.

அவர்களுக்குத் திருமணமாகிச் சில மாதங்கள்தான் ஆகிறது. உலகத்தில் வேறு எந்த ஆடவனும் மனைவியிடம் இந்த அளவுக்கு அன்பு வைத்திருப்பானா என்பது சந்தேகம்தான்.

இயற்பகைக்கு மனைவியிடம் அப்படி ஒரு கண்மூடித்தனமான அன்பு. தான் வணங்கும் சிவபெருமானுக்கு அடுத்தபடி அவர் ஆராதிப்பது தன் மனைவியைத்தான். ஒரு மலரைப் போல்தான் அவளை நடத்துவார். ஆழ்ந்த காதலில்கூட அவள் தேகம் வலிக்குமாறு இறுக்கியணைக்கத் தயங்கும் அளவுக்கு மனைவி மீது உயிர். அவள் தேகத்தில் மெல்லிய கீறல் கண்டால்கூடத் துடித்து விடுவார்.

"என்ன இது சிவப்பாய்...?"

"சமைக்கும்போது சுட்டுக் கொண்டது."

"அடடா... பார்த்துச் செய்யக்கூடாதா. என் இதயத்திலேயே சூடுபட்டாற்போல் வலிக்கிறது எனக்கு."

"அப்படி ஒன்றும் பெரிய காயமில்லை."

"சுட்ட இடம் எரிந்ததா? மிகவும் வலித்ததா? நான் மருந்திடவா...?"

"ஒன்றுமில்லை என்கிறேனே."

"நீ என் நெஞ்சைத் தொட்டுப்பார். வழக்கத்தை விட எப்படித் துடிக்கிறதென்று!" அவர் அவள் கைபற்றித் தன் நெஞ்சில் வைக்க, அதன் துடிப்பில் அவள் விழிகள் சிரித்தன.

"இந்தத் துடிதுடிப்பை நான் இயல்புக்குக் கொண்டு வரவா?"

"எப்படி?"

அவள் தன் முகம் தாழ்த்தி அவர் மார்பில் தன் செவ்வதரங்கள் பதித்து முத்தமிட அவர் சிலிர்த்துப் போனார்.

"துடிப்பைக் குறைத்தாயா கூட்டினாயா?"

"ஏன்..."

"முன்னிலும் அதிகமாய் அல்லவா துடிக்கிறது, உன் இதழ் பட்டதும்."

அவள் சிவந்தாள். அவர் சிரித்தவாறு பச்சிலை இரண்டு பறித்து வந்து அந்தச் சூட்டுக் காயத்தில் அதன் சாறு தடவிவிட்டார்.

"ஒரு சின்னக் காயத்திற்கு இத்தனை கவலையா?" அவள் சிரித்தாள்.

"நீ என் உயிரல்லவா! உனக்கொன்று என்றால் எனக்கு உணவுமில்லை உறக்கமுமில்லை."

அவள் உருகினாள்.

எப்படிப்பட்ட புருஷனென்று சிலிர்த்துப் போனாள். அவரை மகிழ்விப்பதே தன் முதல் கடமை என்று உறுதிகொண்டாள். அவருக்காக உயிர்விட வேண்டி வந்தாலும் அதைப் புன்னகையோடு செய்யத் தயாராயிற்று அவள் மனம்.

தினம் தினம் அவருக்காகவே வாழ்ந்தாள் அவள். அவருக்காக நீராடினாள். அவருக்காக உடுத்தாள். அவருக்காக மலர் சூடினாள்.

அவருக்காக அலங்கரித்துக் கொண்டாள். அவருக்காக வாசனை பூசினாள். அவர் சந்தோஷம் மட்டுமே அவள் லட்சியமாயிருந்தது.

அவரும் அப்படித்தான். சிவபக்தி ஒரு கண் எனில், மனைவி மற்றொரு கண். இரு கண்களில் ஏதாவதொன்றை இழக்க நேரிட்டால்...? அப்படி ஒரு இக்கட்டான சூழல் அவருக்கு ஏற்பட்டது

திடுதிப்பென்று வெம்மை குறைந்து வானத்தை மேகங்கள் சூழ்ந்து கொண்ட அந்த நேரத்தில்தான் அந்த மனிதர் காவிரிப் பூம்பட்டினத்தின் மண்ணில் கால் பதித்து நின்றார். தன் சிவந்த விழிகளால் நகரை அளந்தார்.

காவிரியின் புதுப்புனலில் மக்கள் ஆனந்தமாய் நீராடிக் கொண்டிருக்க, அவர் நிதானமாய் நடந்தார். ஜடாமுடி, நெற்றியிலும் புஜங்களிலும் திருநீறு, இடுப்பில் காவியுடை, கையில் புலித்தோலும், கமண்டலமும் சுமந்திருந்தார். எதிரில் வந்தவர்கள் நமஸ்கரித்துச் செல்ல, ஒரு சிலரிடம் அவர் பேச்சுக் கொடுத்தார்.

“இவ்வூரில் தான தர்மம் செய்பவருண்டோ?”

“ஏன் இல்லாமல்? சிவனடியாருக்கு உணவிட எவரும் இங்கு தயங்கமாட்டார்கள்.”

“யாருக்கு வேண்டும் உணவு?”

“பின் என்ன வேண்டும்?”

“நான் எதை வேண்டுமானாலும் பிட்சையாகக் கேட்பேன். தருவதற்கு இங்கு எவர் உளர்?”

“அப்படி என்ன கேட்பீர்கள்?”

“உம் உயிரைக் கூடக் கேட்கலாம்...”

சிவனடியார் சொல்ல அந்த மனிதர் மிரண்டார். ‘இவன் என்ன பித்தனா’ என்றெண்ணியபடி அவசரமாய் நழுவிச் சென்றார்.

ஜடாதாரி அடுத்த நபரை நிறுத்தி மேற்கூறியதையே கேட்டு விசாரித்தார்.

“ஒருவர் உள்ளார்.”

“யார்... யார்? கூறும்.”

“இயற்பகை என்பார்கள். சிவனடியார்களுக்காக உயிரையும் கொடுப்பார். போய்ப் பாரும்.”

இயற்பகையின் இல்லத்திற்குச் செல்லும் வழிகாட்டிவிட்டுச் சென்றார்.

ஜடாதாரி அந்த வழியில் நடந்தார். “இங்கு இயற்பகையார் வீடு எது...?” வீதியில் நின்று சத்தமாய்க் கேட்க, தன் வீடு நோக்கிச் சென்று கொண்டிருந்த இயற்பகை திடுக்கிட்டுத் திரும்பினார். சிவனடியாரைப் பார்த்ததும் முகம் மலர அவரருகே வேகமாய் வந்தார்.

“நானே நீங்கள் குறிப்பிட்ட இயற்பகை. உங்கள் பாதம் பட என் வீடு புண்ணியம் செய்தது. வாருங்கள், ஸ்வாமி. உங்களுக்கு உணவு படைக்கும் பாக்கியத்தை எமக்குத் தந்தருளுங்கள்.”

இயற்பகை அவரைத் தன் இல்லத்திற்கு அழைத்து வந்தார்.

“நான் எது கேட்டாலும் பிட்சையாகத் தருவாயோ?”

“என் உயிரையும் தரச் சித்தமாயுள்ளேன். என்னிடமிருப்பதைக் கேட்டு என்னை மகிழ்விக்க வேண்டும்.”

“வாக்கு மாற மாட்டாயே?”

“நான் வணங்கும் ஈசனே வந்து தடுத்தாலும் சொன்ன சொல் தவற மாட்டேன். சத்தியம்.”

“அப்படியானால் கேட்கிறேன். உன் மனைவியை என்னோடு அனுப்பி வை.”

“அவ்வளவுதானே? இதோ அழைத்து வருகிறேன்.” இயற்பகை துளிக்கூட முகம் மாறாமல் சிவனடியாரை அமரச் செய்துவிட்டு வீட்டிற்குள் விரைந்தார்.

அவள் அவருக்காக அலங்கரித்திருந்தாள். அவருக்காகச் சமைத்துக் காத்திருந்தாள். அவரைக் கண்டதும் துள்ளி எழுந்தாள்.

“வந்து விட்டீர்களா? நீராடிவிட்டு வாருங்கள். உங்களுக்குப் பிடித்த உணவு தயாராக இருக்கிறது.”

அவர் அவளைச் சலனமின்றிப் பார்த்தார். எப்போதும் அவள் அழகில் கிறங்கிப்போகும் அவர் கண்கள் இன்று அவளைத் தன் தாயாக நினைத்துத் தரிசித்தது.

“சிவனடியார் ஒருவர் எழுந்தருளியுள்ளார்.”

“பாக்கியம் செய்தோம். இப்போதே அவருக்கு அமுது படைத்துவிட்டு வருகிறேன்.”

“அவர் உண்ண வரவில்லை.”

“நம் வீட்டில் அவர் பிட்சையேற்காமல் செல்வதா?”

“அவர் கேட்ட பிட்சை வேறு. அதை அளிப்பதாகக் கூறிவிட்டேன். அதற்குத்தான் உன்னை அழைக்கிறேன்.”

“என்ன கேட்டார் அவர். சொல்லுங்கள். இப்போதே எடுத்து வருகிறேன்.”

“அவர் உன்னைக் கேட்டார். நானும் தந்தேன் எனக் கூறிவிட்டேன். அவருடன் நீ செல்ல வேண்டும்.”

“என்ன...?” அவள் நடுங்கினாள். உடலெல்லாம் தீப்பற்றினாற்போல் துடித்தாள். “என்னையா..? என்னைக் கேட்டாரா? சம்மதித்து விட்டீரா? நான் எப்படி..? நான் உங்கள் மனைவியாயிற்றே!”

“அடியார்க்குச்செய்வது ஆண்டவனுக்கே செய்வதற்கொப்பாகும் மங்கையே. நான் நீ எல்லாம் அவன் கூறுதானே... சிவம் சிவத்தோடு இணைந்து சிவமயமாகப் போவதற்குத் தயக்கம் ஏன்? எனக்காக எதுவும் செய்வாய் என்றல்லவா எண்ணி வாக்களித்தேன்.”

அவள் கண் மூடி நின்றாள். ஒரு சின்னத் திகைப்பில் சஞ்சலப்பட்ட மனம் சட்டென்று தெளிந்தது. உண்மைதான். அனைத்தும் சிவமயமானவர்க்குச் சொந்தம். அன்னியம் என்ற

உணர்வெதற்கு? சிவனடியாரைச் சேர்தல் சிவனையே அடைதல் அல்லவா?

பிண்டம் அண்டத்தோடு சேரட்டுமே. கேவலம் புழுக்கள் தின்னப் போகும் உடலுக்கு இப்படி ஒரு புண்ணியம் கிட்டினால் கிட்டட்டுமே. எப்படி ஒரு புருஷனைத் தந்துள்ளது தெய்வம்! அந்த தெய்வமே உறைந்திருக்கும் அவரது அடியவர்க்குப் பிட்சையாதல் என்பது எப்பேர்ப்பட்ட புண்ணியம்!.

இதில் கலங்குவதற்கென்ன உள்ளது? அன்பே சிவம்! அவள் முணுமுணுத்தாள். கண் திறந்து கணவனைப் பார்த்தாள். “நீயே அவன். அவனே நீ. உன் சந்தோஷமே என் சந்தோஷம். இவ்வுயிர், உடல் எல்லாம் உனதே. இதை எவருக்கும் பிட்சையாக அளிக்கும் உரிமை உனக்குண்டு.”

அவள் அவரை நமஸ்கரித்துவிட்டு வெளியில் வந்தாள். சிவனடியாரை நெருங்கினாள். அவர் அவள் கரம் பற்றியபடி புறப்பட்டார். “நாங்கள் வருகிறோம்.” இயற்பகையிடம் சொல்லிக் கொண்டு வீதியில் இறங்கினார்.

வீதி முழுக்க மக்கள் கூட்டம். இயற்பகையிடம் அப்படி என்னதான் இந்த அடியவர் பிட்சை கேட்கப் போகிறார் என்றறியும் ஆவலோடு கூடியிருந்த மக்கள் அவர் இயற்பகையின் மனைவியையே பிட்சையாகப் பெற்றார் எனத் தெரிந்ததும் கொதித்துப் போயிற்று.

“இது அநியாயம்! இவன் கபட வேடதாரி. இவனைச் சும்மா விடுதல் பாவம். நம் ஊர்ப் பெண்ணை இவன் கொண்டு செல்வதா? கூடவே கூடாது. இவனை அடித்து வீழ்த்துங்கள். நம் குலப்பெருமையைக் காக்க வாருங்கள்.”

இயற்பகையின் உறவொன்று முழக்கமிட, அனைவரும் கொதித்தெழுந்தார்கள். சிவனடியார் தாம் கைப்பற்றியிருந்த மங்கையைக் கவலையோடு பார்த்தார்.

“கவலை தேவையில்லை. இவர்களை இயற்பகையார் தடுத்து நிறுத்துவார். நாம் செல்லலாம், வாருங்கள்.”

வாசலில் கூச்சல் குழப்பத்தைக் கண்ட இயற்பகை வெளியில் ஓடி வந்தார். நிலைமையின் தீவிரம் புரியத் தன் இடைவாளை உருவினார்.

"அவர்களை எவரேனும் தொந்தரவு செய்வீராயின், என் வாளுக்கு இரையாவீர்!" கர்ஜித்தார்.

"அடே பதரே. இப்படிச் சொல்ல வெட்கமாக இல்லை...? ஆண்மகன்தானா நீ? கட்டிய மனைவியை ஒரு கபட வேடதாரிக்குத் தானம் கொடுத்ததுமின்றி அவர்களைக் காக்கவும் தயாராகிவிட்டாயா? உன் உடலில் உதிரம்தான் ஓடுகிறதா? அல்லது சாக்கடையா?"

"அவள் என் மனைவி. அவளை எவருக்கும் தானமளிக்க உரிமை உண்டெனக்கு. தாங்கள் தங்கள் வேலையைப் பார்த்துக் கொண்டு சென்றால் என் வாளுக்கு வேலை மிஞ்சும். இரத்தம் குடிக்க அது ஒருபோதும் விரும்புவதில்லை."

"அடே ஈனப் பிறவியே! உன்னால் இந்த ஊரின் மானமுமல்லவா அவளோடு சேர்ந்து போகிறது. இதைப் பார்த்துக் கொண்டு நாங்கள் சும்மா செல்ல வேண்டுமோ? ஒருக்காலும் அது இயலாது."

அவர்கள் சிவனடியாரை நோக்கிக் கும்பலாய்ச் செல்ல, இயற்பகை வாளைச் சுழற்றிக் கொண்டு பாய்ந்தார். சிவனடியாருக்கும் அவர்களுக்கும் இடையில் நின்று காற்றில் ஆவேசமாய் வாள் சுழற்ற, சிலரது கைகளில் வாள் பட்டு இரத்தம் தெறிக்க அவர்கள் அலறிப் பின் வாங்கினார்கள். வாள் சுழற்றியபடியே அவர்கள் இருவரையும் பாதுகாப்பாகக் காடுவரை கொண்டுவந்து விட்டார்.

"நான் இங்கேயே காவலிருக்கிறேன். நீங்கள் கவலையின்றிக் கானகம் கடந்து செல்லுங்கள். அதன் பிறகு ஆபத்து ஏதுமிருக்காது."

சிவனடியார் அவரை வியப்போடு பார்த்தார்.

"என்ன மனிதன் நீ! உயிருக்குயிரான உன் மனைவியை எனக்களித்ததுமல்லாமல் எங்களுக்குக் காவலாகவும் வாள் சுமந்து வந்துள்ளாயே. அவ்வளவு அன்பா என் மீது."

“ஆம். அன்பே சிவம். இதை உணர்ந்தவருக்கு எதுவும் பெரிதல்ல. எதையும் இழக்கச் சித்தமாவார்கள்.”

“உன் ஊரில் பக்தர்களுக்கா பஞ்சம்! அவர்கள் அன்பைப் பற்றி உணர்ந்ததாகத் தெரியவில்லையே!”

“உணர்வார்கள். வெகு சீக்கிரம் உணர்வார்கள். நீங்கள் அவர்களை மன்னிக்க வேண்டும்.”

“உனக்காக மன்னிக்கிறேன்.”

அடியவர் அவரை ஆசீர்வதித்துவிட்டு அவர் மனைவியுடன் நடந்தார். நடுக்கானகத்திலிருந்து அவரை அழைத்தார். “இயற்பகையாரே! வாரும். ஓடி வாரும்...!”

அந்த ஒலி காற்றில் மிதந்து வந்து அவர் காதைத் தொட, மீண்டும் ஏதோ ஆபத்தோ எனத் துள்ளி எழுந்து கானகத்தினுள் ஓடினார். ஓரிடத்தில் அவள் மட்டும் தனித்து நின்றிருந்தாள்.

“என்னாயிற்று? அடியவர் எங்கே? ஏதேனும் ஆபத்தேற்பட்டு விட்டதா என்ன?” பதறினார்.

“அவர் அடியவரல்ல.”

“பின் யார்?”

“ஆண்டவன்.”

அவள் வானம் நோக்கிக் கை குவிக்க, இயற்பகை நிமிர்ந்து பார்த்த திசையில் ரிஷபத்தில் உமையுடன் சிவம் சிரித்தது. அவர் கரங்கள் தலைக்கு மேல் உயர்ந்து குவிந்தன.

அவர்கள் சிவஜோதியில் கலந்தார்கள்.

இயற்பகை நாயனாரின் கதை இது. மேலோட்டமாய்ப் பார்ப்பவர் இயற்பகையின் பக்தியில் பரவசமடைவது நிச்சயம் எனினும் இதில் அவரைவிட மேலாய்த் தெரிவது யார் எனக் கேட்டால் அவர் மனைவிதான் என்பேன்.

எந்த ஒரு நிகழ்வும் அது நிகழ்கிறபோது அது வெறும் சம்பவம்தான். பின்னர்தான் அது சரித்திரமாகி அழியாப் புகழடைகிறது. இயற்பகை தன் மனைவியைத் தானம் தரும்போது வந்திருப்பவர் சாட்சாத் ஈசன்தான் என அவருக்கும் தெரியாது. அவர் மனைவிக்கும் தெரியாது.

சிவவேடம் பூண்டவரெல்லாம் சிவனாகவே அவர் கண்ணுக்குத் தெரிகிறார்கள். அதன் காரணமாக மனைவியையே அவர் தானம் செய்தார். ஊராரின் பகைக்கும் கேலிக்கும் பெரும்பழிக்கும் ஆளானார். இறுதியில் இறைச் சோதனையில் வென்று அழியாப் புகழ் பெற்றார்.

எல்லாம் சரிதான். ஆனால் அவர் மனைவி மட்டும் இதற்கு மறுத்திருந்தால்? கற்புதான் உயர்ந்ததென எண்ணிக் கணவனின் விருப்பத்திற்குச் செவிசாய்க்க மறுத்து அவரைவிட்டுப் பிரிந்து சென்றிருந்தால்...? ஊரார் முன் அவளும் அவரை ஏசி அவமானப்படுத்தியிருந்தால்? நிச்சயம் உலகம் அவளை அப்போதும் பாராட்டியிருக்கும். கற்புக்கரசி என்று கிரீடம் சூட்டிக் கோயில் கட்டியிருக்கும். அவளும் அந்த வரிசையில் சேர்ந்திருப்பாள்.

ஆனால் அவள் அப்படிச் செய்யாததுதான் அவள் பெருந்தன்மை. அவள் அன்று உடன்பட்டதால்தான் அவள் கணவர் அறுபத்து மூவரில் ஒருவராய் உயர்ந்தார். தன் கற்பைவிடக் கணவனின் வாக்கு முக்கியம் என அவள் எண்ணியதால்தான் வெறும் இயற்பகையாய் இருந்தவர், இயற்பகை நாயனார் ஆனார்.

தோஷம்

நுப்பும் நுரையும் நீர்க் கொப்புளங்களுமாய் ஆற்றில் புது வெள்ளம் புரண்டோடியது. வயது வித்தியாசமின்றி மனிதர்கள் எல்லோரும் குழந்தைகளாய் மாறி வெள்ளத்தோடு குதூகலித்துக் கொண்டிருந்தனர்.

"அடேயப்பா, எவ்வளவு நுரை! எவ்வளவு பெரிய பெரிய நீர்க்குமிழிகள்...!" ஒரு பையன் வியந்தான். ஒரு நீர்க்குமிழியைக் கையால் உடைத்து மகிழ்ந்தான். "எதனால் இந்த நீர்க்குமிழிகள்...?" அருகிலிருந்த தாயிடம் கேட்டான்.

"பிரும்மஹத்தி...!"

"அப்படியென்றால்?" பையன் புருவம் சுருக்கி அம்மாவைப் பார்த்தான்.

"அது ஒரு கதை...! நீ குளித்துவிட்டு வா, சொல்கிறேன்."

"கேட்டு விட்டே குளிக்கிறேனே..."

அம்மா புன்னகைத்தாள். துணி துவைத்தபடி சொல்லத் துவங்கினாள்.

தேவலோகம் பீதியிலாழ்ந்திருந்தது. தேவர்களின் முகங்கள் இருண்டு போயிருந்தன. எல்லோரும் கூட்டமாய் வந்து தேவேந்திரனைச் சூழ்ந்து கொண்டார்கள்.

"தவறு செய்துவிட்டாய் தேவேந்திரா... அசுரர்களுக்கு ஜெயிப்பதற்கு வாய்ப்பளித்து விட்டாய். அவர்கள் இந்திர லோகத்தைக் கைப்பற்றியே தீருவதென்று முடிவு செய்துவிட்டார்கள். ஓடி ஒளிவதைத் தவிர வேறு வழியில்லையா நமக்கு....?"

"என்ன செய்யலாம் இப்போது?"

"பிரஹஸ்பதியை அவமானப்படுத்தியவன் நீதான். உன் மீதுள்ள ஆத்திரத்தால் அவர் தேவலோகத்தை விட்டுச் சென்றுவிட்டார். நமது குரு நம்மோடு இல்லை என்பதே நமது பலவீனமாகிவிட்டது. அதுவே அசுரர்களின் பலமாகிவிட்டது. இதுதான் சமயம் என்று அவர்கள் போருக்குப் புறப்பட்டு விட்டார்கள். இன்னும் சற்று நேரத்தில் உன் பதவி பறிபோகும். தேவலோகம் அவர்கள் வசமாகும்."

"இனிச் செய்வதற்கு ஒன்றுமில்லையா...? நம்மால் அவர்களோடு போரிட இயலாதா...?"

"இயலாது."

"ஏன்... எதனால் இப்படிச் சொல்கிறாய்...? நம்மிடம் படை பலமில்லாமலா போய்விட்டது?"

"இருந்தென்ன பயன்...? போய்ப் பார். பாதிப்பேர் சோமபானம் அருந்திவிட்டு மயங்கிக் கிடக்கிறார்கள். மீதிப்பேர் மங்கையர்களிடம் மயங்கிக் கிடக்கிறார்கள். இவர்கள் மது மங்கை ஆட்டம் பாட்டம் என சொகுசாய் இருக்கத்தான் தாங்கள் அவதரித்திருப்பதாக எண்ணிக் கொண்டிருக்கிறார்கள். போர் என்றால் ஓடிவிடுவார்கள். காயப்பட இவர்களால் இயலாது. எப்போது என்ன பிரச்னை ஏற்பட்டாலும் மும்மூர்த்திகளிடம் ஓடிப்போய் அடைக்கலமாவதைத் தவிர இவர்களுக்கு வேறென்ன தெரியும்...?"

"தேவர்களைப் பரிகாசம் செய்யாதே. நீயும் அவர்களில் ஒருவன்தான் என்பதை மறந்துவிட வேண்டாம். இப்போது அசுரர்களை வெல்ல என்ன வழி என்பதைக் கேட்டால் ஏதேதோ பேசுகிறாய் நீ!" தேவேந்திரன் விழிகள் சிவக்க அந்த தேவலோகப் பிரஜையைப் பார்த்தான்.

"குருவின் காலடியில் விழுந்து மன்னிப்புக் கேட்க வேண்டும் என்று உனக்கு இப்போதும் தோன்றவில்லையா...?"

"புரியாமல் பேசாதே, தேவனே...! குருவை அலட்சியப்படுத்தியது என் தவறுதான். மதிகெட்டதனமாய் அத்தவறு நடந்துவிட்டது.

நடந்தவை எதையும் அவை நல்லதாயினும் தவறாயினும் மாற்றிச் சரிசெய்ய எவராலும் இயலாது. இதற்காக நான் எவ்வளவு வருந்துகிறேன் என்பது புரியாமல் என்னைத் தூஷிக்காதே. பிரஹஸ்பதியிடம் மன்னிப்புக் கேட்கலாம் என்று நான் அவரைத் தேடிச் சென்றது உனக்குத் தெரியுமா?"

"மன்னிக்க மறுத்துவிட்டாரா, குரு...?"

"மன்னிப்புக் கேட்பதற்கு அவர் இங்கிருந்தால்தானே? தேவலோகம் முழுக்கத் தேடிப் பார்த்துவிட்டேன். அவர் எங்கு சென்றார் என்று தெரியவில்லை."

"இப்பொழுது என்ன செய்யப் போகிறாய்...?"

"தோல்வியே நம் தலைவிதி! முதலில் தோற்போம். பிறகு ஜெயிப்பதற்கு வழி செய்வோம்!" தேவேந்திரன் பெருமூச்சு விட்டான்.

ஜெயிப்பது அசுரர்களுக்குச் சுலபமாயிற்று. அவர்கள் தந்திரசாலிகள். எப்பொழுது குருவை மதிக்க வேண்டுமோ அப்பொழுது மதித்துத் தம் காரியங்களை நிறைவேற்றிக்கொள்ளத் தெரிந்தவர்கள். தேவலோகம் அவர்கள் வசப்பட்டது. தேவர்கள் ஒன்றுகூடி ஆலோசனை செய்தார்கள். பிரம்மதேவனிடம் சரண் அடைவதென முடிவு செய்தார்கள். இந்திரன் சம்மதித்தான்.

நான்முகன் புன்னகையோடு அவர்களுக்கு அபயமளித்தான்...

"தேவலோகம் மீண்டும் எங்கள் வசப்பட எங்களுக்கு வழி காட்டுங்கள், பிரம்மதேவா..."

இந்திரன் மனமுருகி வேண்டினான்.

"ஒரே ஒரு வழி உள்ளது."

"சொல்லுங்கள்."

"துவஷ்டாவின் குமாரன் விஸ்வரூபனை அறிவாயா நீ...?"

"கேள்விப்பட்டிருக்கிறேன், மகா தபஸ்வி என்று. ஆனால்..."

"புரிகிறது. அவன் அசுர குலத்தைச் சேர்ந்தவனாயிற்றே என்று நினைக்கிறாய்."

"அதுமட்டுமல்ல. அவன் எங்ஙனம் எங்களுக்கு உதவக்கூடும்...?"

"சந்தேகம் வேண்டாம், தேவேந்திரா. விஸ்வரூபன் அசுர குலத்தில் உதித்தவனாயிருக்கலாம். ஆனால் தபஸ்வி. தர்மங்களும் நியாயங்களும் அறிந்தவன். அவனுடைய தவபலம்தான் உங்களைக் காப்பாற்றும். அசுர வம்சம் என்றெண்ணாது அவனைச் சரணடைவீராக. நிச்சயம் அவன் தங்களுக்கு உதவுவான்."

"நன்றி, நான்முகனே! உன் வார்த்தைகளைச் சிரமேற்கொண்டு இப்பொழுதே விஸ்வரூபனிடம் சென்று உதவி கேட்கிறோம்."

தேவேந்திரன் கைகூப்பி விடைபெற்று விஸ்வரூபனிடம் சென்றான். தங்கள் நிலைமையைச் சொல்லி அவனுடைய உதவியை யாசித்தான்.

விஸ்வரூபன் கண்மூடி யோசனையிலாழ்ந்தான்.

"உதவி என்று நாடி வந்துவிட்டவரைத் திருப்பி அனுப்புதல் தர்மமன்று என்பதை நானறிவேன். தங்களுக்கு உதவுதல் என் கடமை. அதே நேரம் தங்களுக்குப் புரோகிதம் செய்தால், என் தபஸ் நாசமடையும். இருப்பினும் சரணடைந்தவர்களைக் கைவிட என் தர்மம் இடம் தரவில்லை. என் குலத்தோரிடமிருந்து உங்கள் தேவலோகத்தை மீட்டுத் தர வேண்டியது என் கடமையும்கூட."

விஸ்வரூபன் கண் மூடினான்.

சுக்ராச்சாரியரிடமிருந்து தான் கற்ற வித்தையின் மூலம் அசுரர்களின் பலத்தைக் கிரகித்து, அந்த மந்திரங்களை இந்திரனுக்கு உபதேசித்தான்.

"இதுவே நாராயண கவசம், தேவேந்திரா. இதனை உனக்கு உபதேசித்து விட்டேன். இதைப் பக்தி சிரத்தையோடு ஜெபித்து அசுரர்களை வென்று இந்திர லோகத்தை மீட்பாயாக. இந்த மந்திரத்தை ஜபித்தவன் சத்துரு பயத்திலிருந்து மீள்வான். எங்கும் எதையும் ஜெயிப்பான். சென்று வா."

இந்திரன் விஸ்வரூபனை வணங்கி நன்றி கூறி விடைபெற்றான்.

நாராயண கவசம் தேவலோகம் மீட்டுக் கொடுத்தது.

தேவர்களுக்குப் புரோகிதம் செய்ததால் விஸ்வரூபனின் தபஸ் குறைப்பட்டு அவனுக்கு மூன்று தலைகள் உண்டாயின. விஸ்வரூபன் தன் தபோ வலிமையை மீண்டும் பெற யாகம் ஒன்று நடத்தினான். தேவர்களுக்கு அவிர்ப்பாகம் கொடுத்த பிறகு, தன் தாய் வழிச் சொந்தங்களான அசுரர்களுக்கு ஒரு பங்கு அவிர்ப்பாகம் கொடுத்தான்.

தேவேந்திரனின் விழிகள் சிவந்தன. விஸ்வரூபனைக் கோபத்தோடு நெருங்கினான்.

"நீங்கள் செய்தது சரியா, புரோகிதரே?"

"எதைக் கூறுகிறாய், தேவேந்திரா...?"

"எங்களுக்குச் சமமாக அசுரர்களுக்கு அவிர்ப்பாகம் கொடுக்கிறீரே, அதைத்தான்."

"அதிலென்ன தவறு...?"

"அவர்கள் அசுரர்கள் என்பதுதான் தவறு. அவிர்ப்பாகம் பெற்றுக்கொள்ளும் அருகதை அற்றவர்கள் அவர்கள் என்பதை மறந்துவிட வேண்டாம். பூஜிக்கத் தகுந்தவர்கள் நாங்களே. எங்கள் முன் அவர்களுக்கு அவிர்ப்பாகமளித்தால் அது எங்களை அவமானப்படுத்துவதாகும். இதனை நான் ஒருபோதும் அனுமதிக்க மாட்டேன்."

"அவர்களுக்கு அவிர்ப்பாகம் கொடுத்தது அன்பு மிகுதியால். அதை நீ தவறாக எடுத்துக்கொள்ள வேண்டாம் தேவேந்திரா. உன்னை அவமானப்படுத்தும் நோக்கம் இங்கு யாருக்கும் இல்லை. தயவுசெய்து அமைதியாக இருப்பாயாக."

"முடியாது. வெற்றுச் சமாதானம் எனக்குத் தேவையில்லை. அவர்களது அவிர்ப்பாகத்தைத் திரும்பப் பெற்றுக்கொள்வதுதான் உமக்கு நல்லது."

“அது இயலாது, தேவேந்திரா.”

“அப்படியானால் என் கோபத்திற்கு நீர் ஆளாக வேண்டியிருக்கும்.”

“உன் மூலம்தான் எனக்கு முடிவென்றால் அதையும் ஏற்கச் சித்தமாயிருக்கிறேன். எக்காரணம் கொண்டும் அவிர்ப்பாகம் கொடுத்ததைத் திரும்பப் பெறமாட்டேன்.”

விஸ்வரூபன் உறுதியாக நிற்க, தேவேந்திரனின் கோபம் தலைக்கேறியது. என்ன செய்கிறோம், ஏது செய்கிறோம் என்று புரியாமல் விஸ்வரூபனின் மூன்று தலைகளையும் கிள்ளி யாகத்தீயில் எறிந்தான். தேவர்களும் அசுரர்களும் ஸ்தம்பித்தனர்.

தங்கள் காரணம் தலையிழந்து தீக்கு இரையான விஸ்வரூபனுக்காக அசுரர்கள் கண்ணீர் சிந்தினார்கள். அவர்கள் மட்டுமல்ல. தேவர்களும்கூடக் கண் கலங்கினார்கள். இழந்த தேவலோகத்தை மீட்டுக் கொடுத்த மகாதபஸ்வியைத் தேவேந்திரன் இப்படிச் செய்வான் என்பதை யாரும் எதிர்பார்க்கவில்லை. தேவேந்திரனின் இந்த நன்றிகெட்ட செயல் தேவர்களின் முகத்தையும் சுழிக்க வைத்தது.

“ஒரு தபஸ்வியைக் கொன்றுவிட்டாய், தேவேந்திரா. நன்றி கெட்டவன் நீ! மீண்டும் பதவி கிடைத்ததும் அறிவிழந்துவிட்டாய் போலும். உத்தமன் ஒருவனைக் கொன்றதால் உன்னைப் பிரம்மஹத்தி பிடிக்கும். உன் ரூபம் மாறும். உன் பதவி பறிபோகும்.”

அசுரர்கள் சபித்துவிட்டுச் சென்ற சில நிமிடங்களில் இந்திரனின் ரூபம் கோரமாய் மாறத் துவங்கியது. தேவேந்திரன் கண் கலங்கினான். இந்தப் பிரும்மஹத்தி தோஷத்திலிருந்து எப்படி மீளப் போகிறோம் என்று புரியாது கால்போனபோக்கில் ஓடத் துவங்கினான்.

தேவேந்திரனில்லாத தேவலோகம் பொலிவிழந்தது. மீண்டும் அது அசுரர்கள் வசமாகும் முன்பு இந்திரனைப் பிரும்மஹத்தி தோஷத்திலிருந்து மீட்பது எவ்வாறு என்று தேவர்கள் ஆலோசித்தனர். பிரஹஸ்பதியிடம் ஆலோசனை கேட்டனர்.

“தேவேந்திரனின் பிரும்மஹத்தி தோஷத்தைப் பகிர்ந்து எடுத்துக்கொள்ள எவரேனும் தயாராக இருந்தால் அவன் அதிலிருந்து விடுபடுவான்!” குரு கூறினார்.

தேவர்கள் தயங்கினார்கள். அது தங்களால் இயலாதென்றார்கள். முடிவில் நான்கு பேர் அந்தப் பிரும்மஹத்தியைப் பங்கு போட்டுப் பெற்றுக்கொள்ள முன்வந்தனர்.

பூமி, ஜலம், விருட்சம், ஸ்திரீ இவர்கள்தான் அந்த நால்வர்.

இந்திரன் தன் பிரும்மஹத்தி தோஷத்தை நான்கு பங்காகப் பிரித்து இந்த நான்குக்கும் கொடுத்து தோஷம் நீங்கப் பெற்றான்.

தோஷம் நீக்கிய காரணத்தால் பூமியும், ஜலமும், விருட்சமும், ஸ்திரீகளும் ஆளுக்கொரு வரம் பெற்றார்கள்...

பூமி தன்மீது ஏற்படும் பள்ளங்கள் தானே தூர்ந்துபோகும் வரத்தைப் பெற்றது. அதில் வாழும் மனிதர்களில், நன்றி கெட்ட மனிதர்கள்தான் பிரும்மஹத்தியின் ரூபம்.

ஜலம் விருத்தியாகிப் பெருகும் வரத்தைப் பெற்றது. அதில் காணும் நுரையும், நீர்க்குமிழ்களும் பிரும்மஹத்தியின் ரூபம்.

விருட்சம் அதன் கிளைகளை எவ்வளவு முறை வெட்டினாலும் மீண்டும் மீண்டும் துளிர்க்கும் வரத்தைப் பெற்றது. அதில் வடியும் பிசின்தான் பிரும்மஹத்தியின் வெளிப்பாடு..

ஸ்திரீ தன் கருவிலிருக்கும் சிசுவுக்கு ஆபத்து வராமல் தன் கணவனுடன் சம்போகம் செய்துகொள்ளும் வரத்தைப் பெற்றாள். மாதா மாதம் அவளுக்கு ஏற்படும் உதிரப் போக்குதான் பிரும்மஹத்தியின் ரூபம்.

அம்மா கதையைச் சொல்லி நிறுத்த, பையன் ஜலத்தையும் அதன் கரையிலிருந்த விருட்சங்களையும் ஆச்சர்யத்தோடு பார்த்தான். ஸ்திரீகளை மரியாதையோடு பார்த்தான். ஆற்றங்கரையோரம் பூமியில் சிறிய பள்ளம் செய்து வைத்துவிட்டுப் போனான். நாலு நாள் கழித்து வந்து பார்த்தபோது அந்தப்

பள்ளம் தூர்ந்து போயிருப்பதைக் கண்டு வியந்தான். நல்லவர்கள் எல்லாம் விஸ்வரூபனாய்த் தெரிந்தார்கள். தானும் நல்லவனாய் வாழ்ந்து மறைய வேண்டும் என்று உறுதி கொண்டான். 'நன்றி கெட்டவன் பிரும்மஹத்தியின் ரூபம்...!' அம்மா சொன்னதை நினைத்துப் பார்த்தான். தான் இதுவரை செய்த சின்னச் சின்னத் தவறுகளுக்காகச் சம்பந்தப்பட்டவர்களிடம் மானசீகமாய் மன்னிப்புக் கேட்டுக் கொண்டான். பயபக்தியோடு ஜலத்தில் இறங்கிக் குளித்தான். என் பாகங்களையும் ஏற்றுக்கொள் ஜலமே! புது மனிதனாக்கு. இனித் தெரியாமல்கூடத் தவறு செய்யாதிருக்க வரம் கொடு. கண்மூடி வேண்டிக் கொண்டான்.

தாயானவள்

கலைமகள், மலைமகள், அலைமகள் மூவரும் ஓரிடத்தில் அவசரமாய்க் கூடியிருந்தனர். மூவரது முகமும் அவமானத்திலும், கோபத்திலும் சிவந்திருந்தது. சிவனும், திருமாலும், பிரம்மனும் தங்கள் மனைவியின் கோபத்திற்குக் காரணம் புரியாமல் உதடு பிதுக்கி ஒருவரை ஒருவர் பார்த்துக் கொண்டார்கள்.

எல்லாவற்றுக்கும் காரணமான நாரதர் தேமே என்று தன் தம்புருவுடன் ஒரு ஓரமாய் நின்றிருந்தார்.

"என்னதான் பிரச்னை நாரதா?"

"நாராயண."

"நானா பிரச்னை?" நாராயணன் புன்னகைத்தான்.

"நாராயண! நாராயண!" நாரதர் கன்னத்தில் போட்டுக் கொண்டார்.

"உங்களைப் போல்தான் நானும். எனக்கும் ஒன்றும் தெரியாது."

நாரதரின் பதில் கேட்டதும் பெண்கள் மூவரும் ஆத்திரத்துடன் அவனை முறைத்தார்கள்.

"என்ன சொன்னாய்...?"

"ஒன்றும் தெரியாதென்றேன்."

"உண்மையாக ஒன்றும் தெரியாதா?"

"ஆமாம். இந்த இரும்பு மணிகள் மீது ஆணையாக ஒன்றும் தெரியாது."

"அதென்ன நாரதா, இரும்பு மணிகள்? அதன் மீது சத்தியம் செய்யுமளவுக்கு அப்படி என்ன விசேஷம் அவற்றில்?" சிவபெருமான் கேட்டார்.

“இவைதான் இன்று எனது பிக்ஷையில் கிடைத்தது.”

“பிக்ஷையாக இரும்பு மணிகளா? எந்த முட்டாள் இதைக் கொடுத்தது? இதை எப்படி உண்பதென்று கேட்பதுதானே போட்டவரிடம்?”

“கேட்டேனே.”

“என்ன சொன்னார்?”

“கற்புக்கரசியின் கைபட்டால் இவை உண்பதற்கேற்றாற் போல் அழகாகப் பொரியும் என்று கூறினார். அதுமட்டுமல்ல. அந்தக் கற்புக்கரசி யாரென்றும் கூடச் சொன்னார். அந்த மங்கையைத் தேடி அவ்வளவு தூரம் செல்வானேன். மும்மூர்த்திகளின் மனைவிகளைவிட யார் சிறந்த கற்புக்கரசியாக இருக்க முடியும் என்றெண்ணி மூன்று தேவிகளிடமும் இந்த மணிகளைக் கொடுத்தேன். என் போதாத நேரம் யார் கைபட்டும் இவை பொரியவில்லை. ஏன் பொரியவில்லை என்று எனக்கெப்படித் தெரியும்? அதைத்தான் எனக்கு ஒன்றும் தெரியாதென்று சொன்னேன்.”

நாரதர் அப்பாவியாய்க் கூற, தேவியரின் முகங்கள் முன்னிலும் சிவந்தன.

“எவரோ ஏதோ சொன்னார்கள் என்று எங்கள் கற்பு நெறியைச் சோதித்த உன்னைச் சும்மா விடமாட்டோம்.”

“அவசரப்படாதே, தேவி. நாரதா! அவர் சொன்ன அந்தக் கற்புக்கரசி யார்? எங்கிருக்கிறாள்?”

“அனுசூயை என்று பெயர். அத்திரி மகரிஷியின் மனைவி. பூலோகத்தில் வசிப்பவள்.”

“கேவலம் ஒரு மானிடப்பெண் எங்களைவிட உயர்ந்தவள் என்கிறாயா?”

“நான் சொல்லவில்லை, தாயே. இந்த இரும்பு மணிகளைக் கொடுத்தவர் கூறினார்.”

"ஒன்று செய். இப்பொழுதே போய் அந்தப் பெண்ணிடம் இவற்றைக் கொடு. இவை பொரிகிறதா என்று பார்க்கிறோம்."

"பார்த்தால் போயிற்று. ஒருவேளை இவை பொரிந்து விட்டால்...?"

"நாரதா..!"

நாரதர் பயத்தில் சட்டென மறைந்தார். சில நாட்கள் கழித்துத் திரும்பி வந்தார்.

"என்ன நாரதா, உன் பசியடங்கியதா? அந்த மானிடப் பெண் இரும்பைப் பொரித்துக் கொடுத்தாளா?" தேவியர் கேலியாகக் கேட்டனர்.

"ஆஹா! அற்புதமாகப் பொரிந்தன, அவள் கைப்பட்டதும்."

"உளறுகிறாயா? அது எப்படிப் பொரியும்? என்னால் நம்ப முடியவில்லை. எங்கள் கைகளுக்கில்லாத சக்தி ஒரு மானிடப் பெண்ணுக்கு மட்டும் எப்படி இருக்கும்?"

"இது கைகள் சம்பந்தப்பட்ட விஷயமல்ல, தாயே. நம்பிக்கை சம்பந்தப்பட்ட விஷயம். இரும்பு மணிகள் பொரியுமா என்று நீங்கள் சந்தேகப்பட்டீர்கள். பொரியும் என அவள் நம்பினாள். பொரிந்தது. என் பசியும் அடங்கியது. கற்புக்கரசிகள் கைப்பட்டால் பொரியும் என நான் கூறியது உண்மைதானே!"

"அப்படியானால் எங்கள் கற்பை இழுக்குக் கூறுகிறாயா?"

"நான் கூறவில்லை. கற்புக்கரசியானாலும் இரும்பு மணிகள் பொரியாது என்று கூறி நீங்கள்தான் மறுத்தீர்கள். உங்கள் சந்தேகத்தினால்தான் அவை பொரியவில்லை."

நாரதர் புன்னகையோடு செல்ல, தேவியர் முகம் துயரத்திலாழ்ந்தது. ஒரு மானிடப் பெண்ணுக்கு முன் தங்கள் பெருமை குலைந்து போவதா? விடக்கூடாது. அவர்கள் தத்தம் கணவரை நாடிச் சென்றனர்.

"எனக்கொரு வரம் வேண்டும்." கணவரிடம் கேட்டனர்.

என்ன...?

"அந்த அனுசூயையின் கற்புநெறி கடுகளவாவது குறைய வேண்டும்."

"எதற்கிந்தப் பொறாமை, தேவி?"

"மனிதருக்கு வேண்டுமானால் அவள் மயங்காதிருக்கலாம். ஆனால் தெய்வம் தன்னை விரும்பி நாடினால் நிச்சயம் சற்றேனும் சலனப்படுவாள். அந்தச் சலனத்தில் அவள் கற்பு மாசுபட்டுவிடும். அவள் கையால் இனி இரும்பு மணிகள் பொரியக் கூடாது. அதுதான் வேண்டும் எனக்கு."

மும்மூர்த்திகளும் தங்களது மனைவியின் அசூயை கண்டு கவலைப்பட்டார்கள். இருப்பினும், அவர்களது மனதிலிருக்கும் மாசுகள் மறைய, அவர்களது விருப்பப்படியே அத்திரி மகரிஷியின் ஆசிரமத்திற்கு வந்தார்கள். மந்தாகினி நதிக்கரையின் அழகிய சூழலில் அமைந்திருந்தது ஆசிரமம். அவர்கள் சென்ற நேரம் அனுசூயை தனியாக இருந்தாள்.

மும்மூர்த்திகளும் முனிவர்களின் தோற்றத்துடன் ஆசிரமத்தை நெருங்கி அவளை அழைத்தார்கள்.

"பிக்ஷை வேண்டி வந்துள்ளோம்."

அவள் அகமகிழ்ந்தாள். அவர்கள் பாதங்களைப் புனித நீரால் கழுவிப் பூஜித்து அமர வைத்துவிட்டு அவர்களுக்கு உணவு தயாரித்தாள்.

இலை போட்டு அவர்களை உண்ண அழைத்தாள்.

"ஒரு வேண்டுகோள், அம்மா."

"கூறுங்கள்."

"இங்கே நாங்கள் பிக்ஷையேற்க வேண்டுமானால் அதற்கொரு நிபந்தனை உள்ளது."

"என்ன நிபந்தனை?"

“ஆடையின்றி நீ பரிமாற வேண்டும். உன் கரங்களால் எம்மை உன் மடியிலிருத்திக் கொண்டு உணவூட்ட வேண்டும்.”

அவள் ஒரு க்ஷணம் திடுக்கிட்டாள். அவர்களை உற்றுப் பார்த்தாள். இதென்ன சோதனை என்று உள்ளுக்குள் கலங்கினாள். கண்மூடித் தெய்வத்தை எண்ணினாள். மூடிய விழிகளுக்குள் மூன்று முனிவர்களும் மும்மூர்த்திகளாகத் தெரிய, அவளுக்குப் புரிந்துவிட்டது.

அவர்கள் சும்மா வரவில்லை. அவளைச் சோதிக்கவே வந்திருக்கிறார்கள். அதற்கு என்ன காரணமோ தெரியாது. ஆனாலும் இந்தச் சோதனையைச் சமாளித்தாக வேண்டும். “தெய்வத்தினும் தெய்வம் என் கணவர் என நான் எண்ணுவது உண்மையானால், இக்கணமே நீங்கள் மூவரும் மழலைகளாய் மாற வேண்டும். உங்கள் விருப்பப்படியே ஆடையின்றி நான் உங்களுக்கு உணவூட்ட வேண்டும்!” அவள் கண்மூடி, வேண்டினாள்.

அவள் கண் திறந்தபோது எதிரே மூன்று குழந்தைகள் கடைவாயில் எச்சிலொழுகக் களங்கமற்ற முகத்துடன் அமர்ந்திருக்க, அவள் சிலிர்த்துப் போனாள். அவற்றை வாரியெடுத்து அணைத்துக் கொண்டு உச்சி முகர்ந்தாள். தன் ஆடைகளைக் களைந்துவிட்டு அவற்றிற்குப் பாலும் சோறும் ஊட்டினாள். மூன்று தொட்டில்களை உருவாக்கி அவர்களை உறங்க வைத்தாள்.

பூலோகம் சென்ற மூர்த்திகளைக் காணாமல் தேவிகள் மூவரும் நாரதரை அணுக, அவர் நகைத்தார்.

“உலகத்தில் வேறு எவருக்கும் கிடைக்காத பெரும்பேறு உங்களுக்குக் கிடைத்துள்ளது.”

“என்ன சொல்கிறாய்?”

“குழந்தைகளின் முகத்தில் கணவரின் முகச்சாயலைக் கண்டு மகிழ்வது பெண்களின் இயல்பு. ஆனால் கணவர்களையே குழந்தைகளாகக் காணும் அதிர்ஷ்டம் வேறு யாருக்குக் கிடைக்கும்?”

"என்ன உளறுகிறாய்?"

"அத்திரி மகரிஷியின் ஆசிரமத்துத் தொட்டிலில் திருமூர்த்திகளும் பாலும் பருப்பன்னமும் உண்டு உறங்கும் அழகை என்னவென்று சொல்ல...!"

"என்னப்பா சொல்கிறாய் நீ?"

"நம்பிக்கையில்லையென்றால் வாருங்கள், காட்டுகிறேன்."

அவர்கள் அவருடன் பூலோகம் வந்தார்கள். அனுசூயையின் தாலாட்டில் உறங்கும் மழலைகளைக் கண்டதும் முகம் மாறினார்கள். கணவர்களைத் தங்களுக்குத் திருப்பித் தரும்படி அனுசூயையிடம் மடிப்பிச்சை கேட்டார்கள்.

ஒரு கைநீரை அவள் தெளிக்க, அவர்கள் அவர்களானார்கள்.

திரும்பி வரும்போது தேவியர் மூவரும் ஒப்புக்கொண்டனர். "நீ கூறியது உண்மைதான், நாரதா. இவள் சாதாரணப் பெண்ணல்ல. மிகவும் உயர்ந்தவள். இந்த உயர்ந்த நிலை இவளுக்கு எப்படிக் கிடைத்தது?"

"அவளுடைய கர்வமற்ற நிலைதான் அவள் உயர்வுக்குக் காரணம், தேவி."

"அப்படியானால் நாங்கள் கர்வமுற்றவர்களா?"

"பார்த்தீர்களா? இப்படி ஒப்பிட்டுப் பார்ப்பது நீங்கள்தான். அவள் யாரோடும் தன்னை ஒப்பிடுவதும் இல்லை. யாரையும் இழிவாக நினைப்பதுமில்லை. அதனால்தான் உங்கள் பார்வையிலும் அவள் உயர்ந்துவிட்டாள்."

நாரதர் கூற, தேவியர் மூவரும் அதை ஒப்புக்கொள்வதுபோல் மௌனமாய்த் தலை குனிந்தனர்.

இது அனுசூயாவின் கதை. மேலோட்டமாய்ப் பார்த்தால் இது அவளது கற்பு நிலையை உயர்த்திக் கூறும். ஆழ்ந்து நோக்கினால் மற்றொரு உண்மையும் புலப்படும்.

பக்தர்களின் பெருமையை வெளிப்படுத்தத் தெய்வம் அவர்களைச் சோதிப்பதும், தன்னைத் தாழ்த்திக் கொண்டு அவர்களைப் பெருமைப்படுத்துவதும் வழக்கம்தான். மும்மூர்த்திகளையும், மழலைகளாக்கி மடியிலிருத்திப் பாலூட்டிய சக்தி அவளுக்கு எங்கிருந்து வந்தது? அதற்குக் காரணம் அவளது கற்பு நிலை மட்டுமல்ல.

சோதனை என்று வரும்போது ஒரு பெண்ணுக்கு ஏற்படும் அசாதாரணமான மனோபலம்தான் அனுசூயாவுக்கும் ஏற்பட்டது. அதிலும் சோதிப்பது சாதாரணமானவரல்ல. சாட்சாத் தெய்வங்களே. முப்பெரும் சக்திகளும் ஒன்று சேர்ந்து சோதிக்க வரும்போது எப்பேர்ப்பட்டவரும் அந்தச் சோதனையைத் தாங்க முடியாமல் தோற்று விடுவர்.

ஆனால் அவளோ அந்தச் சோதனைகளைக் கண்டு கலங்கவில்லை. இருகரம் நீட்டி வரவேற்றாள். அவர்கள் விருப்பப்படி அவர்கள் பசியாற்றத் தனக்குதவுமாறு அவர்களையே மனதில் நிறுத்தி வேண்டிக்கொள்ள அந்த மாபெரும் மூன்று சக்திகளும் அவள் அன்புக்குக் கட்டுப்பட்டு அவள் வீட்டில் மழலைகளாய் மாறித் தம் சக்தியைச் சுருக்கிக் கொண்டனர். ஆக, தெய்வத்தின் துணையின்றி இங்கு எவராலும் எதுவும் செய்துவிட முடியாது.

அதேநேரம் தெய்வம் உண்மையான அன்புக்கும் பக்திக்கும் நிச்சயமாகக் கட்டுப்படும் என்பதற்கு அனுசூயையின் பக்தி ஒரு உதாரணம். அன்பும் பரிசுத்தமான பக்தியும் கொண்டவர்கள் எத்தகைய சோதனைகளைக் கண்டும் கலங்கமாட்டார்கள். தெய்வம் ஒவ்வொருவரையும் ஒவ்வொரு விதமாகச் சோதித்துக் கொண்டுதான் இருக்கும். சோதனைகள் மனிதருக்கு மனிதர் மாறுபடலாம். அவை ஒவ்வொன்றும் நம்மை இறைமையோடு நெருக்கமாக்குகிறது என்று நம்புகிறவர்கள் அவற்றைக் கண்டு அஞ்சி விலக மாட்டார்கள். தங்கம் நெருப்பிலிடப்படுவது அதனைப் பரிசுத்தமாக்கவே. மன உறுதியும் மாசற்ற பக்தியும், உயிர்களிடத்து அன்பும் நமக்குள் நிறைந்திருக்குமானால்,

நம்மைச் சோதிக்கும் தெய்வமே, அந்தச் சோதனையைக் கடக்கும் சக்தியையும் நமக்களிக்கும்.

அத்தகைய சக்திதான் அனுசூயையிடம் ஏற்பட்டது. அதனால்தான் தெய்வங்களையே மழலையாக்கி உணவூட்ட முடிந்தது அவளால். அட! தெய்வமே என் அழகில் மயங்கிவிட்டதே என்று அவள் சலனமுற்றிருந்தாலோ, கர்வப்பட்டிருந்தாலோ அல்லது தெய்வ கட்டளை எனப் பயந்து அடிபணிந்திருந்தாலோ இன்று அவளைப் பற்றி எழுதும் அவசியம் ஏற்பட்டிருக்காது.

மாசற்ற பக்தியும் அன்பும், உள்ளத்தைத் தூய்மையாக்கும். உள்ளம் தூய்மையடைய, அதிலிருந்து தோன்றும் எண்ணங்களும் தூய்மையடையும். எண்ணம் தூய்மையடைய, நான் எனும் அகங்காரம் அழிகிறது. அகங்காரமற்ற தூய நிலையடைபவர்க்கு மலை போன்ற சோதனைகளையும் கடுகாக்கி அவற்றை மனத்தொட்டிலில் தூங்க வைக்கும் சக்தி ஏற்பட்டுவிடும். இந்த அகத்தூய்மையைத்தான் கற்பு நிலை என்று அன்று குறிப்பிட்டிருக்க வேண்டும்.

✧ ——————— ✧

சகோதரி

இன்னும் இருள் பிரியவில்லை. மெல்லிய நிலவொளியில் கெடில நதி உருக்கிய வெள்ளியாக ஓடிக் கொண்டிருந்தது. அதன் வடகரையில் திரு வீரட்டானம் கோயில் கோபுரம் கம்பீரமாய் உயர்ந்து நின்றிருந்தது. கோயிலின் அருகிலிருந்த மண்டபம் ஒன்றில் சுருண்டு படுத்திருந்த திலகவதி எழுந்து கொண்டாள். இரவு முழுக்க உறங்காத அவள் கண்கள் சிவந்திருந்தன. அவள் முகத்தில் விவரிக்க இயலாத துயரம் படர்ந்திருந்தது.

கெடில நதியில் நீராடிக் காலைக் கடன்களை முடித்துக் கொண்ட அவள் செப்புக் குடத்தில் நீர் முகந்து வந்து கோயில் பிராகாரம் முழுவதும் கழுவி விட்டாள். கோயில் வாசலைச் சுத்தப்படுத்திப் பசும் சாணியால் மெழுகிப் பளிச்சென்று கோலமிட்டாள். தினம் தினம் அவள் போடும் கோலம் காணவே கோயில் வாசலில் சிறிய கூட்டம் கூடி விடும்.

"அடேயப்பா! உன் கைகளுக்கு மட்டும் கடவுள் அப்படி என்னதான் தனி வரம் கொடுத்தானோ, இப்படிக் கோலமிடுகிறாய்!" தெரிந்தவர்கள் பாராட்டி விட்டுச் செல்வார்கள்.

ஒரு சிலர் பெருமூச்செறிவார்கள். "ஹும்...! இப்படி அழகிய கோலங்கள் போட்டு ஆண்டவன் திருக்கோயிலுக்கு அழகூட்டுகிறாய். உன் கோலத்தை மட்டும் ஆண்டவன் இப்படி ஆக்கி விட்டானே...!"

ஒரு பெண்மணி வருத்தப்பட்டுக் கூறியபடி சென்றாள்.

அவளுடன் சென்ற மற்றொருத்தி திலகவதியை வியப்போடு பார்த்தவாறு நடந்தாள்.

“அவள் கோலத்திற்கு என்ன...? எதனால் அப்படி வருத்தப்பட்டுக் கூறினாய்?” அந்தப் பெண் கேட்க, அந்தப் பெண்மணி மீண்டும் ஒருமுறை பெருமூச்சு விட்டபடி திலகவதியைப் பற்றிக் கூறினாள்.

அவளது ஊர் திருவாமூர். வேளாளர் குடும்பத்தைச் சேர்ந்தவள். சீரும் சிறப்புமாகப் பிறந்து வளர்ந்தவள். இவளது தாய், தந்தைக்கு இவளே மூத்தவள். இவளுக்கடுத்து மருள்நீக்கி என்ற ஆண்மகனும் உண்டு. மகன் பிறந்த சில ஆண்டுகள் கழித்துப் பெற்றவர்கள் இவளுக்குத் திருமணம் செய்து வைக்கும் எண்ணத்தோடு வரன் தேடி, முடிவில் கலிப்பகையார் என்ற வீரமும் குணமும் நிரம்பிய அழகிய வாலிபனை இவளுக்கு நிச்சயம் செய்தார்கள்.

அவர்களது திருமணம் முடிவதற்கு முன் வடபுலத்தில் பெரும் போர் மூள, கலிப்பகையார் சேனாதிபதியாகப் பொறுப்பேற்றுப் போர் முனைக்குச் சென்றார். போர் நீண்ட நெடுநாட்கள் நடந்து கொண்டிருந்தது. இச்சமயத்தில் இவளது தகப்பனார் புகழனார் கொடும் வியாதிகண்டு இறந்து போக, கற்புக்கரசியான இவளது தாயும் கணவரின் பிரிவு தாளாமல் சிறிது நாட்களிலேயே மாண்டு போனாள்.

அக்காவும் தம்பியும் அனாதையானார்கள். இந்தக் கஷ்டம் போதாதென்று இடிமேல் இடியாகப் போர்முனையில், இவளுக்கு நிச்சயம் செய்யப்பட்டிருந்த கலிப்பகையாரும் வீர மரணமடைய ஊர் முழுவதும் இந்த துரதிருஷ்டப் பெண்ணுக்காகக் கதறியழுதது.

திருமணச் சடங்கு நடக்காவிட்டாலும் அவனையே கணவனாக நினைத்துக் கொண்டிருந்த இந்தத் திலகவதி வாழ்ந்தது போதுமென எண்ணித் தன்னைத்தானே மாய்த்துக்கொள்ளத் தயாரானாள். அச்சமயம் அவளது ஒரே உறவான தம்பி மருள்நீக்கி சகோதரியின் காலைப் பிடித்துக்கொண்டு கெஞ்சியழுதான். தன்னை அனாதையாக்கிவிட்டுச் செல்ல வேண்டாம் என்றான்.

ஊர்மக்களும் மருணீக்கிக்காக அவளிடம் பரிந்து பேச, அவள் மனம் மாறியது. தன்னை மட்டுமே உறவாகக் கொண்டிருக்கும் தன் தம்பிக்காக வாழ்வதென முடிவு செய்தாள். ஆனாலும் வைதவ்யக்

கோலம்தான் இனித் தன் கோலம் என்பதில் அவள் திடமாக இருந்தாள்.

ஆபரணங்கள், அணிகலன்கள் அனைத்தையும் துறந்து திருநீறு மட்டுமே பூசிக் கொண்டு ஒரு துறவியாய் வாழ்கிற சிறந்த சிவபக்தை. சைவ நெறியின் மீது மிகுந்த நம்பிக்கை கொண்டவள். அன்பே சிவம் என்பதை உணர்ந்து, இவ்வுலகின் அனைத்து உயிர்களின் மீதும் அன்பாயிருப்பவள். ஆனாலும் இன்னமும் சோதனைகள் இவளை விட்ட பாடில்லை.

"ஏன், இன்னும் என்ன சோதனை?"

"எந்தத் தம்பிக்காக இவள் துறவியாய் வாழ்ந்து கொண்டிருக்கிறாளோ அந்தத் தம்பியால்தான் சோதனை."

"தம்பியினாலா...? தம்பி இவளை மதித்து நடத்தவில்லையா...?"

"அப்படியல்ல. இது வேறு பிரச்னை. இன்று சோழ நாடு முழுக்கச் சமணர்கள் அதிகரித்து விட்டார்கள். இடுப்பில் பாயும், கையில் உறியில் தூக்கிய கமண்டலமும், மறுகையில் மயிற்பீலிக் கற்றையும், மயிர் நீக்கப்பட்ட மொட்டைத் தலையுமாய்த் தங்கள் மதத்தைப் பரப்பும் நோக்கத்தோடு இங்கு அலைந்து கொண்டிருக்கிறார்கள். சமய ஆராய்ச்சியில் ஈடுபட்டிருந்த சிவபக்தரான மருணீக்கிக்குத் திடீரென்று சைவத்தைவிடச் சமணம்தான் சிறந்த சமயம் என்று தோன்றிவிட்டது. கொல்லாமை நோன்பு கொண்ட சமண மதமே உயர்ந்தது என்று கூறிவிட்டுப் பாடலிபுத்திரம் (திருப்பாதிரிப் புலியூர்) சென்று சமண மடத்தில் தங்கிச் சமணராகவே மாறி வாழ்ந்து வருகிறார். தன் தம்பி சைவ நெறியிலிருந்து மாறியதைத் தமக்கையால் தாங்க இயலவில்லை. சமண மடத்தில் சிக்கிக் கொண்ட தம்பியை மீண்டும் சைவ சமயத்திற்கு வரச்செய்து சிவபக்தனாக மாற்றும் பொறுப்பை அந்த ஈஸ்வரனிடமே ஒப்படைத்துவிட்டு இந்த வீரட்டானம் சிவாலயத்திற்கு வந்து தங்கிக்கொண்டு கோயில் கைங்கர்யங்களைச் செய்து வருகிறாள். இச்சிறிய வயதில் இவளுக்குத்தான் எவ்வளவு சோதனைகள் பார்...!"

அந்தப் பெண்மணி கூற, உடன் சென்ற பெண்ணும் அதை ஆமோதித்து வருந்தினாள்.

திலகவதி சிவபெருமானின் திருச்சன்னிதிக்கு முன் கண்மூடி நின்றிருக்க, மூடிய இமைகளின் வழியே மெல்லிய கோடாய்க் கண்ணீர் கசிந்து கொண்டிருந்தது.

“தகப்பனை நோய் கொண்டு போயிற்று. கலங்கவில்லை. நீ கொண்டு போனாயெனச் சமாதானமானேன். தாய் கற்பு நெறியில் கலங்கி உடல்விட்டாள். விதி என்று அதையும் ஏற்றுக்கொண்டேன். மணாளனாய் நிச்சயிக்கப்பட்டவர் போர் முனையில் மாண்டு போனார். வீரமரணம் என்று அந்தப் பிரிவையும் தாங்கிக் கொண்டேன். ஆனால் உயிருடனிருக்கும் போதே சிவத்தை விடுத்துச் சவம் போல் சமணத்தில் அழுந்தியிருக்கும் தம்பியின் செயல்தான் என்னால் தாள முடியாததாயுள்ளது. சிவமே ஜீவன் என நினைக்க வேண்டியவன், சைவத்தில் உதித்தவன், பரசமயத்தை நாடலாமா...? என் உடன் பிறந்தவன் இறந்து போனால்கூடத் தாங்கிக் கொள்வேன். ஆனால் உயிரோடு இருக்கையில் உன்னை மறந்து செல்வதை ஒருபோதும் என்னால் அனுமதிக்கவோ, தாங்கிக்கொள்ளவோ இயலாது. என் உடன் பிறந்தவன் மீண்டும் சிவனடியில் விழ வேண்டும். இதற்கு உதவ உன்னை விட்டால் வேறு யார் எனக்கு உள்ளார்கள்...? தவமெனக் கருதிப் பாய் உடுத்தி, தலைமயிர் பறித்து, நின்றபடி உணவுண்டு, சமணத்திற்குச் சமானமெதுவுமில்லை என்று மதிமயங்கிக் கிடக்கும் அவனை அங்கிருந்து மீட்டு வந்து சிவமே சர்வமும் என உணர வைக்காவிடில் அவனுக்காக நான் அன்பு காட்டுவதும், உயிர் வாழ்வதும், அர்த்தமற்றுப் போய்விடும். என் வேண்டுதலை நீ நிறைவேற்றாவிடில் அன்று விடத்தவறிய உயிரை இனி மாய்த்துக்கொள்வேன். உயிரற்ற உடலாகி விட்டால் நான் யாரைப் பற்றிக் கவலைப்பட வேண்டும்?”

திலகவதி உயிர் உருகுமாறு வேண்டினாள். அதற்குமேல் சும்மாயிருக்கச் சிவத்திற்கு முடியவில்லை. பக்தன் அழுதால் தாங்குமா தெய்வம்? அது அருள் புரியத் தயாராயிற்று.

சோதிக்காமல் சிவம் அருள் தந்துவிடுமா..? அது மருணீக்கியை நோக்கிச் சூலை நோயெனும் சோதனையை அனுப்பி வைத்தது.

மருணீக்கி வயிறெல்லாம் எரியத் துடித்தான். ஆலகால விடத்தை உண்டதுபோல் வயிறு எரிந்தது. திடுதிடுவென்று அக்னியில் உடலே பற்றி எரிவது போலிருக்க, மருணீக்கி சூலை நோயால் துடித்தான். குழந்தை போல் அழுதான்.

அவனைச் சுற்றிலும் சமணர்கள் சூழ்ந்து நின்று அவன் நோயின் கடுமை குறைக்கப் பார்த்தார்கள். மயிற்பீலியால் அவன் தேகம் தடவி, மந்திரங்கள் ஜெபித்து அவன் வயிற்றைக் குளிர்விக்க முயன்றார்கள்.

உள்ளே நோயாய்த் தகிப்பது சாதாரண அக்னியா? சுடுகாட்டு அக்னியில் சுழன்று நடனமாடும் சிவாக்னி அல்லவா...? அதனிடம் சமணர்கள் தோற்றுப் போனார்கள். உன் நோயைத் தணிக்க எங்களால் இயலவில்லை என்று சோர்ந்து விலகினார்கள்.

இனி நான் என் செய்வேன்? எனக்கென்று யார் இருக்கிறார்கள், என்மீது அன்புகாட்ட... என்று அவன் எண்ணிய நேரம், அவன் மனக்கண்ணில் தமக்கையின் முகம் தெரிந்தது. 'நானில்லையா உனக்கு' என்று அன்போடு பார்த்தது. மருணீக்கி ஒரு வேலையாளை அழைத்தான். "திரு வீரட்டானம் சென்று என் நிலையைக் கூறி உடனே என் தமக்கை திலகவதியாரை அழைத்து வருவாயாக!" என்று கட்டளையிட்டு அனுப்பினான்.

வேலைக்காரன் உடன் விரைந்தான். திருவதிகை ஈசனுக்கு மலர் கொய்து கொண்டிருந்த திலகவதியைச் சந்தித்தான்.

"உமது சகோதரன் சூலை நோயால் கடுமையாகப் பீடிக்கப்பட்டுள்ளார். அந்நோய் தீர்ப்பார் யாருமில்லை. உங்கள் அன்பும் அரவணைப்பும் அவருக்குத் தேவைப்படுகிறது. உடனே உங்களை அழைத்து வரக் கூறினார். விரைந்து புறப்படுங்கள்."

திலகவதி வேதனைப்பட்டாள். கூடவே கோபமும் பட்டாள். "பர சமயத்தினர் வாழும் அங்கு நான் வருவதா? ஒருக்காலும்

முடியாது. அன்பும் அரவணைப்பும் தாராளமாய்க் கிடைக்கும், மருணீக்கி இங்கு வந்தால், என்று அவனிடம் சொல். உடனே அவனை இங்கு அனுப்பி வை. நான் வணங்கும் ஈசன் அவனைக் காப்பார் என்று சொல்."

திலகவதி வேலையாளைத் திருப்பி அனுப்பினாள்.

"அப்படியா சொன்னார் என் தமக்கை?" மருணீக்கி வருத்தத்தோடு கேட்டுவிட்டு யோசித்தான். மிக உயர்ந்த சமயம் என்று நம்பி இந்தச் சமண மடத்திற்கு வந்தோம். இந்தச் சமணர்களால் என் நோய் தீர்க்க இயலவில்லையெனில் இது எப்படி உயர்ந்த சமயமாகும்? இனி இங்கிருந்துதான் என்ன பயன்? தமக்கை கூறுவதுபோல் சிவனருளால் மட்டும்தான் இந்நோய் தீருமா? அப்படித் தீர்ந்துவிட்டால், சைவ நெறியைப் போற்ற என்ன தடை? ஈசனின் காலடியில் விழுந்து கிடப்பதைவிட வேறென்ன வேலை...?

மருணீக்கி உடனே சமண மடத்திலிருந்து வெளியேறினான். தமக்கையிடம் வந்து சேர்ந்தான். அவள் மடியில் முகம் புதைத்து அழுதான்.

"என் நோய் தீருமா...? சிவபெருமான் அருள் எனக்குக் கிட்டுமா...? சமணம் உயர்ந்ததென்று போன காரணத்தால் அருள் புரிய மறுத்துவிட்டால்...?"

திலகவதி புன்னகைத்தாள்.

"ஈசனைச் சாதாரண மனிதனைப் போல நினைத்து விட்டாயே, தம்பி! அன்பே சிவம் என்ற தாரக மந்திரம் உனக்கு மறந்துவிட்டதா? அது அன்புக் கடல். தூற்றுவாருக்கும் துணை நிற்கும். அந்த சர்வேஸ்வரனின் பாதங்களில் சரணடைந்து விடு. அனைத்தையும் அந்த அன்புக் கடல் பார்த்துக் கொள்ளும்."

திலகவதி பூஜைத் தட்டிலிருந்து கை நிறையத் திருநீறு அள்ளி அவன் நெற்றியிலிருந்து வயிறு வரை பூசினாள்.

நீறு பட்டதுமே நெருப்பு கொஞ்சம் கொஞ்சமாய்க் குளிரத் துவங்கியது.

மறுநாள் விடியற்காலம் எழுந்து வழக்கம் போலத் திருவலகும் திருமெழுகும் (விளக்குமாறும், பசுஞ்சாணமும்) எடுத்துக் கொண்டு, மருணீக்கியையும் அழைத்துக் கொண்டு கோயிலுக்குச் சென்ற தமக்கை கோயிலைச் சுத்தப்படுத்த, தம்பி கோயிலை வலம் வந்து ஈசனின் முன் சாஷ்டாங்கமாய் விழுந்து வணங்கினார். வெண்ணீறெடுத்துத் தன் மேனியெல்லாம் பூசிக் கொண்டார்.

வயிறு இன்னும் குளிர்ந்தது. வலி வேதனை வெம்மை அனைத்தும் தணிந்தது. சிந்தையெல்லாம் சிவமயமாயிற்று. தேகமெல்லாம் அன்பு நிரம்பியது. நாவு எதற்கோ துடித்தது. உள்ளத்திலிருந்து இனிமையாய் ஏதோ பொங்கியெழுந்தது. அந்த இனிமை நாவிலும் பரவியது. அது தன்னை மறந்து கணீரென்று பாடத் துவங்கியது.

கூற்றா யினவாறு விலக்ககிலீர்
கொடுமைபல செய்ததை நானறியேன்
ஏற்றாயடிக்கே இரவும் பகலும்
பிரியாது வணங்குவன் எப்பொழுதும்
தோற்றாதென் வயிற்றின் அகம்படியே
குடரோடு தொடக்கி முடக்கியிட
ஆற்றேன் அடியேன் அதிகைக்கெடில
வீரட்டானத் துறை அம்மானே.

தம்பியின் பாடலில் திலகவதி மெய்சிலிர்த்து ஈசனைத் தொழுதாள்.

“நன்றி தெய்வமே...! நன்றி! இந்தக் காட்சிக்குத்தானே உன்னிடம் கையேந்தி நின்றேன்! சைவத்தின் உயர்வை இவனுக்குப் புரிய வைத்துவிட்டாய்! இனி இவன் இந்நெறியிலிருந்து ஒருபோதும் மாற மாட்டான் என்ற நம்பிக்கை வந்துவிட்டது. நன்றி ஈசனே...! நன்றி!”

திலகவதியார் ஆனந்தக் கண்ணீர் விட்டார்.

பாட்டு முடிய மருணீக்கி தானா பாடினோம் என்று வியந்தான். இவ்வாறு பாட்டியற்றும் ஞானம் தனக்கு எப்படிக் கிடைத்தது? ஈசனருள்தானா இதுவும்? ஆம், வேறென்னவாக இருக்க முடியும்...? அவன் தேகம் சிலிர்த்தது.

எம்பெருமானே...! மதி மயக்கத்தால் எவ்வளவு பெரிய பிழை செய்து விட்டேன்! அடியும் முடியும் தேடிப் பிரும்மாவையும் விஷ்ணுவையுமே அலைய வைத்த உன்னைவிட உயர்ந்த தெய்வமும் உண்டோ...? சூலை நோய் தந்து இந்த உண்மையை எனக்கு உணர்த்தியமைக்கு என்ன கைம்மாறு செய்யப் போகிறேன் நான்!

மருணீக்கி மனம் நெகிழ்ந்து கேட்ட க்ஷணம் கருவறை ஒளிர்ந்து அசரீரியொன்று கேட்டது.

"தீந்தமிழ்த் திருப்பதிகம் பாடி எம்மைக் குளிர்வித்தாய். இனியும் நீ பாடுவாய். உன் பாடல்கள் இனிக்கும். உன்னை நாவுக்கரசனென்று எல்லோரும் புகழ்வார்கள். உன் மனம், வாக்கு, காயம் அனைத்தாலும் இந்த உலகுக்குத் தொண்டு செய். அதுவே நீ எனக்குச் செய்யும் கைம்மாறு."

மருணீக்கி... அல்ல. நாவுக்கரசர், அல்ல... திருநாவுக்கரசர் தன் சிரசிற்கு மேலே கரம் குவித்தார். எல்லாம் சிவமயம் எனப் புரிய வைத்த சிவபெருமானைத் தன் இதயத்தில் குடியமர்த்திக் கொண்டார். அன்பே சிவமென்று சொல்லித் தொண்டு புரியப் புறப்பட்டார்.

திருநாவுக்கரசரை நம் எல்லோருக்கும் தெரியும். ஆனால் அவர் திருநாவுக்கரசராவதற்குக் காரணமாயிருந்த அவர் தமக்கை திலகவதியை எத்தனை பேருக்குத் தெரியும்?

திருநாவுக்கரசரும், அவர் பாடிய தேவாரப் பதிகங்களும் இன்னும் நம் நாவில் இனித்துக் கொண்டிருக்கின்றன என்றால்

அது திலகவதி எனும் பெண்ணின் இடைவிடாத, வேண்டுதலாலும், அவரது சிவபக்தியாலும்தான் என்றால் பிரமிப்பாக இல்லை...?

பெண்ணால் ஆகாததுதான் எது?

தாய்மை

பக்தியில் ஆண் பக்தி, பெண் பக்தி என்று எதுவுமில்லை என்றாலும், மனதாலும், உடலாலும் தன்னை வருத்திக் கொண்டு வைராக்ய பக்தியில் ஈடுபட்டிருந்த பெண்களைப் பற்றி அறியும்பொழுது மனது பிரமித்துத்தான் போகிறது.

இறைமையை உணர முடிந்தவருக்குத்தான் பக்தி ஏற்படும். ஆழ்ந்த பக்தி நம்பிக்கையை ஏற்படுத்துகிறது. ஆழ்ந்த இறை நம்பிக்கை, நான் எனது என்ற அல்ப உணர்வுகளிலிருந்து மனிதரை விடுவிக்கும்.

மனிதனின் பாசம், பந்தம், பற்று எல்லாவற்றிற்கும் அடிப்படை நான், எனது என்ற இந்த சொந்த உணர்வுதான். எது அளவிடற்கரியதோ, எது அழிக்க இயலாததோ அதுவே சுகம் என்ற பேருண்மையை, மெய்ஞ்ஞானத்தை, அறியவிடாமல் இந்த சொந்த உணர்வு அவன் அறிவை மூடி மறைத்திருக்கிறது.

இறைமை அளவிட இயலாதது, ஆத்மா அழிவற்றது என்பதை உணர்ந்தவருக்கு, மற்றெல்லாவற்றையும்விட, பக்தி சுகமான விஷயமாகி விடுகிறது. உணராதவருக்கு அல்பங்கள் மட்டுமே சுகம்.

இந்த அல்ப சுகங்களுக்காக அவர்கள் எந்த அளவுக்கும் கீழிறங்கத் தயங்குவதில்லை. இப்படி இரு வேறுபட்ட குணங்களைக் கொண்ட இரண்டு பெண்களைப் பற்றிய சிவபுராண சம்பவத்தைப் பார்ப்போம்.

தேவகிரி எனும் அழகிய ஊர் அது. அவ்வூரின் அக்ரஹாரத்தின் மையத்தில் அமைந்திருந்த அந்தப் பெரிய வீட்டின் ஓர் அறையில், அந்த ஆண்மகன் உறக்கம் வராமல் புரண்டு புரண்டு படுத்தான். சுதன்மன் எனும் பெயர் கொண்ட அவன் முகத்தில் மகிழ்ச்சியில்லை.

தன் அருகில் நிச்சலனமாய் உறங்கிக் கொண்டிருந்த மனைவி சுதேகையை வருத்தமும் வியப்பும் ஒரு சேரப் பார்த்தான். எப்படி இவளால் எவ்விதக் கவலையுமற்று உறங்க முடிகிறதென்று யோசித்தான். அவள்மீது கோபம்கூட வந்தது.

அவள் அவனுக்குக் கொடுத்திருந்த கெடு அன்றிரவோடு முடிகிறது. விடிந்ததும் அவளுக்கு அவன் தன் முடிவைச் சொல்லியாக வேண்டும். அந்த முடிவு அவள் மனதைச் சந்தோஷப்படுத்துவதாக இல்லாவிட்டால் அவள் ஒரு வேளை உணவு மட்டுமே வாழ்நாள் முழுக்க இனி உண்டு கழிக்கப் போவதாகவும், மற்ற நேரங்களில் பச்சைத் தண்ணீர்கூட அருந்தப் போவதில்லை என்றும் உறுதி கூறியிருக்கிறாள்.

செய்தாலும் செய்வாள் அவள். அவனும் அவளோடு எவ்வளவோ வாதிட்டுப் பார்த்து விட்டான். குழந்தை பிறக்காவிட்டால் போகிறது, ஒருவருக்கொருவர் குழந்தையாக இருந்து கொள்வோம் என்று. அவள் கேட்பதாயில்லை. கண்டிப்பாக அவன் மறுமணம் செய்து கொண்டேயாக வேண்டும் என்று கட்டாயப்படுத்துகிறாள். ‘ஊர் உலகத்தில் நடக்காத ஒன்றா இது?’ என்று நியாயம் வேறு கேட்கிறாள். அவனுக்கு இதில் துளியும் விருப்பமில்லை

“நீயும் நானும் சிறந்த சிவபக்தர்கள், சுதேகை. அந்தச் சிவன் விருப்பப்பட்டிருந்தால் உன் மூலமே எனக்கொரு மகவைக் கொடுத்திருக்கலாமே! அப்படிக் கொடுக்காதவன் இன்னொரு பெண் மூலம் மட்டும் புத்ர பாக்கியமளித்து விடுவான் என்பது என்ன நிச்சயம்? இறைவனின் விருப்பத்தை நாம் எதற்குப் பரீட்சித்துப் பார்க்க வேண்டும்? விட்டுவிடுவோமே...! அந்த சர்வேஸ்வரனையே மகவாக எண்ணி மகிழ்வோமே”.

இப்படி எவ்வளவோ சொல்லிப் பார்த்துவிட்டான். சுதேகை கேட்பதாயில்லை.

“இறைவனின் விருப்பம் என்னவென்று தெரிந்துவிட்டால் நீங்கள் இதற்குச் சம்மதிப்பீர்கள் அல்லவா...?” அவள் யோசனையோடு கேட்டாள்.

“அதை எப்படி நீ அறிவாய்...?”

“நாளை சிவபூஜைக்கு ஏற்பாடு செய்திருக்கிறேன். தங்களுக்கு மற்றொரு திருமணம் செய்வது பற்றி அந்த ஈசனிடமே சம்மதம் கேட்கப் போகிறேன். ஈஸ்வரன் சம்மதம் என்றால் உங்களுக்குத் திருமணம். வேண்டாம் என்று கூறிவிட்டால் வேண்டாம். சரிதானே...?”

“நான் யோசித்துச் சொல்கிறேனே.!”

“இதில் தாங்கள் யோசிக்க என்ன இருக்கிறது? ஈஸ்வரனல்லவா யோசிக்க வேண்டும்?”

“பூஜை வேண்டுமா வேண்டாமா என்று நாளை கூறுகிறேன்.”

அவன் சொல்ல, அவள் சரி என்றாள். ஆனால் பூஜை வேண்டாம் என்று மட்டும் சொல்லிவிட்டால் இனி ஆயுள் உள்ளவரை ஒரு வேளை மட்டுமே உணவுண்டு உபவாசமிருப்பேன் என்றாள்.

மனைவியைப் பட்டினி போட்டவன் என்ற பெரும் பாவம் வேறு வந்து சேருவானேன்? எவ்விதத்திலாவது அவளைச் சந்தோஷப்படுத்துவது அவன் கடமையும் கூட.

பூஜைக்கு அவன் சம்மதித்தான். அவள் முகம் மலர்ந்தது.

அவசர அவசரமாகப் பூஜைக்கு ஏற்பாடு செய்தாள்.

“ஒரு வேளை நல்ல உத்தரவு கிடைக்கவில்லை எனில், நீ உபவாசமிருக்க மாட்டாயல்லவா?”

“நிச்சயம் மாட்டேன்.”

“அதன்பின் என் திருமணத்தைப் பற்றிப் பேசக் கூடாது.”

“மாட்டேன். ஆனால் எனக்கு நம்பிக்கை இருக்கிறது. ஈஸ்வரன் என் பக்கம்தான்.”

“எனக்கும் நம்பிக்கையிருக்கிறது. அவன் என் பக்கம்தான்.”

“பார்க்கத்தானே போகிறோம். இன்னும் சற்று நேரத்தில் அது தன்னால் தெரிந்து விடப்போகிறது!”

அவள் புன்னகைத்தபடி சென்றாள். பூஜைக்கான புஷ்பங்களையும் மற்றப் பொருட்களையும் கொண்டு வந்து வைத்தாள்.

வேதியர்கள் வந்ததும் பூஜை ஆரம்பித்தது. அது முடியும் தறுவாயில் அவள் இரண்டு வெற்றிலைகளைச் சுருட்டி எடுத்துக் கொண்டு வந்தாள்.

"இதில் ஒன்றில் மல்லிகைப் புஷ்பமும், மற்றொன்றில் அரளிப்பூவும் உள்ளது. இதைப் பூஜையில் வைத்துக் கொடுங்கள், ஸ்வாமி."

வேதியரிடம் கொடுத்தாள். அவர் பூஜையில் வைத்துக் கொடுத்ததும், அடுத்த வீட்டுக் குழந்தையைக் கொண்டு அதில் ஏதாவது ஒன்றை எடுக்கச் சொன்னாள். குழந்தை தன் தளிர்க் கரத்தால் ஒரு வெற்றிலை மடிப்பை எடுத்ததும், அதை முத்தமிட்டு விட்டு வெற்றிலைச் சுருளை வாங்கிக் கொண்டாள். சுதன்மன் கண்களை மூடிக் கொண்டான். அரளிப் பூவாக இருக்கட்டும் தெய்வமே...!

மல்லிகைப் பூ...! சுதேகையின் சந்தோஷக் குரல் காதில் விழ, சுதன்மன் முகம் மாறியது.

"ஈசன் சித்தம் தெரிந்துவிட்டதல்லவா...? இனித் தடையேதும் இல்லையே." அவள் சிரித்தபடி கேட்க, அவன் தெய்வத்தின் விருப்பம் அதுவெனில் யாரால் தடை சொல்ல இயலும் என்று மௌனமாய்ச் சம்மதித்தான்.

"பெண் பார்த்து விட்டேன் தெரியுமா...?" அன்றிரவு அவள் கேட்டாள். அவன் காதில் விழாததுபோல் அமர்ந்திருந்தான்.

"யாரென்று கேட்க மாட்டீர்களா.? சரி, நானே சொல்கிறேன். பெண் வேறு யாருமில்லை. என் அண்ணன் மகள் குசுமைதான்..."

அவன் அதிர்ந்தான்.

"இதற்கு அவள் சம்மதித்தாளா...? என்னால் நம்ப முடியவில்லை. அவளையும் வற்புறுத்தினாயா, சுதேகை...? வற்புறுத்திச் சம்மதிக்க

வைத்திருந்தால் அது பெரும் தவறு, சுதேகை! எந்தப் பெண்ணும் இரண்டாம் தாரமாய் வாழ விரும்பமாட்டாள்."

"அப்படியெல்லாம் எதுவுமில்லை. நானும் அண்ணாவும் கேட்டபோது அவள் சந்தோஷமாகவே சம்மதித்தாள். யாரும் வற்புறுத்தவில்லை."

"தந்தையின் வறுமையை நினைத்து அவரைச் சந்தோஷப்படுத்துவதற்காகவும், அவருக்குச் சிரமம் கொடுக்க வேண்டாம் என்பதற்காகவும் தன் விருப்பு வெறுப்புகளை மறைத்து மூடிக்கொண்டு சம்மதம் தெரிவித்திருப்பாள்."

"அடேயப்பா! என்ன கற்பனை வளம்! ஒன்றை மறந்துவிட்டீர்கள் நீங்கள். நாம் வணங்கும் ஈஸ்வரன்தான் அவளுக்கும் பிரியமான தெய்வம். அந்த ஈஸ்வரன் அவள் உள்ளத்தில் நின்று கட்டளையிட்டதால்தான் அவளும் இத்திருமணத்திற்குச் சம்மதித்திருக்கிறாள். சந்தேகமிருந்தால் அவளிடமே சென்று கேளுங்கள்."

"தேவையில்லை. அனைவரது மகிழ்ச்சியும்தான் எனக்கு முக்கியம். அதனால்தான் அப்படிக் கேட்டேன்."

அவள் முகம் மலர்ந்தது.

மெல்ல சீக்கிரமே திருமணம் எளிமையாக ஈசனின் முன்னிலையில் நல்லபடி நடந்தது.

அண்ணன் மகளை அலங்கரித்துக் கணவனின் அறைக்கு அனுப்பினாள் சுதேகை. சுதன்மன் அவளை அன்போடு பார்த்தான். "இந்த முதலிரவில் உன் விருப்பத்தில் ஏதாவதொன்றைப் பூர்த்தி செய்ய விரும்புகிறேன், குசுமை. உனக்கு என்ன வேண்டும் சொல்." அவளிடம் கேட்டான்.

"ஒரே ஒரு வரம் வேண்டும். கேட்கலாமா?"

"தாராளமாகக் கேள்."

"இவ்வளவு காலமாகத் தினசரி நான் செய்து வந்த சிவபூஜை எவ்விதத் தடையுமின்றி இனியும் தொடர்ந்து செய்வதற்கு அனுமதிக்க வேண்டும்."

"பூஜையைப் போய் யாராவது தடுப்பார்களா, குசுமை! இது ஒரு வரமே அல்ல. வேறு ஏதாவது கேள்."

"அத்தை கொஞ்சி மகிழ என் வயிற்றில் ஒரு குழந்தை உருவாக வேண்டும்."

"அவ்வளவுதானே. கொடுத்தால் போயிற்று." அவன் அவளை அணைத்தான்.

விடிந்ததும் குசுமை ஆற்றங்கரைக்குச் சென்றாள். குளித்து முடித்து ஈரச்சேலையோடு ஆற்றங்கரையிலிருந்து ஒரு சிறிய வட்டில் நிறைய ஈர மண்ணை நிரப்பி எடுத்துக்கொண்டு வந்தாள்.

அந்த மண்ணில் சிவலிங்கம் செய்து, புஷ்பங்கள் அர்ச்சித்துக் கானங்கள் பாடிப் பூஜை செய்தாள். சுதன்மன் அந்த மண் லிங்கத்தையும், அவளது பக்தியையும், தேனினும் இனிய குரலில் அவள் பாடிய பாடலையும் கேட்டு வியந்தான். மகிழ்ச்சியும் பெருமையும் அவன் முகத்தில் பரவியது.

பூஜை செய்த லிங்கத்தை ஒரு பித்தளைத் தாலத்தில் வைத்துச் சிவன் கோயிலை ஒட்டியிருந்த தடாகத்திற்கு எடுத்துச் சென்று தடாகத்தில் இட்டுவிட்டு வந்தாள்.

"உன் பூஜை விசித்திரமாயிருக்கிறதே, குசுமை!"

"இப்படித்தான் இத்தனை காலமாகச் செய்துகொண்டு வருகிறேன்."

"யார் கற்றுத் தந்தார்கள்?"

"யாரும் கற்றுத் தரவில்லை. என் மனதுக்குத் தோன்றியது. பிடித்திருக்கிறது. செய்கிறேன்."

"இப்படிச் செய்வதற்கு இதுவரை என்னென்ன பலன் கிடைத்தது?"

"பலனை எதிர்பார்த்தா பூஜை செய்வார்கள்?" குசுமை சிரித்தாள். சுதன்மன் திகைத்தான். இப்படி ஒரு கேள்வி கேட்டதற்காக வெட்கப்பட்டான். மனைவியை மரியாதையோடு பார்த்தான்.

நாட்கள் கரைந்தன. குசுமை பூஜித்த லிங்கங்களால் தடாகம் நிறைந்தது. ஈசனின் அனுக்கிரகத்தில் குசுமை கருவுற்றாள். சுதன்மனும் சுதேகையும் மகிழ்ச்சியில் ஆடிப் பாடினார்கள்.

கோடி சூரிய ஒளியோடு ஒரு ஆண் குழந்தை பிறந்தது. சதாசிவன் என்று பெயரிட்டார்கள். ஊரை அழைத்து விருந்து வைத்தான் சுதன்மன். ஊர் திரண்டு குசுமையைப் பாராட்டியது. குழந்தையை வாழ்த்தியது.

"நீயும்தான் சிவ பூஜை செய்தாய். உனக்குக் கிடைத்ததா பார், இப்படி ஒரு குழந்தை?" பெண்ணொருத்தி சுதேகையிடம் கேலியாகச் சொல்லிச் சென்றாள்.

அதுவரை சந்தோஷமாக இருந்த சுதேகையின் முகம் மாறியது. கூட்டத்திலிருந்து விலகித் தனிமையை நாடிச் சென்றாள் அவள். விருந்து கோலாகலமாக நடைபெற்றுக் கொண்டிருக்க, சுதேகை வெறித்துப் பார்த்துக் கொண்டிருந்தாள்.

குசுமையை ஒரு கூட்டம் சூழ்ந்துகொண்டு பாராட்டிக் கொண்டிருந்தது. தாய்மையின் பொலிவும் அழகும் அவள் முகத்தில் தனியொரு பிரகாசத்தை ஏற்படுத்தியிருந்தது. சுதன்மன் அவளையே சுற்றிச் சுற்றி வந்தான். யாரும் அறியாத வேளையில் குழந்தைக்கு முத்தமிடும் பாவனையில் குசுமையை முத்தமிட்டு மகிழ்ந்தான். அந்த முத்தத்தில், அவள் முகம் வெட்கத்தில் சிவந்தது.

எல்லாவற்றையும் வேடிக்கை பார்த்துக் கொண்டிருந்த சுதேகையின் முகத்தில் ஒருவித எரிச்சலும் வேதனையும் படர்ந்தது. எல்லாரும் சேர்ந்து தன்னை ஒதுக்கிவிட்டாற் போலிருந்தது. சாப்பிட்டாயா என்று கேட்கக்கூட நாதியற்றுப் போய்விட்டதாகத் தோன்றியது.

அன்று மட்டுமல்ல. அதற்குப் பிறகும்கூடச் சுதன்மன் அவளிடம் எதற்கும் வரவில்லை. குசுமையோடும் குழந்தையோடுமே நேரத்தைக் கழித்தான். எது தேவையென்றாலும் குசுமையிடமே கேட்டான். குசுமையின் தினசரி பூஜைக்கு விழுந்து விழுந்து

ஒத்தாசை செய்தான். அவள் பூஜை முடித்து லிங்கத்தைத் தடாகத்தில் சேர்த்துவிட்டு வரும் வரை குழந்தையைப் பார்த்துக் கொண்டான்.

மொத்தத்தில் அவன் உலகத்தில் குசுமையும் குழந்தையும் மட்டும்தான் இருந்தார்கள். சுதேகை கலகலப்பின்றி இருப்பதையோ, ஒதுங்கி ஒதுங்கித் தனிமை நாடிச் செல்வதையோ அவன் கவனிக்கவேயில்லை.

குசுமைக்கும் வேலை சரியாக இருந்தது. குழந்தை வளர்ப்பென்பது அவள் நேரத்தை விழுங்கியது. தவிர வீட்டு வேலைகள், நித்ய பூஜை என்றானதில் சுதேகையின் மாற்றத்தைக் கவனிக்கவில்லை.

சுதேகை அனைத்தையும் மௌனமாய்ப் பார்த்து மனசுக்குள் குமைந்தாள். பெருமூச்சு விட்டாள். அவள் மண்ணால் சிவலிங்கம் செய்கிறாள். நான் என் தலையில் மண்ணை வாரிப் போட்டுக் கொண்டிருக்கிறேன். பங்குபோட வந்தவள், மொத்தமாய்ப் பிடுங்கிக் கொண்டு விட்டாள். அவள் உரிமை கொண்டாடுவதும், கொஞ்சுவதும், குழைவதும் என் புருஷனிடம். எனக்குப் பிறந்திருக்க வேண்டிய குழந்தை, அவளுக்குப் பிறந்து அவளுக்குப் பெருமை சேர்த்திருக்கிறது.

சுதேகை பெருமூச்சு விட்டாள். எல்லாவற்றையும் இழந்துவிட்ட உணர்வு தோன்றியது. தன்னிரக்கம் பொங்கியது. பொங்கியது தன்னிரக்கம் மட்டுமல்ல. பொறாமையும் கூடத்தான். பூர்த்தியடையாத ஆசைகளே துன்பத்திற்குக் காரணமாகிறது.

பலன் எதிர்பாராதவருக்கு ஏமாற்றம் ஏற்படுவதில்லை. எதிர்பார்க்கிறவருக்கு எல்லாமே ஏமாற்றம்தான். பக்தி தெளிவைத் தரும். தெளிவான உள்ளம் விவேகத்தைக் கொடுக்கும். மனதில் அழுக்குச் சேரும்போது சக மனிதர்களை உள்ளவாறு உணர முடியாது போகும். அப்படித்தான் சுதேகையின் மனதிலும் பொறாமை எனும் அழுக்கு சேர்ந்தது.

புருஷன் மீது திடீரென்று சொந்த உணர்வு அதிகமாயிற்று. அவன் மீண்டும் தன்னிடம் வர வேண்டும், அன்பைப் பொழிய வேண்டும் என்ற ஆசை அதிகரித்தது. குசுமையும், அவள் குழந்தையும் அதற்கு இடைஞ்சலாக இருப்பதாகத் தோன்றியது.

குழந்தை போனால் குசுமையும் போய் விடுவாள், குசுமை போனால், கணவன் மீண்டும் தன்னை நாடி வந்து விடுவான் என்று கணக்குப் போட்டாள். அந்தக் கணக்கைச் சரியாக்க, காரியத்தில் ஈடுபட்டாள்.

ஒரு நாள் விடியற்காலை குசுமை கண் விழித்தபோது கட்டிலில் குழந்தையைக் காணவில்லை. அவசரமாகக் கணவனை எழுப்பினாள்.

“குழந்தை எங்கே...?”

“என்னைக் கேட்டால்...? நானும் இப்போதுதானே கண் விழிக்கிறேன்! தேடிப் பார். ஒருவேளை சுதேகையிடம் போய்விட்டானோ என்னமோ”.

குசுமை அத்தையின் அறைக்கு வந்தாள். சுதேகை மட்டுமே தூங்கிக் கொண்டிருப்பதைக் கண்டு திரும்பி வந்தாள்.

வீடு முழுக்க, வீதி முழுக்க, ஊர் முழுக்கக் குழந்தையைத் தேடிக் களைத்துப் போனார்கள். சுதன்மன் கண் கலங்கினான். ஊர் கூடி அவர்களுக்கு ஆறுதல் சொல்லியது. பரிதாபப்பட்டது. கடவுள் நிச்சயம் கைவிடமாட்டார் என்று நம்பிக்கையூட்டியது.

குசுமை ஆற்றங்கரைக்குக் கிளம்பினாள். குளித்துவிட்டு வழக்கம்போல மண் கொண்டு வந்து சிவலிங்கம் செய்ய ஆரம்பித்தாள். அதைக் கண்டதும் சுதன்மன் முகம் சுழித்தான்.

“குழந்தையைக் காணவில்லை என்று இங்கு நான் பதறியழுது கொண்டிருக்கிறேன். நீ சாவகாசமாகப் பூஜை செய்ய அமர்ந்துவிட்டாய்! பாசமே இல்லையா உன் மனதில்? ஒரு நாள் இந்தப் பாழாய்ப் போன பூஜை செய்யாவிட்டால்தான் என்ன?

செய்து செய்து என்ன பலன் கிடைத்து விட்டது? குழந்தை காணாமல் போனதைத் தவிர...?" எரிச்சலோடு கத்தினான் அவன். குசுமை ஒரு வினாடி அவனைக் கூர்ந்து பார்த்தவள், எதுவும் பேசாது மறுபடியும் தன் பூஜையைத் தொடர்ந்தாள்.

என்ன திமிர்...! சுதன்மன் புழுங்கினான். குசுமை அமைதியாகத் தன் பூஜை முடித்துவிட்டு எழுந்தாள்..

"பக்தி என்பது கேட்பது அல்ல. கொடுப்பது. நிபந்தனையற்ற சரணாகதியே பக்தி என்பது உங்களுக்குத் தெரியாதா...?"

"அதற்காக...? குழந்தை காணவில்லை என்பது உன்னைத் துளிக்கூடப் பாதிக்கவில்லையா? வருத்தமே இல்லையா உனக்கு...?"

"எதற்கு வருத்தப்பட வேண்டும்? இந்த உலகத்தில் எல்லாவற்றையும் நாமா கட்டிக் காப்பாற்றிக் கொண்டிருக்கிறோம்? அப்படி நாம் நினைத்தால் அது எவ்வளவு முட்டாள்தனம். கொடுத்தவன் அந்தக் கடவுள் எனில் இப்போது ஒளித்து வைத்திருப்பவனும் அவன்தான். அது மறுபடியும் கிடைக்க வேண்டும் என்பது விதியானால் கண்டிப்பாகக் கிடைக்கும். அப்படியே கிடைக்காவிட்டாலும் அதுபற்றிக் கவலைப்படத் தேவையில்லை. நான் எனது என்ற உணர்வுகள் தாண்டி வந்துவிட்டால் சுகம், துக்கம் எதுவும் நம்மைப் பாதிக்காது." குசுமை அமைதியாகச் சொன்னாள்.

"வேதாந்தம் பேசும் நேரமா இது...?" சுதன்மன் சீறினான்.

"வேதாந்தங்களை உணர்த்தத்தான் இங்கே சம்பவங்கள் நடக்கின்றன. ஒவ்வொரு சம்பவமும் ஒவ்வொரு வித அனுபவம். ஒவ்வொரு அனுபவமும் ஒரு வேதாந்தமே. எல்லாவற்றையும் ஈஸ்வரனுக்கு அர்ப்பணித்து விடுவோமே, இன்பம் துன்பம் அனைத்தையும்..! நாம் எதற்குக் குழப்பிக்கொள்ள வேண்டும்...? கொடுத்தவன் எடுத்தான் எனில், எடுத்தவனுக்குக் கொடுக்கத் தெரியாதா என்ன...?"

"கொடுப்பான் என நீ நம்புகிறாயா?"

“நான் எதையும் எதிர்பார்க்கவில்லை. எல்லாவற்றையும் அர்ப்பணித்துவிட்டேன். எதுவும் என்னுடையதில்லை சொந்தம் கொண்டாட. சற்று நேரம் வைத்திரு என்று அவன் சொன்னால் வைத்திருப்பேன். கொடு என்றால் கொடுப்பேன். இரண்டும் ஒன்றுதான் எனக்கு.”

“நீ தாயில்லை பேய்...! உன் பூஜைகூடப் பாசாங்குதான். அது உண்மையாயிருந்தால் இப்படி ஒரு கஷ்டம் நமக்கு வருமா...? போ... போய் விடு, இந்த வீட்டை விட்டு. இனி உனக்கு இங்கு இடமில்லை.” சுதன்மன் அவளது துணிமணிகளைக் கொண்டு வந்து வீசினான்.

அவள் எதையும் தொடவில்லை. தான் பூஜித்த மண் லிங்கத்தை மட்டும் எடுத்துக் கொண்டாள். மௌனமாய் வெளியேறினாள். சுதேகையின் உள்ளம் துள்ளியது. அதை வெளிக்காட்டிக் கொள்ளாமல் கண்கலங்குவது போல் நடித்தாள்.

குசுமை வழக்கமாய், லிங்கத்தை இடும் தடாகத்திற்கு வந்தாள். தடாகம் முழுக்க லிங்கங்கள். கையிலிருந்ததையும் நீரில் விட்டாள். அது மெல்ல மெல்ல முழுகியது. முழுகிய வேகத்தில் எல்லா லிங்கங்களும் பாய் விரித்தாற் போல் மேலே எழும்பின. அந்த லிங்கப்படுக்கையின் மீது குழந்தை சதாசிவன் அசையாது படுத்திருந்தான். குசுமை கண்ணீர் பெருகக் கை கூப்பினாள். அவள் காதுக்குள் ஒரு குரல் ஒலித்தது.

“எடுத்துக்கொள் உன் குழந்தையை, குசுமை! அவன் இங்கு எப்படி வந்தான் என்று வியக்கிறாயா? காரணம் வேறு யாருமல்ல, சுதேகையின் பொறாமைதான். புருஷனை விட்டுக்கொடுத்தவளும் அவள்தான். இப்போது பொறாமைப்பட்டு உன் குழந்தையை இந்தத் தடாகத்தில் எறிந்துவிட்டுப் போனவளும் அவள்தான். தினம் தினம் நீ பூஜை செய்து இங்கு நீரில் இட்டுச் செல்லும் ஒவ்வொரு லிங்கமும் சக்தியுள்ளது. அவை வெறும் மண் அல்ல. என் ஜீவன்! அந்த ஜீவக்காற்றை நீருக்குள்ளும் உன் மகன் சுவாசித்ததால் உயிர் நீங்காது உறங்குகிறான். நிபந்தனையற்ற உன் சரணாகதிக்கு நான் தரும் பரிசைக் கொண்டு செல்.”

குசுமை தடாகத்திற்கு முன் மண்டியிட்டு நமஸ்கரித்தாள். “என் அத்தையும் உங்கள் பக்தைதான். அறியாமல் அவள் செய்த காரியத்தை மன்னித்து விடு, தெய்வமே. இந்த ரகசியம் நமக்குள்ளேயே புதையட்டும்.”

குசுமை எழுந்து குழந்தையை அள்ளி எடுத்துக்கொண்டு வீடு திரும்பினாள்.

“எங்கே இருந்தது, குழந்தை...?” ஊர் அவளைச் சூழ்ந்து கொண்டது. சுதன்மன் வெளியில் ஓடி வந்தான். குழந்தையையும் அவளையும் பார்த்ததும் கோபமெல்லாம் வடிந்துவிட்டது. குழந்தையை வாரியணைத்து முத்தமிட்டான். சுதேகை பேயறைந்தாற்போலப் பார்த்தாள்.

“எங்கே கிடைத்தான், குழந்தை?” சுதன்மன் கேட்டான்.

“தூக்கக் கலக்கத்தில் வீட்டிலிருந்து இறங்கிக் கால் போனபோக்கில் தடாகத்தின் பக்கம் சென்றிருக்க வேண்டும். பாசம் வழுக்கி உள்ளே விழுந்திருக்கிறான். நல்லகாலம். உயிருக்கு ஆபத்தில்லை. நீரை வெளியேற்றினேன். கண் திறந்து விட்டான்.”

குசுமை சொல்ல, சுதேகையின் கண்களில் தாரை தாரையாய்க் கண்ணீர் வழிந்தது. இம்முறை பாசாங்கல்ல. நிஜம்.

‘என்ன... இது புராணக் கதையா...?’ என்ற சந்தேகம் ஏற்படுகிறதோ...? சந்தேகமே வேண்டாம். புராணக் கதையேதான்.

எக்காலமாயிருந்தால் என்ன, மனிதனின் உணர்வுகள் எல்லாக் காலத்திலும் ஒன்று போலவேதான் இருக்கின்றன. நான் எனது என்ற அகங்காரத்திலிருந்து விடுபட இந்தப் புராணச் சம்பவம் நமக்கும் உதவும் என்று நம்புகிறேன்.

—— முற்றும் ——

www.ingramcontent.com/pod-product-compliance
Lightning Source LLC
LaVergne TN
LVHW060332051026
849517LV00004B/1286
* 9 7 8 9 3 9 5 2 4 8 8 9 1 *